स्वातंत्र्योत्तर पन्नास वर्षांतील

ग्रामसंस्कृती

: दशा आणि दिशा

I0649871

आनंद यादव

मेहता पब्लिशिंग हाऊस

◆ *या पुस्तकातील लेखकाची मते, घटना, वर्णने ही त्या लेखकाची असून त्याच्याशी प्रकाशक सहमत असतीलच असे नाही.*

GRAMSANSKRUTI by ANAND YADAV

ग्रामसंस्कृती / समाजचिंतनात्मक ललित लेख

आनंद यादव

© स्वाती आनंद यादव
'भूमी', ५ कलानगर, धनकवडी, पुणे ४११०४३.

प्रकाशक : सुनील अनिल मेहता, मेहता पब्लिशिंग हाऊस,
१९४१, सदाशिव पेठ,माडीवाले कॉलनी, पुणे - ४११०३०.

अक्षरजुळणी : इफेक्ट्स, २१/६ब, आयडिअल कॉलनी, कोथरूड, पुणे.

प्रकाशन काल : पहिली आवृत्ती : जानेवारी, २००० / सप्टेंबर, २००४ /
पुनर्मुद्रण : जानेवारी, २०१२

मुखपृष्ठ : चंद्रमोहन कुलकर्णी

ISBN 81-7161-976-2

माझ्या दिवंगत पाच बहिणींच्या स्मृतीस...
...ज्यांचे कोवळे आयुष्य
दारिद्र्याच्या उन्हात
वाळून पाचोळा झाले!

प्रास्ताविक

महाराष्ट्र नव्हे महाग्राम

ग्रामीण समाज आणि संस्कृती यांच्या अभ्यासाकडे मी ओघाओघाने वळत गेलो. मी काही समाजशास्त्राचा आणि संस्कृतीचा पदवीधर अभ्यासक नाही. मात्र या दोन विषयांचा अभ्यास मी माझ्या साहित्यनिर्मितीसाठी केला. ग्रामीण जीवनाचे यथार्थ दर्शन आपल्या साहित्यातून घडवावयाचे असेल तर मी अगोदर ते जीवन नीटपणे, अंतरंग आणि बहिरंग यांच्यासह समजून घेतले पाहिजे असे वाटू लागले. वस्तुनिष्ठ स्वरूपात ते मला कळले पाहिजे, या जाणिवेने मी या अभ्यासाकडे वळलो. वास्तविक माझ्या अगोदरच्या ग्रामीण किंवा जानपद लेखकांप्रमाणे स्वतःला जे ग्रामीण जीवनानुभव आले तेवढ्या शिदोरीवरच मी अपेक्षित साहित्य-निर्मिती करू शकलो असतो. पण तसे करणे धोक्याचे आहे, असे मला ऐन पंचविशीतच वाटू लागले होते.

असे वाटण्याचे कारण माझ्या अगोदरच्या ग्रामीण साहित्यिक पिढीच्या साहित्यातच होते. या साहित्यिकांच्या कथा, कविता, कादंबऱ्या वाचताना माझ्या मनाला त्यात अनेक त्रुटी दिसत होत्या. त्या काळच्या तारुण्यातील माझ्या भाषेत आणि जाणिवांत बोलायचे तर त्या साहित्यात मला जागोजागी 'अनेक प्रकारची गडबड दिसत होती.' त्यातील अनेक बाबी वस्तुस्थितीत तशा नव्हत्या; साहित्यिकांनी त्या आरोपीत केल्या आहेत, असे वाटे. तसेच काही बाबी वरवर पाहिल्या आहेत, काही बाबी साहित्यात चटकदारपणा आणण्यासाठी लेखकाच्या कविकल्पनेतून आणि तात्कालिक मोहातून साहित्यात आलेल्या आहेत, असे वाटत होते.

मला जरी असे वाटत असले तरी त्या साहित्यावर येणारी जी मान्यवर समीक्षकांची समीक्षा असे, त्या समीक्षेत या बाबी दाखवल्या मात्र जात नाहीत, हेही लक्षात येई. आणि ते लक्षात आल्यावर माझ्या अजाण मनाला वाटे की

'आपले स्वत:चेच काही तरी चुकत असले पाहिजे. आपल्या अनुभवांची आपण तपासणी केली पाहिजे. आपण लहान आहोत, आपले ज्ञान मर्यादित असणार, म्हणून आपण ग्रामीण जीवनाचा वस्तुनिष्ठ दृष्टीने अभ्यास केला पाहिजे. मग काय तो निर्णय घेतला पाहिजे', या जाणिवेतून मी ग्रामीण समाज, ग्रामीण संस्कृती आणि ग्रामीण जीवन यांच्या अभ्यासाकडे हळूहळू वळलो.

मी जसा ग्रामासंबंधीच्या विविध प्रकारच्या वैचारिक वाचनाकडे वळलो, तसा प्रत्यक्ष ग्रामीण जीवन अधिक डोळसपणाने, चिकित्सक वृत्तीने पाहू, अनुभवू लागलो. यापाठीमागे केवळ मानसिक जिज्ञासा होती. अशा प्रकारच्या वाचनामुळे मला मानसिक आनंद मिळत होता. या आनंदाची नकळत चटकच लागली. या प्रकारच्या वाचनात वेळ कसा निघून जाई, हे कळायचे नाही.

घरातला मोठा मुलगा असल्यामुळे आणि दोन बहिणींच्या नंतरचा जन्म असल्यामुळे आईवडिलांबरोबर लहानपणापासून पैपाहुण्यांच्याकडे जाण्याच्या निमित्ताने, गणगोतांच्या लग्नांसाठी, जत्रा-खेत्रा, देवदेव करण्याच्या निमित्ताने आसपासची खेडीपाडी लहानपणापासून पाहायला मिळू लागली. शिकूसवरू लागल्यावर, जाणता झाल्यावर एकट्यालाच खेड्यांवर अनेक कारणांनी जावे लागे. तिकडेच एक-दोन दिवस मुक्काम पडू लागले. त्यामुळे मुक्त नजरेने खेडी बघू लागलो. पायी किंवा सायकलीच्या प्रवासामुळे जाता-येता पायवाटा, पाणंदी, माळमुरूड, माळवाटा, यांच्यावरून वाटेवरची, घळणातली, डोंगराच्या कुशीतली, नदीकाठची इत्यादी नाना प्रकारची खेडी दुरून जवळून पाहू लागलो. आभाळाखालची, निसर्गाच्या अंगाखांद्यावरची, निरनिराळ्या आकार-प्रकारांची, प्रकृतींची खेडी पाहताना मन सुखावून जाई. देवळांची शिखरे, झाडांचे छोटे-मोठे गुच्छ बघून मी हरखून जाई. त्यामुळे खेड्यांचा लळा लागला.

वयाच्या पंचविसाव्या वर्षी एम्. ए. ची पदवी पदरात पडली पण त्याच्याही अगोदर वयाच्या विसाव्या वर्षी महाविद्यालयीन शिक्षणासाठी 'देश' सोडून कोकणात गेलो. कोकणातली खेडी भूदान-पदयात्रेतून हिंडताना पाहिली. बराचसा

प्रवास पायी पायी असे. भरपूर पाऊस, घनदाट झाडी, भाताची शेती, तांबडी माती, जांभ्यादगडाची देखणी घरं, खूप ढाळ असलेली कौलारू छपरं, उघडा वाघडा आणि लुकडा कोकणी माणूस तिथल्या खेड्यांतून वावरताना पाहता आला. एका वेगळ्या मराठी खेड्याचा अनुभव आला.

पदवीधर झाल्यावर पंढरपूरला नोकरीसाठी गेलो. दोन वर्षांत तिथला आसपासचा खेड्यांचा परिसर नव उत्साहानं पाहिला. धाब्याची घरं, पांढरी माती, कमी पावसामुळं आलेली मराठी ग्रामीण अवकळा पाहता आली.

१९७५ च्या आसपास ग्रामीण साहित्याच्या चळवळीचं खूळ मनात शिरलं. आरंभीच्या काळात एकटाच संधी मिळेल तिथं व्याख्यानांना जाण्याचा धुमधडाका लावला. १९७७ नंतर तर अधिकृतपणे 'ग्रामीण साहित्य संमेलनं' सुरू केली. दहाएक वर्षं दक्षिण, उत्तर व पश्चिम महाराष्ट्र, मराठवाडा, विदर्भ, खानदेश इत्यादी भागांत दौरे काढले. या निमित्तानं मराठी खेड्यांची विविध रूपं मुक्काम टाकून न्याहाळता आली. ग्रामीण महाराष्ट्राचा आवाका कळत गेला. ग्रामीण महाराष्ट्र किती आणि कसा पसरला आहे ते कळले. त्याच्या डोंगर-दऱ्या, त्याचे मर्दानी पहाड आणि पर्वत, त्याचा मैदानी मुलूख, त्याची घनदाट झाडी आणि वृक्षवल्ली, त्याची माळराने, मळेदळे आणि शेतीमाती पाहिली, अशा मराठी मुलखाचा मी मराठी माणूस आहे, म्हणून सानंद अभिमान वाटला. या काळात मराठी खेड्यांतील तरुण पिढीच्या संगतीला बसून पिढीबरोबर खेडीही समजून घेता आली. या पिढीशी लळा-जिव्हाळा निर्माण झाला. त्या तरुणांच्या गावी घरी जाऊ येऊ लागलो. या सर्वांतून मराठी खेडे अधिक उमजत गेले.

१९५५ साली शहरी राहणीशी माझा प्रथम परिचय झाला. रत्नागिरी, कोल्हापूर, पुणे, पंढरपूर या शहरांत काही काळ वास्तव्य केलं. नंतर पुण्यात येऊन कायमचा स्थिर झालो. नंतर अनेक शहरांशी गाठीभेटींतून संबंध आला. या मराठी शहरांनी आपली शहरी राहणी, शहरी श्रीमंती, शहरी उद्योग-धंदे, कारखाने, विविध प्रकारच्या सामाजिक, शैक्षणिक, संशोधनात्मक संस्था यांचे

दर्शन घडवले. श्रीमंताचा वर्ग, मध्यम स्थितिवंतांचा वर्ग, झोपडपट्टी वासियांचा वर्ग जवळून दाखवून दिले. स्वतः माझा पिंड खेड्यातील खालच्या वर्गातून शहरातील मध्यम वर्गात राहायला आला. या दोन्ही वर्गांचे अनुभव आतून-बाहेरून घेतले. या दोन्ही वर्गांनी माझे पिंडधर्म घडवले आणि विकसित केले. हे सर्व घेत-जगत असताना, बघत-भोगत असताना मराठी खेडी आणि मराठी शहरे यांची सतत मनोमन तुलना होत राहिली. संवाद-विसंवाद कळत, उमगत गेले. या तुलनेमुळे ग्रामीण संस्कृतीच्या रंग-रेषा मनात अधिक ठळक होत गेल्या, कंगोरे स्पष्ट झाले. शहरी संस्कृतीच्या संदर्भाने ते वेगळेपणाने उठून दिसू लागले. १९६३ मध्ये पुण्यात आल्यावर ग्रामीण लेखक बाबा पाटील, बा. भ. पाटील, हमीद दलवाई, जयवंत दळवी, रा. रं. बोराडे, चंद्रकात भालेराव, भास्कर चंदनशिव, उद्धव शेळके, मनोहर तल्हार, ना. धों. महानोर इत्यादी मला समकालीन असलेल्या ग्रामीण साहित्यिकांचा प्रत्यक्ष परिचय झाला. गावाकडच्या चालीरीती, प्रथा परंपरा, खास ग्रामीण अर्थपूर्ण शब्द, भाषिक लकबी, माणसांचे वैशिष्ट्यपूर्ण ग्रामीण नमुने यासारखे विषय गप्पांना भरपूर खतपाणी घालत होते. पुण्यातच स्थायिक असणारे शंकर पाटील, वि. शं.पारगावकर तर नेहमीच भेटू लागले. त्यांच्याशी गप्पा मारत माझे तास न तास जात. ग. ल. ठोकळ, ग. ह. पाटील, कधीमधी भेटणारे आणि पुण्याला अधून मधून नेहमी येणारे र. वा. दिघे, गो. नी. दांडेकर, रणजित देसाई, यांच्यांशीही गप्पा होत. या सर्वांनी मला त्यांच्या त्यांच्या प्रदेशातील ग्रामीण समाजाची आणि जीवनाची चित्रवत जाणीव करून दिली. माणसे समजून सांगितली. त्यांच्या द्वारा मला त्यांची खेडी समजत गेली. १९७५ नंतर तर तरुण ग्रामीण साहित्यिकांची हस्तलिखितेही मला वाचायला मिळू लागली. त्यातून बदलती खेडी दिसू लागली. या सर्वांमुळे ग्रामीण महाराष्ट्राचे अंतरंग मला थोडेबहुत कळत गेले. त्यातून मिळणाऱ्या ग्रामीण जीवनाविषयीच्या, ग्रामीण प्रदेशांविषयीच्या विविध ज्ञानांची मनावर टिपणे करीत गेलो.

१९६४ ते १९७२-७३ पर्यंत पुणे आकाशवाणीवर 'चालू जमाना' हे सद्यस्थितीवर आधारित ग्रामीण जीवनावरील सदर चालवीत होतो. या काळातील बदलते ग्रामीण जीवन दैनिकांतून, ग्रंथातून, प्रत्यक्षात तिकडे जाऊन-येऊन अभ्यासत होतो. त्यातून मनोमन काही निष्कर्ष काढत होतो.

या सर्वांतून ग्रामीण समाज, संस्कृती, जीवन व त्यातील बदल, विकास, समस्या नवे प्रश्न इत्यादी विषयींच्या आकलनाचे रसायन माझ्या मनात तयार झाले. मनासमोर ग्रामीण महाराष्ट्र हा महाराष्ट्र नसून हे एक महाखेडेच आहे, याचे चित्र उभे राहू लागले. महाखेड्याचा हा महाराष्ट्रच प्रस्तुत ग्रंथात उमटला आहे.

स्वातंत्र्यानंतरच्या (१९४७ ते ९७ ह्या) पन्नास वर्षांत ग्रामीण महाराष्ट्रात झपाट्याने स्थित्यंतर होत गेले. अ) १९६० पर्यंतच्या काळात मध्ययुगातील (ब्रिटिशपूर्व काळातील) खेडेच कमी-अधिक फरकाने भारतात व महाराष्ट्रात अस्तित्वात होते. ब) महाराष्ट्रात १९६० नंतर त्याच्यात झपाट्याने स्थित्यंतर घडू लागले. विशेषतः पश्चिम महाराष्ट्रात हे स्थित्यंतर विशेष घडले. विदर्भ, मराठवाडा, कोकण या प्रदेशात त्याची गती फारच मंद होती. १९६० ते १९७५ च्या पंधरा वर्षांत हे स्थित्यंतर एका टप्प्यापर्यंत पूर्ण झाले. क) आणीबाणी नंतरच्या म्हणजे १९७७ नंतरच्या काळात या स्थित्यंतरामुळे झालेले फायदे आणि तोटे स्पष्ट झाले. बदलत्या खेड्यांत या स्थित्यंतराने सरंजामदारांचे फायदे झाले, पण जनसामान्यांच्या ग्रामीण समाजाचे अनेक मार्गांनी प्रचंड प्रमाणात शोषण होताना दिसू लागले. अशा रीतीने गेल्या पन्नास वर्षांत ग्रामसंस्कृतीत तीन टप्प्यांवर स्थित्यंतरे होताना दिसतात. प्रस्तुत ग्रंथात या तीनही टप्प्यांचे चित्र रेखाटण्याचा प्रयत्न केला आहे. या स्थित्यंतराच्या आधारेच धूसर स्वरूपात भविष्यकालीन विकासाची दिशा सुचविण्याचाही प्रयत्न केला आहे.

या ग्रंथातील लेख सुटे सुटे पण सलगपणे 'दै. सकाळ'च्या रविवार आवृत्तीत जानेवारी १९९८ ते जुलै १९९८ च्या काळात प्रसिद्ध झाले. प्रत्येक

लेख विषयाच्या दृष्टीने स्वतंत्र होण्यासाठी त्या त्या संदर्भात एक-दोन ठिकाणी किरकोळ पुनरावृत्ती स्वीकारून लेख पूर्ण केले आहेत. त्यामुळे प्रत्येक लेख स्वतंत्रपणे परिणाम साधू शकतो.

माझे मित्र दै. पुणे 'सकाळ'चे प्रमुख संपादक श्री. विजय कुवळेकर यांनी माझ्या मनात या सदराची कल्पना प्रथम रुजविली. त्यामुळेच हे पुस्तक झपाट्याने सिद्ध झाले. हे लेख नीटपणे प्रसिद्ध होतील याची काळजी श्रीमती ऋता बावडेकर यांनी घेतली. श्री. अरविंद मिस्त्री (कोल्हापूर) यांची अतिशय मार्मिक रेखाटने पुस्तकाला लाभली. 'सकाळ' मध्ये प्रस्तुत ग्रंथातील लेखांबरोबरच ती प्रसिद्ध झाली होती. त्याबद्दलही 'दै. सकाळ' चा आणि श्री. मिस्त्री यांचा मी अतिशय ऋणी आहे.

ग्रामीण विभागातून अनेक वाचकांनी मला पत्रे पाठवून लेखांना मनापासून दाद दिली.

माझे मित्र मेहता पब्लिशिंग हाऊसचे चालक सुनील आणि अनिल मेहता यांनी हा ग्रंथ तत्परतेने प्रसिद्ध केला. या सर्वांचा मी मनापासून कृतज्ञ आणि ऋणी आहे.

आनंद यादव

अनुक्रमणिका

प्रस्तुत पुस्तकास- इ. स. २०००-०१ चा
'श्री. रा. सबनीस, (नारायण गाव) पुरस्कार' मिळाला.

मानवी संस्कृतीचा मूळ स्त्रोत

ग्रामसंस्कृती वेदपूर्व काळापासून अस्तित्वात आहे. भारतीय संस्कृतीचा मूळ स्त्रोत तेथूनच सुरू झाला. मराठी भाषेत 'ग्राम' म्हणजे खेडेगाव. खेडणे, जमिनीची मशागत करणे, जमीन पिकविणे. जिथे जमीन पिकविली जाते, ते खेडे. अशा खेड्याची संस्कृती ती ग्रामसंस्कृती. संस्कृतात 'प्रकृती' असा शब्द आहे. या शब्दाचे अनेक अर्थ असले तर त्याचा मूळ अर्थ सृष्टी, निसर्ग, सृष्टीची स्वाभाविक स्थिती किंवा तिचे स्वाभाविक स्वरूप असा आहे.

प्रस्तुत संदर्भाच्या अंगाने प्रकृती म्हणजे व्यापकदृष्ट्या स्वाभाविक स्थिती असा अर्थ घेऊ. 'प्रकृती'त जेव्हा बिघाड होतो, तेव्हा त्याला 'विकृती' असा शब्द वापरतात. ती 'प्रकृती'ची अधोगती असते. 'प्रकृती'वर हात चालवून माणूस जेव्हा आपल्या स्वतःच्या सोयीसाठी, हितासाठी तिच्यात काही बदल वा परिवर्तन करतो, तेव्हा 'संस्कृती' तयार होते. दुसऱ्या भाषेत 'प्रकृती'वर स्वतःला अनुकूल असे संस्कार करण्याच्या मानवी प्रेरणेतून 'संस्कृती' सिद्ध होते. 'संस्कृती'ची गती ही 'सम्यक' म्हणजे 'चांगल्या' कृतीची गती असते. ती ऊर्ध्वगती असते. मानवी हिताच्या दिशेने जाणारी, मानवाला उच्च स्थानावर किंवा स्थितीवर नेणारी ती गती असते. सारांश, 'प्रकृती'त बिघाड केला की, विकृती तयार होते आणि मानवाला उच्चस्थिती प्राप्त करून घेण्यासाठी प्रकृतीवर संस्कार केले की, 'संस्कृती' सिद्ध होते.

'संस्कृती' हा मानवी मूळ स्वभावाचाच एक भाग किंवा आविष्कार आहे. माणूस हा मुळात प्राणी, पण माणसाजवळ त्याचे असे काही जन्मजात गुणधर्म आहेत; की जे त्याला इतर प्राण्यांपासून वेगळे करतात. उदा. कार्यकारण - संबंधांचा व अमूर्त तत्त्वांचा शोध घेणारी विकसित बुद्धिशक्ती. सौंदर्य निर्माण करणारी दृष्टी असलेली सौंदर्यशक्ती. तसेच निसर्गातील उपलब्ध मूलभूत द्रव्यांवर किंवा वस्तूंवर संस्कार करून त्यांचा उपयोग स्वहितासाठी करून घेणारी ती संस्कृतिनिर्माणक शक्ती. या तिन्ही शक्ती इतर कोणत्याही प्राण्याजवळ नाहीत.

म्हणून त्यांना खास 'मानवी' शक्ती मानले जाते. या शक्ती त्याला इतर प्राण्यांपासून वेगळे करतात; या अर्थाने त्या 'मानवी' आहेत; पाशवी नाहीत. पृथ्वीच्या पाठीवर मानवाची प्रगती या तीन प्रमुख शक्तींच्या आधारांनी आणि आविष्कारांनी होत असते.

निसर्गात मानवेतर प्राणी 'आहे त्या स्थितीत' जगत असतात. रामायण काळातील कावळा आजही आहे, तसाच राहतो आणि जगतो; पण रामायण-काळात माणूस जसा राहत, जगत होता, त्यापेक्षा आज कितीतरी बदलला आहे, विकास पावला आहे. याला कारण वरील तीन प्रकारच्या शक्तीच आहेत.

मानवाशिवाय इतर सर्व प्राणी निसर्गातील अन्न, धान्य, वनस्पती, पाणी मूळ स्वरूपातच खाऊपिऊ शकतात. त्यावर त्यांचे जीवन चालते. थंडी, वारा, ऊन, पाऊस, प्रकाश अंधार जसा आहे, तसा ते स्वीकारतात आणि त्यावर गुजराण करतात. पण निसर्गात जन्मलेल्या माणसाला या सर्वांवर संस्कार केल्याशिवाय खाता, पिता येत नाही किंवा राहता येत नाही. ज्वारीचे कणीस त्याला तसेच खाता येत नाही. त्याची प्रथम ज्वारी काढावी लागते, ती निवडावी लागते, दळावी लागते, तिचे पीठ पाण्यात कालवून त्याची भाकरी करावी लागते. ती योग्य प्रमाणात भाजावी लागते; हे संस्कार झाल्यावर मगच ती त्याला खाण्यायोग्य होते. निसर्गानेच ही प्रेरणा त्याच्या ठायी अधिष्ठित केली आहे. सारांश, निसर्गवस्तूंवर संस्कार करूनच मानवाला जगावे लागते किंवा जगता येते. यातून संस्कृतीचा उदय होतो. या अर्थाने संस्कृती (आणि ती निर्माण करणे) ही मानवी स्वाभाविक किंवा नैसर्गिक प्रेरणा मानावी लागते. म्हणजे संस्कृती निर्माण करणे हा मानवी स्वभावधर्म आहे. म्हणूनच वेदपूर्व काळातही संस्कृती होती. ती ग्रामसंस्कृतीच्या रूपात नांदत होती.

ग्रामसंस्कृतीच्या अगोदरची माणसाची संस्कृती अगदीच नव्हती, असे म्हणता येत नाही. ग्रामसंस्कृतीच्या अगोदरच्या काळात माणूस रानटी, भटक्या किंवा शिकारी अवस्थेत होता. त्या काळात इतर प्राण्यांप्रमाणे एका ठिकाणचे अन्न-पाणी संपले, तर तो दुसऱ्या ठिकाणी जाऊन जगत होता. शिकार करतानाही तो काही वाघ-सिंहांप्रमाणे शिकार करत नव्हता. वाघ-सिंह स्वत: झेप घेऊन प्राण्यांचा गळा किंवा मान पकडतात. प्राण्याच्या अंगावर झेप घेऊन आपल्या वजनाने त्याला लोळवतात. सुळ्यांनी त्याची मान फोडतात. तिथेच लचके तोडून मांस खातात. अशी शिकार माणसाला त्याच्या शारीरिक मर्यादांमुळे करता येणे शक्य नव्हते. माणूस मग दगड, धोंडे, गळ, फासे, पिंजरे, लाकूड, काठ्या यांचा आधार घेऊन शिकार करत असला पाहिजे. हे आधार किंवा साधने अधिक प्रभावी कशी ठरतील, या दृष्टीने त्याने त्यांच्यावर अत्यल्प स्वरूपात का असेना हात चालवून संस्कार

केले असले पाहिजेत. पण हे संस्कार नगण्य अवस्थेत असावेत किंवा आरंभीच्या काळात अशा संस्कारांचे स्वतंत्र महत्त्व त्याला कळलेले नसावे. त्या दिशेने त्याचे डोके अगदीच प्राथमिक अवस्थेत चालत असावे. प्रामुख्याने ते प्राणिपातळीवर किंवा जरा आगेमागे चालत असावे.

दुसरे असे की, भटक्या अवस्थेतील माणसांचे गट हे संख्येने लहान असतात. फार तर ते पाच-पंचवीस माणसांचे गट असावेत. वानरांच्या गटाप्रमाणे किंवा टोळीप्रमाणे ते भटकत असावेत. एखाद्या मोकळ्या जागेत काही काळ वास्तव्य करून पुढे जात असावेत. या भटक्या अवस्थेत कोणत्या ऋतूत कुठे काय काय मिळू शकते, याचे स्वाभाविक ज्ञान त्याला असणार. त्यानुसार तो पूर्वीच्या वास्तव्याच्या ठिकाणी आलटून-पालटून येत जात असणार. या अवस्थेत अर्थपूर्ण संस्कृती जन्माला येणे शक्य नव्हते.

संस्कृती जन्माला येण्यासाठी प्रथम स्थैर्य असण्याची व पाच-पंचविसांपेक्षा अधिक संख्या असलेल्या मानवी समूहांची आवश्यकता असते. स्त्री-पुरुषांच्या मिश्र मानवी गटातील व्यक्तींची संख्या हळूहळू वाढत जाते. संख्या वाढत जाईल, तशा समस्या आणि प्रश्नही वाढत जातात. उदाहरणार्थ, लहान मुलांची संख्या वाढते, वृद्धांची संख्या वाढते, गर्भवती, अवघडलेल्या, नुकत्याच बाळंत झालेल्या स्त्रियांची संख्या वाढते. आंधळ्या, पांगळ्या, अपंग, अधू, आजारी स्त्री-पुरुषांची संख्या वाढते. या सर्वांना तरुण-तरुणींच्या नेटक्या चालीने चालता किंवा भटकता येत नाही. लांबलांबचे पल्ले पायीपायी गाठता येणे कठीण किंवा अशक्य असते. समूहात व्यक्तींची संख्या खूपच असेल तर कुणी ना कुणी वरीलपैकी एखाद्या अवस्थेत सतत सापडलेले असतेच. त्याला एका जागी, स्थिर राहण्याची, विश्रांतीची, आजारातून मुक्त होण्याची गरज असते. या अवस्थेवर उपाय म्हणजे तरुण-तरुणींना भटकून-भटकून अन्नधान्य गोळा करणे आणि मूळ तळावर (किंवा स्थळावर) परत येणे, हा एक उपाय असतो. अशावेळी तळावर असलेली मंडळी काही ना काही करत असतात. उदा. स्वाभाविक निवारा म्हणजे डोंगरकड्याचा आडोसा, गुहा, सावली समूहाला कमी पडत असेल तर तसा कृत्रिम आडोसा, गुहेसारखी तयार केलेली जागा, झाडांच्या फांद्या तोडून तयार केलेली कृत्रिम सावली अशा मानवनिर्मित वस्तू हळूहळू निर्माण होतात.

प्रदीर्घ काळ किंवा वर्षभर एका जागी राहिल्याने एक संपूर्ण ऋतुचक्र आसपासच्या निसर्गात पाहता येते. आणलेले धान्य जमिनीवर चुकून सांडलेले असते किंवा निकस, निरुपयोगी म्हणून फेकून दिलेले असते. खाल्लेल्या फळांच्या बिया-कोया फेकून दिलेल्या असतात. हे सगळे मानवी समूहाच्या आसपासच पडलेले असते. ते पावसाने, धुळीने मातीत रुजते, उगवते. पुन्हा त्याला तेच धान्य, फळे, कणसे

येताना दिसतात. ते पशु-पक्षी यांच्यापासून सुरक्षित ठेवून स्वतःसाठी वापरण्याची बुद्धी होते. एका जागी राहावे लागल्याने अन्न-पाणी काही बंद करता येत नाही. ते खावेच लागते. त्यातूनच मग पाणी साठविण्याची बुद्धीही होऊ लागते. ओढ्याला अडथळा निर्माण करून पाणीही साठवता येते. तसेच खोल खड्डा खणूनही ते साठवून ठेवता येते. शिकार करून प्रत्येक प्राणी ठार मारता येतो व खाता येतो; पण एका जागीच राहावे लागत असेल तर सगळे प्राणी ठार न मारता त्यांच्यापासून होणारी नवी प्रजा फक्त खावी आणि काही शिल्लक ठेवावी लागते. हे प्राणी गवत, पाने, पाला, चारा यांवर वाढतात हे पाहून फायदा-तोटा कळू लागतो. त्यातून प्राणी पाळण्याची बुद्धी होते. या सर्वांतून ग्रामसंस्कृती हळूहळू आकाराला येत गेली असावी व ती वाढीलाही लागली असावी. बेभरवशाच्या भटकंतीपेक्षा हळूहळू अशा रीतीने स्थिर, एका जागी राहून खात्रीची अन्न-धान्ये, पाणी, प्राणी, निवारे निर्माण करता येत असतील तर स्थैर्याची ही स्थितीच अधिक फलदायी, भरवशाची आणि खात्रीची असते, असा पडताळा आला असावा आणि त्यातूनच ग्रामे वसत गेली असावीत. आणि त्यातूनच हळूहळू ग्रामांत राहताना तेथील जीवनाची एक नवी शैली निर्माण झाली असावी. हिलाच आपण ग्रामसंस्कृतीचा मूळ स्रोत म्हणू शकतो. किंबहुना तो मानवी संस्कृतीचाच मूळ स्रोत मानावा लागतो.

भटक्या अवस्थेत प्रामुख्याने तीन गोष्टींसाठी भटकावे लागते. पोटाची खळगी भरण्यासाठी जिथे अन्न-धान्य, फळे, शिकार, पाणी भरपूर मिळते, तिकडे तिकडे भटकत जावे लागते. पण भटकत लांब लांब गेले की तेथील हवामान, पाऊसमान, ऋतुमान यांच्यातही स्थलकालानुसार बदल होतो. अधिक पावसाच्या किंवा अधिक थंडीच्या प्रदेशांत गेलात की, पाऊस आणि थंडी यांच्यापासून उघड्यावाघड्या अंगांचे संरक्षण करणे कठीण जाते. विशेषतः मुले, म्हातारे, आजारी माणसे त्यामुळे दगावतात. म्हणून पुन्हा कमी पावसाच्या प्रदेशात, कमी थंडीच्या ठिकाणी शरीर संरक्षणासाठी परत जावे लागते. असे प्रदेश, ठिकाणे शोधण्यासाठी पुन्हा भटकावे लागते. नुसते कमी पावसाच्या किंवा कमी थंडीच्या अथवा उष्ण प्रदेशात येऊन भागत नाही, तर तिथे एका जागी राहण्यासाठी निवारा, वस्तीला योग्य अशी जागा शोधावी लागते. पुन्हा तिथे अन्नधान्य, फळे, पाणी, प्राणी पोटासाठी मिळण्याची अनुकूल स्थिती असावी लागते. ती असेलच याची खात्री देता येत नाही. म्हणजे अन्न मिळाले तरी शरीर संरक्षण मिळेलच असे नाही; ते मिळाले तरी निवारा मिळेलच याची खात्री नाही; निवारा मिळाला तरी अन्न मिळेलच याचा भरवसा नाही, अशी गैरसोयीची स्थिती भटक्या अवस्थेत सतत निर्माण होते. या अस्थिर स्थितीवर एकच उपाय असू शकतो. आणि तो म्हणजे प्रत्येक वस्तू जिथे असेल तिथे जाण्यापेक्षा आणि तिथेच राहण्यापेक्षा प्रथम एका जागी स्थिर व्हायचे

आणि जगण्यासाठी लागणाऱ्या अन्नादी वस्तू त्या जागेवर आणून ठेवायच्या किंवा शक्य असेल तर त्या जागेवरच निर्माण करायच्या, असा एक वैचारिक टप्पा येतो आणि एका जागी स्थिर राहण्याकडे मनाचा कल निर्माण होतो. त्यातून मग एका जागीच अन्नधान्य, फळे, प्राणी पिकविणे आणि वाढविणे; तसेच ऊन, थंडी, वारा, पाऊस चुकत नाही हे ओळखून स्वतःच्या शरीराचे संरक्षण करण्यासाठी झाडांची पाने, साली, प्राण्यांचे कातडे आणि नंतरच्या काळात सुती वस्त्रे यांच्या मदतीने शरीरच झाकून ठेवणे, निवाऱ्यासाठी, दरी, डोंगर, पहाड, गुहा यांचे आडोसे शोधण्यापेक्षा तसे आवश्यक आडोसे झाड, लाकूड, दगड, माती यांच्यापासून कृत्रिमरित्या निर्माण करणे, अशी प्रक्रिया एका जागी स्थिर होऊन सुरू होते. यातूनच भटकंतीच्या जीवनशैलीपेक्षा एक नवी स्थिर जीवनशैली निर्माण होते. या स्थिरतेतून निर्माण झालेल्या स्थळाला 'ग्राम' आणि या ग्रामातून निर्माण झालेल्या नव्या जीवनशैलीला ग्रामसंस्कृतीची शैली असे म्हटले जाते.

एका जागी स्थिर झाल्यावर निवारा कायमचा किंवा प्रदीर्घकाल टिकणारा असा निर्माण करता येतो. वस्त्रेही बराच काल टिकणारी तयार करता येतात. अन्न मात्र रोजच्या रोज तयार करावे लागते. तसेच रोजच्या रोज निवारा, रोजच्या रोज वस्त्रांसाठी झाडांची नवी पाने व साली यांच्यापासून नवी प्रावरणे तयार करण्याच्या भटक्या अवस्थेपेक्षा रोजच्या रोज नवे अन्न तयार करण्याचे श्रम परवडतात. त्यातून स्थिरतेला बळ येते. तेवढे श्रम केले की स्वास्थ्य मिळते. पर्यायाने श्रम कमी आणि स्वास्थ्य अधिक अशी स्थिती स्थिर राहण्यातून निर्माण होते.

स्वास्थ्य मिळू लागले की विचार, व्यवस्थापन आणि कल्पना यांना चालना मिळते. त्यातून जीवन जगण्यासाठी निर्माण कराव्या लागणाऱ्या विविध साधनांत सुधारणा करता येते. त्यांचा अधिक विकास करण्यातून स्वास्थ्य व सुविधा अधिक वाढवता येतात. सुविधा वाढवण्याचे दोन मार्ग असतात. एक : आहेत त्या साधनांना अधिक कर्मशील करण्यासाठी त्यांच्यात सुधारणा करता येतात. दोन : त्यांच्या ऐवजी अधिक प्रगत अशी नवीच साधने, नवीच वापर-पद्धती तयार करता येते. अणुकुचीदार दगडांनी किंवा लाकडी दांडक्यांनी जमीन उकरून पेरणी करण्याऐवजी लाकडी वस्तूचा 'नांगर' तयार करता येतो व जमीन उकरता येते. त्या नांगरांत अधिक सुधारणा करता येतात. न नांगरलेली भुई नांगरण्यासाठी लागणारा नांगर, नांगरलेल्या भुईत 'सऱ्या' सोडण्यासाठी वेगळा, सोयीचा नांगर, पाणी व माती यांचा रबटा करण्यासाठी वापरावयाचा छोटा नांगर, असे निरनिराळे लाकडी नांगर सुधारणा-प्रक्रियेतून जन्माला येतात. आधुनिक काळात लाकडी नांगराच्याऐवजी नवेच लोखंडी नांगर आले आणि ते ट्रॅक्टरने चालविण्याची नवी शैली आल्याने जमीन नांगरण्याची शैलीच बदलून गेली. हे सर्व माणसाला 'स्वास्थ्य' मिळाल्याशिवाय

करता येत नाही. सारांश : ग्रामसंस्कृती जन्माला आल्यावर मानवी संस्कृती हळूहळू अधिकाधिक विकसित होऊ लागली. ती निरनिराळ्या दिशांनी प्रगत होऊ लागली.

या प्रगतीतूनच ग्रामाचीच नवी रचना जन्माला आली. त्यात कामांच्या विविध विभागण्या जन्माला आल्या. त्यामुळे त्यांचा सर्वांनाच म्हणजे गावातल्या सर्वच माणसांना फायदा होऊ लागला. हे सर्व नीटपणे आणि व्यवस्थितपणे चालण्यासाठी कुणाला तरी प्रमुख म्हणून नेमावे लागले. त्याच्याखाली उप-प्रमुख, उप-उपप्रमुख असे निर्माण झाले. यातूनच पाटील, कुळकरणी, शेतकरी, कामकरी अशी व्यवस्था निर्माण झाली आणि काळाच्या ओघात ग्रामसंस्कृती बळकट होत गेली.

ग्रामसंस्कृती जन्माला येऊन हळूहळू विकसित आणि बळकट होत गेली तसतसे मानवी आहार-विहार, दिनचर्या व कर्मे, परस्परातील मानवी संबंध या सर्वांतच मोठ्या प्रमाणात बदल होत गेले. भटक्या अवस्थेत माणूस कमीअधिक प्रमाणात मांसाहारी असलाच पाहिजे, असा अंदाज करता येतो. याच अवस्थेत प्रत्येकाला प्राण्यांची शिकार करता येणे हा त्याच्या जगण्याचाच एक भाग झालेला असणार. पडेल ते काम जमेल तसे प्रत्येकाला करावे लागत असणारच. भटक्या अवस्थेत टोळ्याटोळ्यांत अनेक कारणांनी हाणामाऱ्या, लढाया होत असत. त्यामुळे प्रत्येकाला त्यात तरबेज हे असावेच लागत असणार.

आरंभीच्या अवस्थेत आई, बहीण, भाऊ, वडील, चुलते, मामा, आत्या, मावशा असा भेदाभेद न करता लैंगिक मुक्त संबंधांतून प्राण्याप्रमाणे प्रजोत्पादन होत असे. ते टोळीअंतर्गतच होत असे. वेदांत तसे उल्लेख सापडतात. नंतरच्या काळात त्याचेही नवे व्यवस्थापन झाले.

ग्रामसंस्कृतीत हे सर्व बदलून गेले. या संस्कृतीत शेतीकल्पनेचा विकास झपाट्याने झाला. मांसाहाराबरोबर शाकाहाराला महत्त्व आले. सतत शिकार करण्याची व तिच्यासाठी सतत भटकण्याची गरज कमी वाटू लागली. प्राण्यांच्या पैदासीवर भर दिला जाऊ लागला. प्रत्येकाला शिकार करता आलीच पाहिजे, ही सक्ती कमी होत गेली. स्थैर्य आल्यामुळे सगळ्यांना सगळी कामे आलीच पाहिजेत, या अलिखित नियमापेक्षा विविध कामांची विभागणी होत गेली, हळूहळू ती विभागणी कायमची होत गेली. पिढ्यान पिढ्यांमध्ये चालत राहिली. त्यामुळे आहार-विहार, दिनचर्या, कर्मे यांत बदल होत गेले. ते पिढ्यापिढ्यांत कायम होत गेले. त्यातून ज्ञाती आणि जाती निर्माण झाल्या.

भटक्या अवस्थेत एखाद्या जागेवर अगोदर गेलेली टोळी नव्या येणाऱ्या टोळीवर हल्ला करत असे. एकमेकांचे ऐवज लुटून नेण्याचे प्रमाण त्यात विशेष असे. पण ग्रामसंस्कृतीत एकाएका स्थळी टोळ्या स्थिर होऊ लागल्या. त्या शेजारी टोळ्या बनल्याने व कायमच्या 'शेजारी' झाल्याने परस्परात जमिनीच्या प्रदेशाच्या

वाटण्या होऊ लागल्या व गावसीमा आखल्या गेल्या. समझोता राहण्यासाठी इकडच्या स्त्रिया तिकडे व तिकडच्या स्त्रिया इकडे दिल्या-घेतल्या जाऊ लागल्या. त्यातूनच सगोत्र विवाहाला निषिद्ध मानून भिन्न गोत्रीय विवाहालाच मान्यता दिली गेली. गावा-गावांचे संबंध निर्माण होऊन हळूहळू ते प्रस्थापित होऊ लागले. एकमेकांना समजून घेण्यासाठी भाषांचा विकास होऊ लागला. एकमेकांच्या निसर्गविषयक, देवदेवताविषयक, संकल्पनाविषयक, जगण्याच्या विविध रीतिभातीविषयक समजुतींची देवघेव होऊ लागली. यांतूनच संस्कृतीचा विकास एका टोळीपुरता मर्यादित न राहता तो गाव-शेजारांमुळे विविध दिशांनी विकसित तर झालाच; पण एका टोळीच्या संस्कृतीचे कलम दुसऱ्या टोळीच्या संस्कृतीवर होऊ लागले आणि संस्कृती अधिकाधिक व्यापक पातळीवर जाऊ लागली. व्यापक जनांची संस्कृती होऊ लागली. तिचे लोकसंख्यात्मक क्षेत्र जसे वाढले, तशी तिच्यात अनेकांगी विविधताही वाढत गेली. तिच्यातील एकसुरीपणा नाहीसा होऊन तिच्यात विविध पर्याय निर्माण होऊ लागले.

अशा रीतीने संस्कृती हा मानवी जीवनाचा एक अपरिहार्य भाग होऊन गेला. अगोदर ग्रामे अस्तित्वात आली. 'नगर' कल्पना ही त्यानंतरची आहे. संस्कृती-विकासाच्या एका टप्प्यावरची ती आहे. नगर संस्कृतीतील वर्णव्यवस्था, जातिव्यवस्था, राज्यव्यवस्था, यज्ञ, संगीत, साहित्य, तत्त्वज्ञान इत्यादी बाबीही संस्कृतीच्या जन्मानंतरच्या विविध विकास-टप्प्यांवरच्या आहेत. संस्कृती ही कालाच्या ओघात बाह्यत: सतत बदलत जाते तशी ती अंतरंगात काही बाबतीत स्थिर, शाश्वतही असते. तिची ही दोन्ही अंगे तितकीच महत्त्वाची आणि तुल्यबळ असतात. या दोन्ही अंगांचा परस्परांवर अनेक प्रकारांनी सतत परिणाम होत असतो. त्यातूनच सांस्कृतिक संघर्ष समाजाच्या अंतरंगात होतात. तसेच बाहेरून दुसरी संस्कृती जेव्हा समाजात येऊ घातली जाते तेव्हाही सांस्कृतिक संघर्ष निर्माण होतात. अंतिमत: सांस्कृतिक संघर्षातून दोन संस्कृतींचा समन्वय होतो. या समन्वयातून दोन संस्कृतींचा विकास साधला जातो किंवा दोन्ही संस्कृतींतील दोघींना उपयुक्त तेवढे एकत्र साधून नवी, व्यापक पातळीवरची संस्कृती जन्माला येते आणि संस्कृतीचा नवा टप्पा जन्माला येऊ शकतो. कित्येक वेळा जुन्या आणि कालोचित नव्या अशा दोन्ही संस्कृतींचा अंतर्गत संघर्ष होऊन नवा टप्पा साधला जातो. अशा रीतीने संस्कृती एका जागीच स्थिर न राहता ती प्रवाही होते. कालौघात नवे-नवे टप्पे निर्माण करत पुढे पुढे सरकते. स्थित्यंतराची नवी काया तिला लाभते.

□

अंतरंगातील एकता

शेकडो वर्षे समाजांतर्गत, सांस्कृतिक संघर्ष करत आणि परकीय आक्रमक संस्कृतींना तोंड देत, अनेक उलाढालींना पोटात घेत भारतीय संस्कृती आधुनिक युगात येऊन दाखल झालेली आहे. तिच्या वाटचालीचा इतिहास रोमांचक आहे. भारत स्वतंत्र झाल्यावरच्या गेल्या पन्नास वर्षांत (१९४७ ते १९९७) तर तिच्यात अनेक बदल झालेले आहेत. ही पन्नास वर्षे मला पाहायला आणि अनुभवायला मिळाली.

मी स्वातंत्र्यापूर्वी बारा वर्षे म्हणजे १९३५ मध्ये ग्रामीण विभागात, त्यावेळच्या एका बऱ्यापैकी ग्रामात जन्माला आलो. त्या बारा वर्षांत स्वातंत्र्यपूर्व काळातील ग्रामसंस्कृती मला पाहायला मिळाली. स्वातंत्र्यानंतरही बारा वर्षांपर्यंत म्हणजे सामान्यत: १९६० पर्यंत ही संस्कृती फारशी बदलली नव्हती; मात्र बदलू घातली होती. १९६० साली महाराष्ट्र राज्याची स्थापना झाल्यानंतर मात्र या बदलाला गती आली. तिच्यातील विकास आणि मोडतोड स्पष्टपणे जाणवू लागली.

महाराष्ट्राची ग्रामीण संस्कृती हा भारतीय संस्कृतीचाच एक उभा छेद आहे. या संस्कृतीविषयी सतत असे बोलले जाते की, भारतीय संस्कृती ही विविधतेत एकता साधणारी संस्कृती आहे. ही संस्कृती प्रामुख्याने ग्रामसंस्कृती आहे, ती शेती प्रधान संस्कृती आहे. आजही भारताचे राष्ट्रीय उत्पन्न अर्धेअधिक शेतीतून मिळते. समाजशास्त्रज्ञ असे सांगतात की, भारतीय लोकसंख्या सत्तर टक्क्यांच्या आसपास ग्रामीण विभागातच राहणारी आहे. तेव्हा त्यांच्या संस्कृतीलाच या देशात प्राधान्य असणे स्वाभाविक आहे.

भारताची भौगोलिक स्थिती ही विषम स्वरूपाची आहे. दऱ्या, डोंगर, सपाटभूमी, उंचसखलपणा, पावसाची विविध प्रमाणे व रूपे या देशात विपुल आहेत. हवामानही विषम व विविध असले तरी विविध प्रकारच्या शेतीला ते अनुकूल आहे. त्यामुळे जेथे पिकाऊ जमीन उपलब्ध असते ती पिकवण्यासाठी तिथेच मानवी वस्ती करणे अपरिहार्य असते. मैदानी, समतल जमीन भरपूर व सलग असेल तर मोठ्या

प्रमाणात एका जागी व्यापारी शेती करता येते. पण अशा प्रचंड भांडवली पद्धतीच्या शेतीला भारतीय भौगोलिक परिस्थिती अनुकूल नाही. त्यामुळे प्रामुख्याने छोट्या प्रमाणावरच (सपाट भूमी जिथे असेल तिथे) शेती करणे सोयीचे जाते व तिथेच मानवी वस्ती असणेही सोयीचे जाते. ही मानवी, छोट्या प्रमाणावरील वस्ती म्हणजे खेडी होत.

परिस्थिती अशी असल्यामुळे भारत हा खेड्यापाड्यांचा देश म्हणून शेकडो वर्षे ओळखला जातो. त्या खेड्यापाड्यांना भारतात मरण नाही किंवा त्यांचे आधुनिक खेड्यात रूपांतर झाले किंवा आधुनिकीकरण कितीही झाले तरी शहरीकरण होणे किंवा त्या खेड्यांची पुढे 'शहरे' होणे फारसे संभवनीय नाही. सारांश, भारतात ग्राम-संस्कृतीला मरण नाही. मात्र त्या खेड्यात युगमानानुसार आधुनिक सुविधा जरूर जातील, त्यांचे आधुनिकीकरण जरूर होईल, शेती करण्यात खूप बदल होतील; पण ती करावीच लागेल. आणि शेती हा ग्रामसंस्कृतीचा प्राण आहे. भारतीय संस्कृतीचा तो गाभा आहे. भारतीय संस्कृतीचा आत्मा असलेले हे वैशिष्ट्य भारतीय संस्कृतीच्या 'एकते'चे प्रमुख, प्राणभूत सूत्र आहे.

भारतीयांचा हिंदूधर्म हे भारतीय संस्कृतीच्या एकतेचे दुसरे महत्त्वाचे सूत्र आहे. मुळात हिंदूधर्म हा जगातील इतर धर्मांप्रमाणे नाही. त्याचे स्वरूप फार भिन्न आहे. हिंदूधर्म हा इतर धर्मांप्रमाणे कुणा एका प्रेषिताने निर्माण केलेला नाही. त्यामुळे मुळात तो अपरिवर्तनीय, स्थिर (रिजिड) स्वरूपाचा नाही. तो अनेक ऋषी, मुनी, धर्ममार्तंड, उपनिषदकार, दर्शनकार, श्रुति-स्मृतिकार यांनी घडविलेला आहे. अनेक वर्षे तो घडविलेला आहे. याचा अर्थ तो मुळात प्रवाही स्वरूपाचा, लवचिक, अनेकांना (म्हणजे अनेक पंथ, संप्रदाय, देवदेवता, पोटसंस्कृती, गटसंस्कृती यांना) सामावून घेणारा आहे. त्याची ही प्रवाही परंपरा सातव्या शतकात परचक्राच्या आक्रमणामुळे खंडित झाली असली तरी पुन्हा तो मध्ययुगीन संतांनी, संप्रदायांनी आणि आधुनिक युगात ब्रह्मोसमाज, प्रार्थनासमाज, आर्यसमाज इत्यादींनी प्रवाही करण्याचा प्रयत्न केला आहे. आधुनिक युगाशी सुसंगत राहून तो कालमानानुसार प्रवाही होत चालला आहे. म्हणूनच भारतात इतर धर्मही आज अस्तित्वात राहू शकतात. दुसऱ्याच्या धर्मांत हा धर्म ढवळाढवळ करू इच्छित नाही. इतर भिन्न धर्मीयांना आपल्या धर्मात आणण्यासाठी कट-कारस्थाने, मायावी आचरण करण्यास धर्मगुरूंना, शंकराचार्यांना प्रवृत्त करू इच्छित नाही, हे लक्षात ठेवले पाहिजे. हिंदू धर्माला व्यापक तत्त्वज्ञानाची बैठक आहे. हे तत्त्वज्ञान ज्ञाननिष्ठ आहे. त्यात मतमतांतरे भरपूर असली तरी त्याचा जीव-जगत आणि परमेश्वर यांचे स्वरूप आणि संबंध शोधण्याचा मूल-स्रोत एकच आहे. हिंदू धर्मात मंद गतीने अनेक परिवर्तने कालौघात झालेली दिसून येतात.

हिंदूधर्मांच्या या विकसनशील स्वभावामुळे, परिवर्तनीय प्रवाहीपणामुळे, लवचिक वृत्तीमुळे, सर्वांना समाविष्ट करण्याच्या सहअस्तित्ववादी प्रवृत्तीमुळे त्याच्यात अनेक मतमतांतरे, निरनिराळ्या टप्प्यावर निरनिराळे निर्णय, आर्यपूर्व विविध संस्कृती, पंथ, संप्रदाय, जीवनशैली त्यांच्या देवदेवतांसकट समाविष्ट करून घेतल्यामुळे तसेच अलिकडच्या म्हणजे ऐतिहासिक काळातील बौद्ध-जैन लिंगायत इत्यादी धर्म, द्वैती, अद्वैती, शैव, वैष्णव, महानुभाव, नाथ, वारकरी, दत्त इत्यादी विविध संप्रदाय या धर्माचाच भाग मानले जातात. यांतूनच या एकाच हिंदू-धर्मात विविधता निर्माण झालेली आहे.

याशिवाय निसर्गाची विविधता भारतात भरपूर आहे. त्यामुळे स्थानिक पातळीवर विविध जीवनशैली जन्माला आलेल्या आहेत. विविध भाषा आहेत; त्यामुळे साहित्य, विचारविश्व यातही विविधता निर्माण झालेली आहे. अशा रीतीने भारतीय संस्कृती ही एकतेत भरपूर विविधता असलेली आणि विविधतेत एकता असलेली दिसते.

माझ्या गावी मुस्लीम धर्मियांची वस्ती मोठी आहे. गावात त्यांच्या मशिदी आहेत, गावाबाहेर इदगा आहे. मशिदी शिवाय गावात त्यांची शेखशेर आणि गैबी ही प्रमुख दोन धर्मस्थानं आहेत. या समाजातील बहुसंख्य माणूस श्रमिक आहे. फार थोडे लोक सुशिक्षित म्हणता येतील असे आहेत. सुशिक्षितांमध्ये धर्माची जाणीव, वेगळेपणाची जाणीव असते. पण इतर सामान्यजनांत धर्म सोडला तर वेगळेपणाची जाणीव फारशी नसते. सामान्य हिंदू माणसांतही अशी वेगळेपणाची जाणीव नसते. बरेच मुस्लीम जन शेती करतात. पेहराव हिंदू-प्रमाणेच पटका, धोतर, शर्ट घालतात. मराठी बोलतात. त्यांची उर्दू फारच मराठीमिश्रित असते. काही नावेही हिंदूंची त्यांनी आपल्या मुलाबाळांना दिलेली दिसतात. सामान्य स्त्रिया मराठी वळणाचेच नऊवारी, सहावारी नेसतात. हिंदूंच्या लग्नासाठी वाजंत्री मुस्लीम असतात. मराठा जातीत लग्नात बकरी, बोकड यांची देवासमोर मान सोडवण्यासाठी मुस्लीम काझी बोलवावा लागतो. शेख-शेर व गैबी या धर्मस्थानांना हिंदू मोठ्या संख्येने जातात. तिथे 'नवस' बोलतात. नवसाने जन्मलेला हिंदू मोहरममध्ये क्वचित पंजे (नालसाहेब) बसवतो. या देवांना नवस बोलल्यावर जन्माला आलेली हिंदू मुले 'मोहरम' च्या दिवसांत 'सैली' गळ्यांत घालून दारोदार हिंडतात. मोहरममध्ये 'हिंदू' मंडळी 'सोंगे' काढतात. 'वाघ' होऊन पंजापुढे नाचतात.

गावात काही मंडळी विशेषत: मातंग समाजातील काही मंडळी ख्रिश्चन झालेली होती. स्वातंत्र्यपूर्व काळात ती कधी तरी ख्रिश्चन झालेली. पण ती ख्रिश्चन आहेत हे सांगेपर्यंत कधीही ख्रिश्चन वाटत नव्हती. नंतरच्या म्हणजे स्वातंत्र्योत्तर काळात (स्थानिक एक ख्रिश्चन पाद्री होते ते गेल्यावर) बऱ्याच ख्रिश्चन मंडळींनी

पुन्हा आपल्या जातीत गाजावाजा न करता मुकाट प्रवेश केला. कारण त्यांच्या नात्यातील मंडळी मूळ जातीत होतीच.

हे सर्व सांगण्याचा हेतू असा की, हिंदू समाजातून बाहेर पडून कोण्या एके काळी मुसलमान किंवा ख्रिश्चन झालेला माणूसही हिंद५ू धर्माने आणि सामान्य हिंदूंनी कधी दूर लोटला नाही. सामान्यांच्या पातळीवर ती सर्व मराठी माणसंच म्हणून वागत आणि जगत असत. आज हे विलक्षण वाटले तरी ते सत्य आहे, हे विसरता येत नाही. स्वतंत्र देशात लोकशाहीच्या मार्गांनी राजकारण सुरू झाल्यावर मात्र भेदाभेद कट्टर केले गेले. धर्म कडवे होत गेले. पण भारतीय समाजाच्या तळातला सामान्य माणूस कोणत्याही धर्माचा असला तरी भारतीय म्हणून मनातून एकाच संस्कृतीची लेकरे मानून एकमेकांना मदत करताना, सहकार्य करताना आणि जगतानाही ग्रामीण संस्कृतीत दिसतो. अंतरंगातील ही एकात्मता या संस्कृतीचा गाभा आहे.

□

बहिरंगातील विविधता

भारतीय संस्कृतीच्या अंतरंगात एकतेची सूत्रे भक्कम आहेत; तरी तिच्या बहिरंगातील विविधताही तितकीच महत्त्वाची आहे. बहिरंगातील विविधता ही प्रत्यक्ष आविष्कृत होणाऱ्या जीवनशैलीतून स्थानिक पातळीवर उठून दिसते. स्थानिक पातळीवरचे विशिष्ट हवामान, पाऊसमान, निसर्ग, जमीन, भौगोलिक स्थिती म्हणजे डोंगर, नदीनाले, दरीखोरी, समुद्र किंवा त्याच्यापासून दूर-जवळचे अंतर इत्यादी घटकांमुळे ही विविधता जन्माला येते.

मुळात आपण मराठी किंवा महाराष्ट्रीयन संस्कृती सर्व महाराष्ट्रभर आणि जिथेजिथे मराठी माणूस परमुलखात आहे त्याची संस्कृती 'मराठीच' मानतो. 'ती एकच आहे' असेही म्हणतो. असे म्हणताना आपण मनोमन संस्कृतीच्या अंतरंगावर विशेष भर देत असतो, तिची स्थानिक पातळीवरची जीवनशैली विविध स्वरूपाची असते हे आपल्या चटकन लक्षातच येत नाही.

उदाहरणासाठी महाराष्ट्रीय ग्रामीण संस्कृतीचाच जरा खोलात जाऊन आपण विचार करू. भारताच्या इतर कोणत्याही भागाप्रमाणे किंवा कोणत्याही प्रदेशाप्रमाणे महाराष्ट्र हाही खेड्यापाड्यांनी भरलेला देश-प्रदेश आहे, असे आपण नेहमी म्हणतो. या सामान्य माहितीच्या आधारावर महाराष्ट्राची ग्रामसंस्कृती, अंतर्बाह्य सर्वत्र एकसारखीच आहे, असे आपण गृहीत धरलेले असते, ते तितकेसे बरोबर नाही. भारताची भौगोलिक रचना जशी सर्वत्र सारखी नाही, ती अनेक प्रकारच्या विषमतेने भौगोलिक दृष्ट्या नटलेली आहे; तशीच स्थिती महाराष्ट्रातही आहे. भौगोलिकदृष्ट्या महाराष्ट्र एकसारखा नाही.

भौगोलिकदृष्ट्या ग्रामीण महाराष्ट्राचे चार प्रमुख विभाग करता येतात. सामान्यपणे कोकण, पश्चिम महाराष्ट्र, मराठवाडा आणि विदर्भ असे दक्षिणोत्तर चार विभाग मानता येतात. या चारही विभागांत मराठी ग्रामीण संस्कृतीच असली आणि ती 'शेती' मध्यवर्ती मानूनच आकाराला आलेली असली तरी एकसारखी नाही. तिच्या बहिरंगात भरपूर विविधता आहे.

कोकणात भरपूर पाऊस, डोंगरदऱ्यांचा प्रदेश, दाट झाडी, मुरमाडयुक्त तांबडी माती अशी स्थिती आहे. तेथील मुरमाडाचे चिरे अन्यत्र मिळत नाहीत. उलट मराठवाड्यात पावसाच्या दृष्टीने दुष्काळी भाग बराच आहे. सपाट भूमी आहे. झाडी नाही, माती सुपीक काळी असली तरी पाण्यावाचून ती भूमी जवळजवळ अर्धीअधिक तशीच पडून आहे. कोकणात दमट हवामान तर विदर्भ मराठवाड्यात कोरडे हवामान. पाऊस, जमीन आणि हवामानाच्या विरोधी स्थितीमुळे कोकणातली पिके वेगळी तर मराठवाडा-विदर्भातली पिके वेगळी. कोकणात भात भरपूर पिकतो तर मराठवाड्यात भाताचे पीक घेताच येत नाही. उलट तिकडे जी ज्वारी पिकते ती कोकणात पहायलाही मिळत नाही. डोंगर, दऱ्या, घनदाट झाडी, उंचसखल विषम भूमी असल्यामुळे कोकणातील खेड्यांची घरे एकत्र कुठेच दिसत नाहीत. ती चार-सहा घरांच्या गुच्छा-गुच्छांनी, वाड्यावाड्यांतून विखुरलेली असतात. एकट्या एकट्या घरांची संख्या कोकणातील खेड्यांत भरपूर असते. कोकण सोडले तर ऊर्वरित महाराष्ट्रात खेड्यांची घरे एका जागी असतात. त्यांचा गुच्छ तयार झालेला असतो. पुष्कळ वेळा तेथील जाती, ज्ञाती, मराठा, सुतार, लोहार, चांभार, मातंग, महार यांच्या वस्त्या गुच्छा गुच्छाने एकत्र असतात. खूप पावसामुळे कोकणातील घरे उतरत्या छपरांची, शक्यतो जांभा दगडांच्या चिऱ्यांची, कौलारू असतात. ती लांबून देखणी, भोवतालच्या हिरव्या झाडीने शोभून दिसणारी अशी असतात. त्यांचा तांबडा रंग खुलून दिसतो. मराठवाड्यातील खेड्यांची घरे एकत्र असली, तरी ती ओसाड भाव व्यक्त करतात. दुष्काळी भागातील घरे वाटतात. ती धाब्याची असल्यामुळे लांबून नुसत्या भिंती दिसतात. उतरती छपरे त्यांना नसतात. पांढऱ्या मातीमुळे ती रंगहीन, कळाहीन वाटतात. भोवताली झाडी वगैरे नसल्यामुळे, माळावर वसल्यामुळे उघडी, बोडकी बेवारस वाटतात.

कोकणातील कोणत्याही रस्त्याला आणि पायवाटेलाही वळणे, वाकणे भरपूर. तसेच रस्ता असो वा पायवाट असो ती नेहमी झाडीतून जात असल्यामुळे प्रसन्न वाटणारी. तिच्या अंगाखांद्यावर नेहमी, झाडांतून खाली उतरणाऱ्या ऊनसावल्यांचा खेळ सतत चाललेला दिसतो. या वाटा किंवा तेथील रस्ते लेकुरवाळे वाटतात. त्यांना अनेक पायवाटा टप्प्याटप्प्यावर येऊन मिळतात किंवा उपवाटा मुख्य वाटांना फांदीसारख्या फुटलेल्या असतात. देशावर, मराठवाडा, विदर्भासारख्या सपाट प्रदेशाच्या भूमीवरील रस्ते सरळ, पायवाटाही सरळ आखल्यागत असतात. त्यांना हिरव्या झाडीचे, ऊन-सावल्यांच्या क्रीडाखेळांचे वैभव लाभलेले नसते. त्यामुळे ते रस्ते, त्या पायवाटा एकाकी, उन्हातानातून उदासवाणा प्रवास करणाऱ्या वाटतात.

कोकणातील नद्या, ओढे, नाले, ओहोळ यांनाही वळणे-वाकणे, मुरडी भरपूर असतात. त्यांची संख्याही कोकणात भरपूर. माणसे प्रवास करताना, त्यांच्या

नैसर्गिक गाठीभेटी सतत होत राहातात. पुढे झाडीत, गर्द सावलीत, क्वचित झाडीच्या अंधारात प्रवेश करणारे ओढे, नाले गूढ, बेलाग वाटतात. कोकणात भूताखेतांची वस्ती भरपूर. उंचउंच वृक्ष, उंच उंच प्रचंड डोंगर, खोलखोल दऱ्या, कडे, पहाड बघून मनावर दबाव येतो. आपण क्षुद्र वाटतो. भूतांचा प्रभाव या मानसिकतेमुळे निर्माण झालेला असावा. मराठवाडा-विदर्भात नद्या, ओढे, नाले, ओहोळ क्वचित भेटतात. ऐन पावसात एखाद्या वेळेस वाहतात. एरवी वर्षभर कोरडे ठणठणीत असतात. ना पाणी, ना झाडी, ना डोह, ना त्यांचे झुळझुळणे; त्यामुळे ते निःश्चेतन, कळाहीन वाटतात.

या सर्वांचा परिणाम तेथील शेतीभातीवरही झालेला आहे. एवढेच काय कोकणातील शेती सपाट भूमीवर क्वचितच दिसते. ती डोंगराच्या उतारावर छोटे छोटे बांध घालून, छोट्या छोट्या सपाट जागा शोधून, खलाटीला केलेली दिसते. विदर्भ-मराठवाड्यातील शेतीचे मोठमोठे 'आवड' बिघे असतात. कोकण-मराठवाड्यातील शेतीचे स्वरूप वेगळे असल्याने तेथील अवजारे आणि त्यांचे स्वरूपही वेगवेगळे असते.

दमट हवेमुळे कोकणातील माणसे दिवसाचा बराच काळ उघडी असतात. मराठवाड्यात ऊन कडक असल्याने आणि हवा कोरडी व पाऊस कमी असल्याने तेथील माणसे अंगभर पोशाख घातलेली दिसतात. हा पोशाख उन्हापासून संरक्षण करणारा म्हणून रंगहीन, बहुधा पांढराच असतो आणि तो सैलसर, आतून वारा खेळणारा असतो.

मराठवाड्यात वरचेवर दुष्काळ पडतो तर कोकणात (दारिद्र्य भरपूर असले तरी) कोरडा दुष्काळ कधीच पडत नाही. उंच-सखल भाग भरपूर असल्याने व त्यातूनच चालावे, फिरावे, कष्ट करावे लागत असल्याने कोकणातील माणसे बारीक, एकशेवडी, तुरूतुरू चालणारी, कष्टाळू दिसतात. मराठवाड्यात उन्हाचा मारा भरपूर असल्याने निवाऱ्याला, घरात, सावलीला बसावेसे सतत वाटते. दुष्काळामुळे सततचा सोशीकपणा आलेला असतो. एकूणच ग्राम जीवनात तेथे मरगळ आलेली विशेष दिसते.

मराठवाडा आणि कोकण यांच्या मधे असलेला पश्चिम महाराष्ट्र तुलनात्मक दृष्ट्या भाग्यवानच मानावा लागतो. कारण त्याला कोकण आणि मराठवाडा या दोन प्रदेशातील फायदे विशेष लाभले आहेत. मराठवाडा-कोकण यांच्या संमिश्र सीमा भागाला पश्चिम महाराष्ट्र मानले जाते. तिथे प्रमाणात पाऊस, दाटकिर्र झाडी नसली तरी झाडी आहे, मराठवाड्यासारखा सपाट मुलूख पुणे, सातारा, सांगली, कोल्हापूर या भागात आहे. तिथे भरपूर ऊस पिकतो, पश्चिम भागात भात पिकतो तर पूर्व भागात ज्वारी-बाजरी, कापूस, मिरची, इतर धान्ये पिकतात. काळी उत्तम

जमीन जशी आहे, तसेच तांबूळ, मुरमाड जमीनही आहे. दोन्हीकडची विविधता पश्चिम महाराष्ट्रात एकवटलेली आहे. दक्षिणेत जाणारा एक महत्त्वाचा राष्ट्रीय महामार्ग पश्चिम महाराष्ट्रातून गेल्याने आणि दळणवळण, रेल्वे, एस.टी., ट्रक्स, ट्रॉल्या यांची भरपूर ये-जा असल्याने अलिकडच्या काळात पश्चिम महाराष्ट्रात उद्योगधंदे विकसित झालेले दिसतात. त्यामुळे माणसे उद्योगशील, तल्लख, महत्त्वाकांक्षी, अधिक प्रमाणात दिसतात.

पश्चिम महाराष्ट्राचे असे सर्वसाधारण स्वरूप तर विदर्भाचे स्वरूप आणखी वेगळे आहे.

अशी एकाच महाराष्ट्रात अंतर्गत भिन्नता असल्यामुळे तेथील स्थानिक संस्कृतीचे आविष्कारही भिन्न भिन्न आहेत आणि असतातही. कारण ग्रामीण संस्कृती ही तेथील निसर्ग, पाऊसमान, हवामान, भूमी, यांच्या एकत्रित परिणामातून आकाराला येते. कारण या सर्वांवर तेथील माणूस, त्याची विचारसरणी, उद्योगव्यवसाय, त्याची शेती व शेतीपद्धती अवलंबून असते. त्याची जीवनशैली या सर्वांच्या संबंधांतून आणि परिणामातून आकाराला आलेली असते. या जीवनशैलीला तिचे असे स्थानिक व्यक्तिमत्त्व प्राप्त झालेले असते. अशा रीतीने ग्रामीण संस्कृतीतही भारतात एकतेतील अनेकता, विविधता अनुभवाला येते.

□

गावाची संस्कृती हे गावाचं व्यक्तिमत्त्व

संस्कृतीची बाह्य वैशिष्ट्ये त्या त्या अंतर्गत प्रदेशाच्या गुणविशेषांवर जशी अवलंबून असतात तशी ती कमी अधिक प्रमाणात गावागावाच्या वैशिष्ट्यावर, शहराशहरांच्या वैशिष्ट्यांवरही अवलंबून असतात.

कागल हे गाव कोल्हापूरपासून अवघ्या अठरा किलोमीटरवर आहे, पण १९६० पूर्वीच्या काळात दोन्हीकडील मराठी संस्कृतीच्या स्थानिक वैशिष्ट्यांत किती भेद होता! कागलला भुईमुगाच्या ओल्या शेंगा, जांभळे, मक्याची कणसे ऊस गाड्यांवर ठेवून त्यावेळी कुणीही विकत नव्हते. कारण या वस्तू स्वतःच्या किंवा ओळखीच्या माणसाच्या शेतात जाऊन खायची संस्कृती होती. गावात कुणी खाण्यासाठी मागितल्या तर त्या तशाच देण्याची रीत होती. कोल्हापुरात मात्र त्या गाड्यावर विकल्या जात असत. कोल्हापुरात शिक्षणाच्या निमित्ताने १९५६ पासून पाच वर्षे होतो. त्या पाच वर्षांच्या काळात या वस्तू विकत घेऊन खाण्याचे माझ्या सांस्कृतिक वळणात काही केल्या बसेना. त्या पाच वर्षांत गावी जाऊनच त्या वस्तू मी खात असे.

पश्चिम महाराष्ट्राच्या या एकाच पट्ट्यातील गावे तरी एकसारखीच आहेत काय? तर तसंही नाही. कागल तालुक्यातच असलेले 'सांगाव' हे पानमळ्याचे गाव म्हणून ओळखले जाते. 'सिद्धनेर्ली' हे भात पिकविण्यासाठी प्रसिद्ध असलेले गाव आहे. 'कापशी' तील सणगर समाज मोठ्या प्रमाणात घोंगड्यांचे उत्पन्न काढत असे. सातारा जिल्ह्यात स्वातंत्र्यापूर्वी एक गाव सैनिकांचे म्हणूनच ओळखले जाई. घरटी कुणीतरी एक जण सैन्यात गेलेला असेच. नगर जिल्ह्यातही एक गाव शिक्षकांचे म्हणून ओळखले जाई. तेथील माणसे शिकून शिक्षक होण्याचा प्रथम प्रयत्न करत असत. प्रथम जेव्हा मी पुणे, पैठण, जेजुरी, पंढरपूर, सोलापूर यासारख्या गावांना गेलो तेव्हा त्या पहिल्या प्रवासात पुणेरी चोळी, पैठणचा शालू,

जेजुरीचा भंडारा, पंढरपूरचा बुक्का, सोलापूरची चादर हे आमच्या स्थानिक पातळीवर प्रसिद्ध असलेले शब्दप्रयोग आठवल्याशिवाय राहत नसत. त्या त्या गावांच्या त्या त्या वस्तू प्रतिष्ठेच्या समजल्या जात. लग्नसमारंभाच्या वेळी स्त्रिया हे शब्दप्रयोग उखाण्यात नेहमी वापरत. त्या त्या गावच्या अशा स्थानिक संस्कृतीच्या वैशिष्ट्यांचा मला असा प्रथम परिचय झाला.

यांत्रिक उद्योगप्रधानतेमुळे मात्र आधुनिक शहरे जन्माला आली आणि विकसित झाली. त्यामुळे सर्वत्र शहरे एकसारखीच दिसतात. त्यांचे चेहरेमोहरे एकसारखे वाटतात; असे मानले जाते. पण हे काही प्रमाणातच खरे मानावे लागते. कोल्हापुरात प्रथम जेव्हा सातवीच्या परीक्षेसाठी मी गेलो आणि चार दिवस तिथं वास्तव्य केलं तेव्हा सकाळी उठल्यावर आणि रस्त्यात आल्यावर वाववावभर लांब शिंगे असलेल्या गवळट म्हशी भर रस्त्याने झुलत सावकाश जाताना मला दिसल्या. त्यांची शिंगे इतकी 'फताडी' म्हणजे त्यांच्या अंगाबाहेर पसरलेली असत की, रस्त्याने चालणारी एक म्हैस रस्त्यातली निदान सहा फुटाची तरी आडवी जागा व्यापून टाकत असे. अशा म्हशींचा कळप चालला असेल तर त्यांना 'ओव्हरटेक' करून पुढे जाणे भल्याभल्या ड्रायव्हर्सना महाकठीण होऊन जात असे. त्या म्हशींचे झुलत जाणे एखाद्या महाराणी सारखे असे. इतरांनी त्यांना जागा मोकळी करून देणे अटळ होऊन बसे. अजूनही या म्हशी दूधकट्ट्यावर दुधाच्या धंद्यासाठी जात असतात.

सकाळच्या सूर्य उगवायच्या वेळी एका बाजूने ह्या म्हशी जशा कळपाने जातात, तसे दुसऱ्या बाजूने पैलवानांचे कळपही झुलत झुलत, हातात पितळेची, कल्हई केलेली छोटी बादली घेऊन जाताना दिसतात.

दूधकट्ट्यावर मिळणारं म्हशीचं, ताजं आकडी (निरसं) दूध ते विकत घेतात आणि तिथंच पिऊन पुढे आखाड्यात मेहनतीसाठी जातात किंवा पंचगंगेच्या घाटावर आंघोळीसाठी जात असतात. पैलवानांच्या आंघोळी एकदा पाहून घ्याव्यात अशा चालतात. एकमेकांच्या पाठी घासणं, तासतासभर निवांत पोहणं, त्याचवेळी हासत-खेळत गप्पाटप्पा करणं, असे गोगलगाईच्या गतीनं चाललेले असते. हत्तीच्या कळपासारखे हे कळप दिसायचे. कोल्हापूर शहराचं हे सांस्कृतिक वैशिष्ट्य महाराष्ट्राच्या इतर कोणत्याही शहरात दिसणार नाही. एकट्या कोल्हापुरात जेवढ्या तालमी (आखाडे) आहेत तेवढ्या तालमी कोल्हापूरपेक्षा कितीही पटींनी मोठ्या असलेल्या महाराष्ट्राच्या कोणत्याही शहरात किंवा महानगरात दिसणार नाहीत. कोल्हापुरी संस्कृतीचे हे वैशिष्ट्य आहे.

कोल्हापुरी पैलवानांचे पंचगंगास्नान वेगळे तर पंढरपुरातील नागरिकांचे गंगास्नान चंद्रभागेच्या पाण्यात वेगळ्याच शैलीत चालते. खरे तर कोल्हापुरात पंचगंगेच्यावर अनेक नागरिकही स्नानाला जातात. आंघोळ करून कपडे-चोपडे धुवून सरळ

घराकडे जातात. मात्र पंढरपुरीच्या चंद्रभागा-स्नानाला एक पावित्र्याचा स्पर्श असतो. श्लोक, मंत्र, स्तोत्र इत्यादी म्हणत, मनात विठ्ठलाचे ध्यान जागते ठेवत स्नान केले जाते. स्नानानंतर लोक घरी न जाता प्रथम विठ्ठल मंदिराकडे जातात. त्यानंतर घरी

जातात. म्हणजे दोन्हीही नदींवरची गंगास्नानेच. पण त्यामागची सांस्कृतिक भावना वेगळी. एक अंग धुण्याची आणि दुसरी मन धुण्याची, ते पवित्र करण्याची.

पंढरपुरात १९६१ मध्ये प्रथम गेलो तेव्हा ते गाव सकाळी आठ आठ वाजेपर्यंत खुशाल झोपलेले मला जाणवे. प्रत्येक दुकानाच्या आडव्या फळ्यांवर माणसे खुशाल झोपलेली दिसत. कारण वारीशिवाय इथल्या लोकांना दुसरा काही उद्योगच नसे. पण कोल्हापुरात पहाटे बरोबर पाच वाजता शाहू मिलचा 'भोंगा' सगळ्या कोल्हापुरास जणू जाग आणी. पहाटेपासून कोल्हापूर उद्योगाला लागलेले

जाणवे. पण पंढरपुरी संस्कृती वेगळ्या उद्योगाची होती. ती वर्षातून दोनदा येणाऱ्या 'वारीवर' बेतलेली. विठ्ठल मंदिर हे त्या संस्कृतीचं केंद्र होतं. नदीच्या वाळवंटात टाळ मृदुंग फक्त पंढरपुरातच वाजतात. दत्तमंदिराच्या कृष्णेच्या वाळवंटात नरसोबाच्या वाडीला किंवा औदुंबरला ते वाजत नाहीत.

पंढरपुरी संस्कृती विठ्ठल मंदिराच्या केंद्राभोवती निर्माण झालेली असल्यामुळे शहरात मठांची संख्या भरपूर आहे. वर्षभर पंचक्रोशीतले आणि वारीच्या वेळी महाराष्ट्रातील हरिभक्त आणि वारकरी त्या मठांत उतरतात. पूर्वीच्या काळी कोल्हापूरच्या मैदानातील कुस्त्या बघायला महाराष्ट्रातून लोक वारकऱ्यासारखे कोल्हापूरला दरसाल जमत असत. पंढरपुरात गल्ल्यांना, चौकांना, एवढेच काय दुकानांनाही साधुसंतांची नावे दिलेली दिसतात. पंढरपुरात गेल्यावर मला हे विशेष जाणवले. हे भक्तियुक्त मानसिक वैशिष्ट्य दुसऱ्या कुठल्या मराठी शहरी संस्कृतीत दिसणार नाही.

कोल्हापुरी 'तिखट' विशेष प्रकारचे असते. त्या भागात एक विशिष्ट प्रकारची मिरची पिकते. तिच्या तिखटाची चटणी करताना त्यात मिसळावयाच्या विविध मसाल्यांची संख्या आणि प्रमाण विशिष्ट असते. त्यामुळे कोल्हापुरी मटणाला विशेष चव येते. या मटणाबरोबर कोल्हापुरी 'मिसळ' हीही वैशिष्ट्यपूर्ण असते. कोल्हापुरी अस्सल 'पायताण' जसे कोल्हापुरातच खरेदी करावे लागते तसे कोल्हापुरी मटण, मिसळ तिथेच जाऊन खाल्ल्याशिवाय कोल्हापुरी खाद्य-संस्कृती कळू शकणार नाही.

मी हायस्कूलला शिकत असताना कोल्हापूरला गुळाच्या गाड्यांबरोबर मला जावं लागायचं. ह्या गाड्या शाहूपुरीत अडत-दुकानात उतरून त्याचा हिशोब घेऊन येण्याची जबाबदारी वडील माझ्यावर टाकत असत. गुऱ्हाळांची एक सुगी असे. त्या काळात ज्याची त्याची गुऱ्हाळं लागत. कोल्हापूर पंचक्रोशीत होणारा गूळ कोल्हापुरातच येई. हा गूळ 'कोल्हापुरी गूळ' म्हणून प्रसिद्ध होता. तो खरेदी करण्यासाठी गुजरातहूनही व्यापारी मंडळी येत. कोल्हापुरी गुळाची चव खास आहे. हा ताजा ताजा गूळ शाहूपुरीत सर्वत्र ढेपाढेपांनी रचलेला दिसे. त्याचा गंध इतका नाकात शिरे की थोडा तरी गूळ खाण्याचा मोह कुणालाही व्हावा. कोल्हापुरी गुळाचा मूळ रंगही असाच. आता इतरत्र होणाऱ्या गुळात पावडरी घालून खोटा रंग आणतात. कोल्हापुरी गुळाच्या रुचीचं आणि रंगागंधाचं हे वैशिष्ट्य या पंचक्रोशीतील 'माती'च्या गुणातून निर्माण झालेलं आहे. कोल्हापुरी मातीचा गुण असा तिखटापासून गोडापर्यंत आणि पैलवानापासून पायताणापर्यंत कोल्हापुरी संस्कृतीत पसरला आहे.

या मातीचा गुण मलाही लागला होता. कोल्हापूर जवळच कागल असल्यामुळं आणि ते राजर्षी शाहू महाराजांचं मूळ गाव असल्यामुळं तिथंही तालमीचा (आखाड्याचा) छंद मी लहानपणापासून स्वतःच्या प्रकृतीसाठी जपला होता. माझं 'हायस्कूलचं'

शिक्षण कागलात पूर्ण झाल्यावर काही कारणासाठी मी रत्नागिरीला कॉलेज शिक्षण घेण्यासाठी गेलो.

तिथं गेल्यावर मी चौकशी केली तर सबंध रत्नागिरी शहरात एकही तालीम नाही. सगळ्या कोकणात फिरलात तरी ती मिळणार नाही, असं मला सांगण्यात आलं. इतरत्र कुठेही न पाहिलेला मासळी बाजार किती मोठा असतो, हे मी रत्नागिरीत त्या काळात पाहिलं. त्या बाजारातील उग्र गंधानं माझ्या नाकाला चिकटलेला कोल्हापुरी गुळाचा गंध कायमचा धुऊन काढला.

मात्र रत्नागिरीच्या लाल लाल साध्या रस्त्यांचं देखणेपण मी कधीही विसरू शकणार नाही. रात्रभर वातावरणात गंभीरपणे भरून राहणारी समुद्राची गाज ऐकत मी झोपी जाई. तिथं पावसाळ्यात आणि हिवाळ्यातही थंडी वाजत नाही, याचं मला किती आश्चर्य वाटत होतं. त्यातूनच तिथं घरात असले की उघडे बसण्याची संस्कृती पुरुष मंडळीत निर्माण झालेली दिसते. दमट हवेचा तो परिणाम. या हवेचा परिणाम माणसांना सतत घाम आणतो. व्यायामाशिवाय घाम काढणारे शहर म्हणूनही ते माझ्या कायम लक्षात राहिले आहे.... म्हणून तर तिथली बहुतेक माणसे लुकडी, एक-शेवडी दिसत नसतील?

सांगायचा मुद्दा असा की, मराठी संस्कृती 'एक'च असली तरी मराठी खेड्यांना, शहरांना खास अशी त्यांची त्यांची सांस्कृतिक वैशिष्ट्ये लाभलेली असतात. ही वैशिष्ट्ये तेथील विविध प्रकारच्या स्थानिक कारणांतून आणि परंपरातून निर्माण झालेली असतात. या परंपरा भौगोलिक, ऐतिहासिक, धार्मिक असू शकतात. गावाला अंर्तबाह्य त्याची अशी गुणवैशिष्ट्ये आणि खास असा चेहरामोहरा लाभतो. त्यामुळं एक गाव दुसऱ्यापेक्षा वेगळं दिसू लागतं. परिणामी गावाची संस्कृती गावाचं व्यक्तिमत्त्व होते.

□

निसर्गाचं लेकरू

खेडं हे निसर्गाचं स्वाभाविकरित्या जन्माला आलेलं लेकरू असतं. त्याच्यासाठी कुणी बाह्योपचार करून त्याला नवसासायासानं, कृत्रिम गर्भधारणेनं जन्माला घातलेलं नसतं. दगड-माती, लाकूड-फाटा, गवत, पाला-पाचोळा, क्वचित कौले, क्वचित पत्रा, क्वचित विटा अशा बहुसंख्य नैसर्गिक साधनांनिशी तिथली घरं, झोपड्या, छपरं, खोपी, झाप, घोडं-खोपी, गोठे इत्यादी आकाराला आलेली असतात. शहरासारखं प्लॅनिंग करून ते वसवलं जात नसतं.

खेडेगाव वसवताना अगदी आरंभी गावाला जागेचं नियोजन वगैरे काही नसावं. सामान्यपणे 'काळी' आणि पांढर किंवा 'पांढरी' असे गावाचे दोन भाग असतात. जी जमीन पिकाऊ नसेल; टाकाऊ असेल त्या नापिक, निकस जमिनीवर गाव वसतं. त्याला गाव 'पांढर' म्हणतं. काही गावात पांढरी माती असणारी जमीन असते. ती 'पिकत' नाही. उलट तिच्यापासून कच्च्या (न भाजलेल्या) विटा तयार करून त्यांच्या घरभिंती घालतात. अशा भिंती या पांढऱ्या मातीने उभ्या सारवल्या जातात. घराची 'भुई' पांढऱ्या मातीचीच करतात. अशी घरं कडक उन्हाळ्यातही थंड असतात. ती गारवा पकडून ठेवतात.

जमिनीच्या सोयीनुसार जशी खेडी वसतात, तशी पाण्याच्या सोयीनुसारही वसवली जातात. नदीपासून, तळी-तलाव यांच्यापासून जवळच गाववस्ती पडते. बारमाही वाहणाऱ्या ओढ्याच्या काठीही गावं वसलेली दिसतात. नदीजवळची गावं पूर गावात घुसणार नाही अशा बेतानं अंतर ठेवून किंवा नदीच्या जवळपासच्या उंचवट्यावर वसलेली दिसतात. पुष्कळ वेळा जमीन चांगली पिकाऊ असेल आणि तिच्या आसपास पाण्याची सोय नसेल, तर मग जमिनीतच विहिरी खोदून विहिरीच्या पाण्याच्या आधाराने गावं वसवली जातात. कच्च्या विटांची घरं कमी पावसाच्या प्रदेशात जास्त असतात. कोकणात पाषाणापेक्षा मऊ असलेल्या जांभा दगडाची घरं तेथील अति पावसाला तोंड देऊन उभी असतात. पश्चिम महाराष्ट्रात दगड, विटा, माती यांच्या कमी-अधिक मिश्रणानं बांधलेली घरं सामान्यतः दिसतात. कोकणातील

अगदी छोटी खेडी जिथं जमीन पिकवायची तिथंच घरं बांधून जन्माला आलेली दिसतात. एरवीही कोकणी खेडं विखुरल्यासारखंच दिसत असतं.

विकासाच्या एका टप्प्यावर ग्राम आलं तेव्हा काही एक व्यवस्थापन खेड्याच्या सर्वसाधारण मांडणीत आलेलं दिसतं. राज्ये आली तेव्हा राजा-प्रजा हे नवे नाते आले. नगरी, नगर, राजधानी, भाषा, तत्त्वज्ञान, शास्त्रे, विद्या, उपनिषदे, धर्म, विधी, नियम, कायदे, करवसुली, महसूल इत्यादी कल्पना विकसित होत गेल्या व नव्या आल्या. त्यात ग्रामाची, नगराची रचना कशी असावी याचीही शास्त्रे तयार झाली. साधारणपणे ग्रामाची व्यवस्था ठरून गेली. नगराची रचना निर्णायक झाली.

गावाची व्यवस्था पाहणारे पाटील, कुलकर्णी, इनामदार, देशमुख-देसाई, ब्राह्मण यांची लहान-मोठी घरे, वाडे गावाच्या मध्यावर असताना दिसतात. पाटील-देशमुख यांच्या वाड्याभोवताली तट बांधून त्यांना गढीचे स्वरूप दिलेले दिसते, किंवा भोवताली मोठी, उंच भक्कम भिंत असते. तिच्यावरून सहज फिरता येईल इतकी तिची रुंदी असते. चार-पाच फुटांपर्यंत ती भिंत रुंद असू शकते. किल्ला असेल तर तो गावाच्या बाहेर दूरवर असतो. त्याच्या भोवताली कुठे कुठे खंदक खोदलेले दिसतात. त्यात ही मालक मंडळी ब्रिटिशपूर्व काळापर्यंत राहात असत. त्यानंतर गड-किल्ले ओस पडत गेले. ही सगळी मंडळी गावात, मध्यावर राहायला आली.

त्यांना लागून असलेली वस्ती महाराष्ट्रात प्रामुख्याने शेतकरी मराठा समाजाची असते. त्यांच्या बाहेरच्या कक्षेत सुतार, लोहार, साळी, कोष्टी, कुंभार इत्यादी बलुतेदारांची वस्ती असते. असेल तर मुस्लिम समाजाची वस्ती या कक्षेतच असते. मोगल काळात तिची अशी स्थापना झालेली दिसते. या कक्षेनंतर मातंग, महार, चर्मकार, कैकाडी, वडार इत्यादी मंडळींची वस्ती असते.

पुष्कळ वेळेला गावाला वेशी, कुसू असतात किंवा नसतात. ब्रिटिश काळात हळू हळू सुधारणा आल्या. गावांची लोकसंख्या वाढेल तशा या वस्त्या एकमेकीत मिसळू लागल्या. जागा मिळेल तिथे खरेदी करून पैसेवाले लोक स्वतंत्रपणे घरे बांधू लागले. तरी जुन्या ज्ञातींची, जातींची नावे असलेल्या गल्ल्या, वस्त्या तशाच राहिल्याने त्यांची नावेही तशीच राहिली. आमच्या गावच्या पाटलांचा नवा वाडा गावच्या वेशीबाहेर आहे. त्याला लागूनच महारवाडा गुण्यागोविंदाने, सख्यत्वाने नांदतो आहे. कागलचे आमचे घर मांगाच्या घराच्या भिंतीला लागून आहे. तेथून मांगवाड्याला आरंभ होतो. दुसऱ्या बाजूला धनगरवाडा सुरू होतो. समोर सणगर (घोंगडी विणणारा) समाज वस्ती करून आहे. या तीनही समाजात माझे बालमित्र आहेत. माझ्या लहानपणापासूनच म्हणजे १९३५ पासूनच ही अशी स्थिती आहे, असे नाही; तर त्याही अगोदरपासून अशी अवस्था आहे.

ब्रिटिशपूर्वकाळात म्हणजे अगदी पेशवाईपर्यंत गावाच्या परंपरागत चालत

आलेल्या रचनेला फारसा ढळ पोचला नसावा. ब्रिटिश काळातही १८५७ नंतर धोरण बदलल्यामुळे ब्रिटिशांनी ग्रामरचनेत, तिच्या अंतर्गत संबंधात ढवळाढवळ केलेली दिसत नाही. तरीही महाल, तालुके, इलाखे, प्रांत, जिल्हे, शिक्षणखाते, आरोग्यखाते, न्यायखाते इत्यादी नव्या व्यवस्था आल्या. तदनुषंगाने नवे नवे अधिकारी, नोकर आले. त्या संदर्भात काही नवी मांडामांड झाली. पण त्यांनी प्रामुख्याने आपला संबंध महसुलाच्या वसुलापुरता, सार्वजनिक कायद्यापुरता मर्यादित ठेवला होता.

ब्रिटिशांच्या या धोरणामुळे देशाला स्वातंत्र्य मिळेतोपर्यंत ग्रामसंस्कृती परंपरेनेच चालत होती. तिच्या गाभ्याला लक्षात येईल असा ढळ कुठेच पोचलेला नव्हता. खेड्याचा दिनक्रम त्याच्या त्याच्या पद्धतीने चालत होता.

पहाटे खेडं उठत असे.

पहाटेच्या विविध अवस्था दाखविणाऱ्या अनेक नैसर्गिक खुणा जमिनीवर, झाडांवर, आकाशात, गावात पसरलेल्या असत. ज्या गावात थोडी थोडी शेती विहिरीवर, नदीच्या किंवा ओढ्याच्या काठी मोट बुडण्यापुरता खड्डा काढून त्यावर म्हणजे 'बुडकी'वर केली जात असे, तिथल्या शेतकऱ्याला या सगळ्या खुणा माहीत असतात. विशेषत: उन्हाळा आणि हिवाळा या ऋतूंत तो रानातच वस्तीला असे. गावात घराकडं तासभर रात झाल्यावर जायचं आणि जेवण करून चटकन कंदिलाच्या उजेडात परत रानात यायचं. असा शेतकरी रात किती झाली, किती उरली हे आभाळातलं बाजलं (किंवा खाटलं), कुरी, विंचू, शुक्राची चमचमणारी अतिठळक चांदणी किंवा मंगळाची लालस, मंद, शांत चांदणी यांपैकी एकावर नजर ठेवून बरोबर सांगू शके. दीस बुडताना ते ग्रह-तारे कुठे दिसले यावरून त्याचा अंदाज ठरलेला असे. तेवढा अंदाज त्याला रात्री झोपण्यासाठी, पहाटे लौकर उठण्यासाठी आणि कामाला लागण्यासाठी पुरेसा असे. शिवाय उन्हाळ्यात दूरच्या झाडीतल्या भारद्वाजाची किंवा कोकीळ पक्षाची 'घुक् घुक्' किंवा 'कुहू कुहू' अशी पहिली हाकही त्याला भल्या पहाटे उठवू शकत असे. थंडीच्या दिवसांत सहसा हे पक्षी कुणी हाक घालत नसतात. मग जरा दूरवर कान दिला की, गावातील कोंबड्याची बांग त्याच्या कानावर हमखास पडत असे आणि तो उठून कामाला लागत असे. एवढ्या पहाटे उठायचं नसेल, पण सहाच्या सुमारास उठायचंच असेल तर पहाटेच्या नीरव वातावरणात त्याला मशिदीत दिलेल्या बांगेने किंवा एखाद्या देवळातल्या सनई-चौघडा, नगारा यांच्या वादनानेही जाग सहज येऊ शके. पुष्कळ वेळा काकड आरतीचे झांज त्याला उठवत.

कागलमध्ये तर वाळूच्या घड्याळावर प्रत्येक घंटा झाला की 'तास' वाजत असत. ते रात्रंदिवस वाजत असत. कागलात त्यांची तीन ठिकाणी व्यवस्था होती.

त्यामुळे अडाणी माणसालाही किती वाजले हे सहज बसल्याजागी कळत असे.

हे काहीच नसलं तरी त्याचे आणखी काही अंदाज असत. 'चटक चांदण्यांची रात' सुरू झाली की अर्ध्या-एक तासात 'कोवळी पहाट' होणार असा त्याचा होरा असे. 'पहाट जून' झालेली आहे हे तो 'पांढरं फटफटल्याच्या' चित्रावरून स्पष्ट सांगू शकत असे. अरुणोदयापूर्वी पंधराएक मिनिटांच्या अवस्थेला तो 'भगटणे' असेच म्हणे. आणि या सर्वांसह सुरू झालेल्या दिवसाच्या प्रारंभाला तो रामप्रहरच म्हणे. शेतकऱ्यानं नेहमी रामाच्या प्रहरातच उठावं असा भारतीय संस्कृतीचा परिपाठ आहे. या प्रहरात निसर्ग आणि सृष्टी किती देखण्या रंगांची आरास पूर्वेच्या आकाशात आणि क्षितिजावर करत असतात! त्या रंगांचे विविध परिणाम डोंगरांच्या शिखरांवर, देवळाच्या कळसांवर, झाडांच्या शेंड्यांवर, ढगांच्या कडांवर क्षणोक्षणी बदलत, विलसत असतात... हे अनुभवण्याचे भाग्य फक्त ग्रामसंस्कृतीतील भारतीय शेतकऱ्यालाच मिळते.

तुम्हा-आम्हा सुशिक्षितांची जी सकाळी साडेसहाची वेळ असते ती त्याची 'कोवळ्या सकाळची' वेळ असते. तो 'सकाळी नऊ वाजता या' असं म्हणत नाही. 'न्याहारीच्या वक्ताला या' असं म्हणतो. 'बारा वाजता मोटा सोडा' असं न म्हणता 'दीस डुईवर आल्यावर मोटा सोडा' म्हणतो. 'चार वाजता' असं न म्हणता 'दीस कलतीला लागल्यावर' असं म्हणतो. 'दीस कडोसरीला जाणे' म्हणजे साडेपाच-सहाचा काळ. 'दीस बुडणे' पेक्षा 'दीस मावळणे' असं म्हणणं तो अधिक पसंत करतो. 'कडोसं पडणं' हा दीस मावळल्यानंतरचा काळ, तर 'दिवेलागणीचा काळ' म्हणजे 'तासरातीचा काळ' हे त्याला माहीत असतं.

शेतकऱ्याचं रोजचं घड्याळ जसं दिसाच्या, प्रकाशाच्या, रातीच्या, त्यांच्या जून-कोवळेपणाच्या भाषेत बोलतं तसं वर्ष, महिने यांची नावंही क्वचित त्याच्या तोंडी असत. तो सणांच्या भाषेत महिन्यांचे हिशेब घालतो आणि पावसाळ्यांच्या भाषेत वर्षांचे हिशेब घालत असतो. त्याच्या लेकाचं लगीन 'चैतात' किंवा 'रामनवमी' झाल्यावर करायचं असतं, तर सासरी गेलेल्या लेकीला 'दसरा-दिवाळी'ला आणायचं असतं. पोराला यंदाच्या वर्षी जूनमध्ये शाळेला घालायचं नसतं, तर 'गुढी-पाडव्याला पोराला शाळंत घालायचं' असतं. तो एखाद्यापेक्षा 'चार वर्षांनी' मोठा नसतो, तर त्याने 'चार पावसाळे जास्त' पाहिलेले असतात.

चांगला वाढलेला ऊस तो इंच-फुटात मोजत नाही. त्याची पिकं गुडघ्याएवढी, कमरेएवढी, छातीएवढी, डोईइतकी असतात; तर ऊस हातभर, वावभर, काख-वाव आलेले असतात. एरवी वस्तू किंवा तत्सम काही धान्य मागायचं असेल तर मूठभर, खोंगाभर, पसाभर, ओंजळभर, वटाभर, बुट्टीभर अशा भाषेतच मागायचे असते, किंवा द्याय-घ्यायचे असते.

माझ्या वडिलांना विसापर्यंतच मोजता येत असे. म्हणजे असं की वीस रुपये मोजले की त्याचा एक ढीग करायचा. पाच ढीग झाले की शंभर किंवा शेकडा झाला म्हणायचे. विसाच्या पुढे 'विसावर एक, दोन, तीन' असं मोजणं. 'चोवीस म्हणजे किती?' असं ते मला विचारत. मी सांगे, 'विसावर चार'. आकड्याची भाषा त्यांची अशी होती. तरीही एक-दोन प्रसंग सोडले तर गावात त्यांना कुणी फसवलं नाही. त्यांना त्यांचं जन्मसाल माहीत नव्हतं. 'गाठीची मोठी साथ आली हुती, तवा जन्मलो' एवढंच त्यांना माहीत. आयुष्य तसंच चाललेलं. म्हणजे बालपण, कुमारपण, तरुणपण, प्रौढपण, मध्यमवय, वार्धक्य इत्यादी कधी आणि केव्हा सुरू झालं याचा त्यांनाही पत्ता नव्हता. ते आपले जगत होते... पोटासाठी, पोराबाळांसाठी, मालकाला वाटणी देऊन, फाळा देऊन भरपूर उरावं यासाठी भरपूर कष्ट करत होते. खेड्यातल्या सर्वसामान्य शेतकऱ्याचं ते प्रतीक होते. एखादा पक्षी किंवा जनावर जगण्यासाठी फक्त धडपडत असते, तशी त्यांची धडपड.

...जुन्या ग्रामसंस्कृतीत सामान्य माणसाचं जगणं अगदी साधं-सुधं होतं. त्याच्या आयुष्यात क्षण नि क्षण तो कष्टत होता. पण घड्याळाच्या काट्यांवर त्याला कळसूत्री बाहुली होऊन नाचावं लागत नव्हतं. आपल्या नशिबी फार मोठं दारिद्र्य आणि कष्ट आले आहेत, म्हणून तो दु:खी नव्हता. पाल्याच्या झोपडीतही सुखी होता. कारण पोटभर खायला, अंगभर ल्यायला नि रातभर पडायला आडोसा मिळाला की त्याला सुख वाटे. तेवढं त्याच्या कष्टातून उभं राही.

इंचाइंचात किंवा मीटर-सेंटीमीटरात तुकडे केलेल्या शास्त्रीय मोजपट्ट्यांची व्यापारी गरज त्याला नव्हती. केवळ माहिती देण्यासाठी लागणारी मोजमापं तो आपल्या अवयवांनीच मोजून सांगत होता. फायद्या-तोट्याचा व्यवहार करण्यासाठी ती जन्मली नव्हती. ते एक जगण्याचं 'सहज' साधन तो मानत होता.

आयुष्याचे बालपण, तरुणपण, प्रौढपण असे कप्पे त्याने कधीच पाडले नव्हते. वाढदिवसांचे वार्षिक तुकडेही करून ते कौतुकानं मोजत बसण्याची त्याला गरज वाटत नव्हती. तो सलगपणे जगण्याच्या इच्छेने सरळ आयुष्य जगत होता. नैसर्गिक खेड्याइतकाच तो नैसर्गिक जगत होता. खेड्याइतकाच तोही निसर्गाचं एक स्वाभाविक लेकरू होता.

□

पावसाची शैली

फुलांच्या ऋतूत मधमाश्या जशा वर्षाच्या बेगमीचा मध गोळा करून ठेवतात, तसं सगळं गावही ऋतुमानानुसार उद्योगाला लागत असतं. गावात एखादाच पाटील, एखादा कुलकर्णी गावाची व्यवस्था पाहणारा असतो. त्यांना 'इनाम' जमीन असू शकते. ती जमीन पाटील स्वत: माणसं लावून, देखरेखीसाठी एखादा कारभारी नेमून कसून पिकवून घेत असतो. कुलकर्णी मंडळींना तेही नको असते. लिखापढीची परंपरा त्या घरात असते. ते सरळ बटईने, वार्षिक खंडाने किंवा फाळ्याने शेती दुसऱ्याला लावतात. म्हणजे पिकेल त्यातील ठराविक हिस्सा, किंवा कितीही पिको सुगी झाल्यावर ज्वारी, बाजरी, शेंग, तूर, गूळ पिकवणाऱ्याने मालकाला किती द्यायचा हे निश्चित झालेले असते किंवा वर्षाला नगदी रक्कम किती द्यायची हे ठरलेले असते.

स्वातंत्र्यापूर्वी प्रामुख्याने या दोनच घराण्यांचा संबंध तालुका, जिल्हा, शहरे यांच्याशी असे. गावात कुणी अन्य ब्राह्मण, इनामदार, वतनदार किंवा सावकार असेल तर त्याचाही शहरांशी संबंध असे. ही वतनदार, पैसेवाली मंडळी असल्याने त्यांच्या घरी स्वत: कष्टण्याची परंपरा नव्हती. ब्राह्मण वर्णातही शारीरिक श्रमाची परंपरा नाही. तो ज्ञान, विद्या, धर्मोपचार, प्रवचने, कीर्तने, विधी सांभाळणारा असामी असे. त्यामुळे प्रामुख्याने याच मंडळींचा शहरांशी संबंध येत असे. यांच्याच द्वारा ब्रिटिश आमदनीत एखाद- दुसरी किरकोळ सुधारणा खेड्यात आपसूक त्यांच्या घरात आलेली असे. बूट, कोट, कुलकर्ण्याची टोपी, चमचे, काचेची भांडी इत्यादी येत असे. सुधारणांच्या नव्या दिशा ओळखून याच घराण्यातली मुलं प्रथम शहरात जाऊन शिकू लागली. त्यांची शहरात अगदी आरंभी खाजगी व्यवस्था असे. एखादी स्वैपाकीण बाई 'पाटील' आपल्या मुलाच्या भोजनासाठी कामाला ठेवीत असे. एखादी विधवा स्त्री-नातेवाईक ब्राह्मणांच्या मुलांना स्वैपाक करून घालण्यासाठी गावाकडूनच पाठविली जात असे.

स्वातंत्र्यपूर्वकाळात उदयाला आलेल्या आणि ग्रामीण जीवनावर लेखन करणाऱ्या

साहित्यिकांचा या समाजशास्त्रीय अंगाने अभ्यास करता येण्यासारखा आहे. मुळात सगळे साहित्यिक आपल्या पाटील, कुलकर्णी, देसाई, इनामदार, जोशी यांसारख्या घराण्यांतून आलेले दिसतील. त्यांच्यावरून मूळ गावाचं सगळं स्वरूप कळत नाही. कारण गावात पाटील, कुलकर्णी, इनामदार, जोशी, देशमुख हा एखाद-दुसराच असतो. गावात बहुसंख्या असते ती छोटे शेतकरी, दुसऱ्याच्या शेतावर राबणारे 'कूळ' असलेले शेतकरी, रोजगार करणारे रोजगारी, कामकरी, मजूर, बलुतेदार यांची. ही मंडळी म्हणजे गाव असते. त्यांनी गावाला रंग-रूप, प्राण दिलेला असतो. यांचे उद्योग गावात ऋतुमानानुसार चाललेले असतात. यांतील मुख्य, मध्यवर्ती उद्योग शेतीचा. त्याच्या अनुषंगाने बाकीचे उद्योग चालतात.

उन्हाळ्याच्या दिवसांत मळ्यात पहाटेपासून मोटा चालत. ऊस, भाजीपाला किंवा 'मागास' राहिलेल्या गहू, हरभरा यांना पाणी देण्याची नितान्त गरज असते. हे विहिरीचं पाणी पिकांना उन्हाच्या आधी दिलं तर सगळ्यांनाच सोयीचं असतं. उन्हाने पाण्याची वाफ न होता ते जमिनीत पिकासाठी चांगलं जिरून-मुरून जातं. त्यामुळे पिकांना हवा असलेला गारवा टिकून राहतो. उन्हाळ्यात पहाट प्रसन्न असते. या हवेत बैलांना मोट ओढण्यासाठी उत्साह वाटतो. ते या हवेत कमी दमतात. म्हणून पहाटे लौकर मोटा धरून अकरा वाजेपर्यंत चांगल्या चालवता येतात. त्यासाठी बैलांना वैरण घालण्यासाठी रात्री तीन-चार वाजता शेतकऱ्याला उठावं लागतं. पाच वाजेपर्यंत बैल वैरण खाऊन मोटेला तयार होतात. तोपर्यंत शेतकरी सगळ्याच जनावरांचा गोठा साफ करून घेतो. शेण-मूत्र काढून टाकतो. स्वत:साठी चहा करून घेतो, उत्साह वाटावा म्हणून चिलीम ओढतो. मुलगा किंवा गडी असेल तर तोही शेण-घाण, वैरण यांची ठेवाठेव करण्यास मदत करतो. पुष्कळ वेळा मुलगा लहान असेल तर आणि सालगडी ठेवणे परवडणारे नसेल तर मुलगा किंवा गडी गावातून शेतावर लौकर येतात आणि 'मोटे'ची जुपी होते. पिकांना तीन-तीन, चार-चार दिवसांच्या अंतराने पाणी देणे योग्य असते. उन्हाळ्यात विहिरीचे पाणी खोल-खोल जाऊ लागते, अगदी 'मे'च्या शेवटच्या आठवड्यात संपू शकते. अशा परिस्थितीत मोटांचे पाणी कमी-कमी होते. उलट उन्हाळ्यामुळे पिकांना पाण्याची जास्त गरज असते. त्या पिकांबरोबरच मग शेतकऱ्याचीही मानसिक ओढाताण होते. याच काळात मग विहिरीत साचलेला गाळ काढून झरे साफ केले जातात. त्यांच्या तोंडावर पडलेला गाळाचा थर काढून टाकला जातो. क्वचित विहिरीचा झरा अधिक प्रभावी व्हावा म्हणून योग्य त्या दिशेने विहीर खोल केली जाते किंवा फोडली जाते. ही कामे उन्हाळ्यातच उरकून घ्यावी लागतात.

या काळातील पिकांची भांगलण-खुरपण सतत करावी लागते. कारण पिकांच्या भोवती जे तण उगवते ते पिकाचा जीवनरस, त्याचे पाणी, त्याचे खत, त्याच्या

भोवतालच्या मातीचा कस यांच्यात वाटेकरी बनते. त्यामुळे पिके चांगली पोसत नाहीत. त्यामुळे सतत भांगलणी, खुरपणी कराव्या लागतात.

मालकीच्या असलेल्या किंवा ताब्यात असलेल्या सर्वच रानाला विहिरीचे पाणी काही पुरे पडत नाही. म्हणून थोडाच भाग बागायतीचा करावा लागतो. उरलेलं रान कोरडवाहू म्हणजे पावसाच्या पाण्यावरच पिकवावे लागते.

उन्हाळ्यानंतर पावसाचे आगमन होणार असल्याने या कोरडवाहू रानांची नांगरणी, कुळवणी करून घ्यावी लागते. नांगरट-कुळवट झाल्याशिवाय रानातली धसकटं काढून, वेचून टाकता येत नाहीत. किंवा त्यांची जाळून नीट विल्हेवाट लावता येत नाही. रानात हरळीसारखं चिवट तण माजत असतं. कुंदा किंवा काशा या नावाचं रानगवत पावसाळ्यात फार पसरतं. ही दोन्ही गवतं नाजूक पिकांना वाढू देत नाहीत. म्हणून ती काळजीपूर्वक तळा-मुळांसकट काढावी लागतात. त्यांच्या मगरमिठीतून पिकावू रान सोडवून घ्यावे लागते. गेल्या वर्षीच्या पावसाळ्यात बांध वाहून गेलेले असतात, जादा पाणी जाण्यासाठी काढलेल्या सार-सारणी गाळाने बुजलेल्या किंवा भरलेल्या असतात. त्या साफसूफ कराव्या लागतात. पेरणीपूर्वीच रानात मिसळण्यासाठी शेणखतं, सोनखतं, खड्डाखतं रानात गाड्या जुंपून आणावी लागतात. या सर्व कामांमुळे स्वत: कष्ट करणाऱ्या शेतकऱ्याला क्षणाचीही उसंत किंवा विश्रांती नसते. कामांची अगदी घाई उडून गेलेली असते. ही सर्व कामे पुरुषांची असतात.

उन्हाळ्यात बायकांनाही कामे भरपूर असतात. पिकांच्या भांगलणी, खुरपणी त्या करतात. बैलांना उसाचा पाला काढणे, दुभत्या म्हशीला पाटाच्या हिरवळीकडेनं चारणे, औताच्या जनावरांसाठी 'कडवळ' केलेले असते, ते काढून ठेवणे, गोवऱ्या किंवा शेणी लावण्यासाठी शेणाचा गारा करून शेण कालवून ठेवणे आणि थापणे, किंवा गावात थांबून, घरात बसून धान्ये निवडून ठेवणे, शेवया, कुरडया, सांडगे, पापड, लोणची स्वत: घालून ठेवणे; ही कामे त्यांना करावीच लागतात. ही कामे करण्यासाठी त्यांनाही प्रथम पहाटे लौकर उठून दळण दळावे लागते. सगळ्यांसाठी भाजी-भाकरी, ताक-कण्या, भात यांचा साधाभादा स्वैपाक रांधून ठेवावा लागतो. मग इतर उद्योगांकडं वळावं लागतं.

या काळातच मुला-मुलींसाठी पै-पाहुणे हुडकणे, लग्ने करणे, लग्नांना जाणे, मुली-सुनांना गुढी-पाडव्याच्या निमित्ताने माहेर-सासर करणे हीही कामे त्यांना याच काळात उरकून घ्यावी लागतात.

उन्हाळा कधी संपतो आणि पावसाळा कधी सुरू होतो हे शेतकऱ्याला कधीच सांगता येत नाही. पाऊस सतत पडू लागला, रानं शांतपणे भिजू लागली की त्याचा पावसाळा सुरू होतो. तोवर तो उन्हाळ्याची कामं ओढतच असतो. स्त्रियाही याच

काळात जळणासाठी लाकूड-फाटा, सड, खोडवी, बाभळीची शिरी रचून ठेवत असतात. येणाऱ्या पावसात हे भिजणार नाही, याची काळजी त्यांना घ्यावी लागते. गोवऱ्यांचा हुडवा तयार करून ठेवावा लागतो.

पावसाळा सुरू झाला की त्यांची पेरण्यांची रणघाई सुरू होते. नाना प्रकारच्या धान्यांच्या पेरण्या नाना प्रकारांनी कराव्या लागतात. त्यासाठी बी-बियाणं स्त्रिया अगोदरच निवडून ठेवत असतात. रानात पुरेसा पाऊस पडून त्याला वापसा किंवा 'घात' यावी लागते. तो मातीत बी पेरण्याचा क्षण असतो. मातीत फार पाणी असेल तर बियाणं कुजण्याची शक्यता असते, आणि माती अगदीच कोरडी, फळफळीत झालेली असेल तर बियाणं न उगवण्याची शक्यता असते. अशी बियाणं उकरून खाण्यात पक्षी तरबेज असतात. म्हणून रानाला वापसा किंवा 'घात' आल्याशिवाय पेरणी करता येत नाही. वापसा आला रे आला की ती वेळ काहीही करून साधावी लागते. खेडेगावांत एक म्हण आहे, 'मढं झाकून पेरणीसाठी चाडं बांधावं लागतं.'

पेरण्या संपल्या की सगळ्यांनाच थोडी उसंत मिळू लागते. औताची जनावरे सुखावतात. त्यांच्या कामांचा मोसम संपुष्टात आलेला असतो. पावसाळ्यामुळे बांध, कुरणे, माळ, गवती राने हिरवी झालेली असतात. सगळीकडे सतत किंवा अधूनमधून पावसाची चिटचिट सुरू असते. अशा वेळी बैलाचे कोणतेही औतअवजार मातीत चालू शकत नाही. त्यामुळे बैल निवाऱ्याला असतात. गायी, वासरं, म्हसरं, रेडकं, शेळ्या, मेंढ्या माळाला चरू लागतात. तीही चांगली पोसवली जातात. बैलांना हिरवा चारा, गवतं, बाटकं, शेवरीचे डहाळे कापून घातले जातात. मेवा-मिठाई खावी तसा हिरवा चारा बैल खातात.

पाऊस प्रमाणशीर आणि वेळेवर कमी-अधिक पडत असेल, तर पिकं तरारून वर येतात. ती पाहून शेतकऱ्याचा जीव उंच आभाळात स्वप्नांनिशी, विविध संकल्पांनिशी, नवे नवे बेत घेऊन उडू लागतो. हळूहळू बाळ-भांगलण, तणकट काढणे करावे लागते. पिके नीट उंच होण्यासाठी त्यांच्या बुडात माती भरावी लागते. त्यासाठी कोळपणी, खत घालणी करावी लागते. कीड-रोग पडू नये म्हणून औषध-फवारणी इत्यादी कामं सुरू होतात. मात्र ऊन-पाऊस यांचे खेळ-शिवणीचे वातावरण, धरतीनं नेसलेला हिरवा शालू, बिनाधुळीची स्वच्छ हवा यामुळं कामं करताना माणसं प्रसन्न असतात. स्त्री-पुरुष एकत्र कामं करताना गाणी म्हणतात.

पोरं-पोरी गुरं, शेरडं, मेंढरं राखत माळाला खेळ मांडतात. गुरं चरण्यात रमून जातात. त्यांनी हिरव्या तृणाचे घास तोडले की त्यावरचे किडे-मकोडे, कीटक उडू लागतात. ते खाण्यासाठी बगळे जनावरांबरोबर फिरत राहतात. कधी कंटाळा आला की, ते व कोतवाल जनावरांच्या पाठीवरच बसून प्रवास करतात. एकमेकांच्या सहकार्याने जीवन चाललेले असते.

या सर्व स्थितिगतीत निसर्गाचाच हात अधिक असतो. पावसाचं डोकं ठिकाणावर असेल तर सगळं सुरळीत आणि प्रसन्नपणे चालतं आणि गाव सुखावतं. पण पाऊस येताना कधी विजांचा आसूड हातात घेऊन येतो; माणसे, जनावरे मारतो; वादळे, वावटळी आणतो; गरिबांच्या झोपड्या, छपरे, पाला-पाचोळ्याची खोपटे उडवून त्यांचे संसार ऐन कामाच्या रणघाईत उघड्यावर पाडतो. नद्या-नाले अचानक भरून शेतकऱ्याच्या बांध-बंदिस्तीचे नुकसान करतो, पुरात गुरे-ढोरे; कधी पोरेही वाहून नेतो. कधी भलत्याच वेळी प्रचंड प्रमाणात लागून, हातातोंडाशी आलेली पिके आडवी करून शेतकऱ्याची स्वप्ने धुळीला मिळवतो. कधी मधेच तोंड घेऊन जातो, ते परत येतच नाही. मग सगळी पिके अर्ध्यावरच जळतात. पावसाचा हा अवतार भेसूर आणि लहरी असतो. त्याच्या लहरीवर खेडं हेलावत, तर कधी टकरा देत तर कधी गटांगळ्या खात जगत असतं. पावसाची ही संस्कृती गावाच्या संस्कृतीला दिशा देते, कधी तिची दशा दशा करून टाकते... पावसाच्या स्वरूपशैलीचा कधी अंदाजच लागत नाही. ही शैली आपल्या बेलाग तालासुरानं खेडुताला मनमानी वृत्तीने नाचवते. कधी त्याचा खुळखुळा करून खेळवते, तर कधी त्याला खिळखिळा करून त्याचा जन्म मोडीत काढते. ...'पावसाची गाणी' लिहिणाऱ्या प्रतिभावंत कवींना हे काहीच दिसत नाही.

□

गावची जीवनसरणी

निसर्गावर आणि निसर्गातील वस्तूंवर मानवी हित लक्षात घेऊन अनुकूल संस्कार करावयाचे आणि त्यानंतर त्यांना मिळालेल्या नव्या रूपात स्वीकारावयाचे. यातूनच संस्कृती निर्माण होते. पण ही संस्कृती निर्माण करताना मानवी प्रकृती किंवा मानवी स्वभावही मुळात कसा आहे, हे समजून घ्यावे लागते. ही मूलभूत मानवी प्रकृती समजल्याशिवाय संस्कृती निर्माण करणे धोक्याचे असते. 'प्रकृती' समजून न घेता 'संस्कृती' निर्माण केलीच तर ती टिकत नाही; तिला 'विकृती'चे स्वरूप प्राप्त होते. संस्कृतीचा हा आत्मा भारतीय संस्कृतीने फार पूर्वीपासून समजून घेतलेला दिसतो. त्यामुळेच भारतीय संस्कृती जगातील इतर संस्कृतींपेक्षा अधिक चिरस्थायी स्वरूपाची झाल्याचे दिसते. भारतीय पुरातन धर्मांतील बहुतेक प्रार्थना समूहाने समूह-हितासाठी केलेल्या दिसतात.

ग्रामीणांची जीवनसरणी याच सांस्कृतिक सूत्रातून जन्मलेली आहे. मुळात माणूस हा इतर शाकाहारी प्राण्यांप्रमाणे समूह किंवा कळप करून राहणारा प्राणी आहे, हे या संस्कृतीने फारच पूर्वी ओळखून, त्याच्या या प्रवृत्तीला पूरक, पोषक अशीच ग्रामीण जीवनशैली निर्माण केलेली दिसते. ग्रामीण जीवनशैलीचा गाभा समूहात्मकतेचा आहे, याचा सहज पडताळा येतो.

खेड्यात एखादं वर्षभर जरी पाहिलं तरी ग्रामीण जीवनसरणी किंवा शैली सामुहिक आहे, याचा पडताळा पदोपदी येतो. एकतर १९५० पर्यंत ग्रामीण जीवनात कागदी पैसा किंवा चलनी नाणी यांचा वापर कमी प्रमाणात होता. रंगांवरून आणि आकारांवरून नोटा किती रुपयांच्या आहेत, हे खेडूत लक्षात ठेवत असे. त्यापेक्षा तो चलनी नाणी अधिक पसंत करीत असे. ती मोठ्या प्रमाणात वापरली जात असत. त्यांचे वेगवेगळे आकार लक्षात ठेवून, ती किती पैशांची आहेत ते निरक्षर ग्रामवासी लक्षात ठेवी. पण त्याचा गावातल्या गावात चाललेला व्यवहार हा प्रामुख्याने वस्तुविनिमयातून चालत असे. शेरभर तुरी देऊन तो शेरभर हरभरे घेत असे. बलुतेदारही आपल्या वस्तू देऊन शेतकऱ्याकडून धान्यच घेत

असत. पैशाचा वापर आजच्या पेक्षा कमी प्रमाणात होत असे. परिणामी जी वस्तू ज्याच्याकडे आहे किंवा पिकते त्याच्याकडे प्रत्येक व्यक्तीला जावे लागे. त्यामुळे सगळे गाव मिळून एकच मोठे कुटुंब वाटे. प्रत्येकाला इतर प्रत्येकाची गरज वाटत असे.

कोणत्याही गावात छोटे छोटे शेतकरी संख्येनं खूपच असतात. गावात त्यांचंच प्रमाण अधिक असतं. असे शेतकरी एकमेकांच्या मदतीनं आपली शेती करत असतात. अशा शेतकऱ्याची एखादीच बैलजोडी असते. पण नांगरट करायची असेल तर ती एकाच बैलजोडीने करता येणे कठीण असते. विशेषत: पहिली नांगरणी खोल व्हावी लागते. त्यासाठी चार, सहा किंवा (काळी चिकण माती असेल तर) आठ आठ बैलांचा नांगर रानात घालावा लागतो. ही प्रत्येकाचीच गरज असते. त्यामुळे तिघे-तिघे, चौघे-चौघे शेतकरी एकत्र येऊन एकमेकांची शेते नांगरतात. या सामुदायिक कृतीला मोठा अर्थ असतो. दिवसभर हे शेतकरी एकत्र येतात. एकमेकांशी गप्पा मारत काम करत असल्याने सगळ्यांना उत्साह वाटत

असतो. सालभर आपल्या शेतात त्याच त्या ठिकाणी, तीच ती कामे एकट्याने करताना कंटाळा येतो. हा कंटाळा अशा सामुदायिक कृत्याच्या वेळी येत नाही. जागेत बदल होतो. तिघांचीही जनावरे (बैल) एकत्र चारा खातात. त्यांनाही इतर बैलांच्या संगतीने कामे करताना उत्साह वाटत असावा. अशा नांगरणीचे काम ज्याच्या शेतावर चालते, त्याची कारभारीण (पत्नी) सर्वांचं जेवण करून आणते. खोपीत किंवा झाडाबुडी सगळे शेतकरी एकत्र जेवतात. नेहमी आपल्याच घरचं खाऊन, त्याच त्या ओळखीच्या चवीचे अन्न खाऊन जीभ सरावलेली असते. म्हणून वेगळ्या घरचे, वेगळ्या चवीचे, वेगळ्या प्रमाणात तिखट-मीठ असलेले, वेगळे लोणचे-चटणी असलेले अन्न खायला गंमत येते. एकमेकाला आग्रह होतो. अशा वेळी तर प्रत्येक शेतकरी कुवतीप्रमाणे खास बेत करतो. त्यामुळेही उत्साह वाढतो... आजच्या संस्कृतीत आपण हॉटेल्स, भेळ-पुरीचे गाडे, आईस्क्रीम, हलवायांची दुकाने, पानाच्या टपऱ्या येथे जाऊन जे जिभेचे लाड करतो, त्याची पूर्तता काही प्रमाणात खेड्यात अशा पद्धतीने होते. पुष्कळ वेळा पेरणी, मळणी, गवत कापणी अशाच पद्धतीनं खेड्यात चालते. इथं पैशाचा व्यवहार किंवा संबंध येत नसतो. या कृत्याला 'इर्जिक' म्हटले जाते. अशी इर्जिक करण्यात सर्वांनाच आनंद मिळतो आणि हसत-खेळत सहकार्यही मिळते. सतत एकमेकांशी संबंध येत राहतो.

एखाद्या शेतकऱ्याच्या घरी लग्न असेल तर त्याच्या गल्लीतील किंवा त्याच्या ज्ञातीतील घरटी एक माणूस दारात मांडव घालायला येतो. मांडवाचं सामानही कुणाकुणाकडून काही-काही मिळवून गोळा केलं जातं. तरुण मुलं उत्साहानं मांडव घालायला येतात. आपापल्या परीनं मांडव सजवतात. त्यांच्या सजावट कलेला तिथं वाव मिळतो. त्या त्या ज्ञातीची किंवा जातीची सामूहिक मालकीची स्वैपाकाची मोठी-मोठी भांडी असतात. लग्नकार्यात किंवा एखाद्या मोठ्या समारंभादी कार्याच्या भोजनासाठी ती वापरली जातात. ज्या ज्ञातीची (समाजगटाची) अशी भांडी नसतील तर ती ज्ञाती दुसऱ्या ज्ञातीकडून भांडी मागून आणते. परत करताना त्यात एखादे नवे भांडे स्वत: खरेदी करून (कुवतीनुसार) घालते आणि भांडी परत करते. अशा रीतीने त्या ज्ञातीची भांडी वाढतात. आवश्यकतेनुसार ती गावाला उपयोगी पडतात.

लग्नादी सोहळ्यात स्वैपाक करणारा 'आचारी' असाच कुणीतरी ज्ञानी माणूस असतो. वरातीसमोर तालमीतली पोरं दांडपट्टा, करबल, ढाल-काठी, लेझीम, टिपऱ्या यांचा खेळ खेळतात. हे खेळ पाहायला चौकात किंवा देवळासमोर गाव लोटतं. खेळात भाग घेणाऱ्या, मांडव घालायला आलेल्या, मांडवासाठी वस्तू दिलेल्या तरुण मंडळींना लग्नानंतर खास जेवण दिलं जातं. 'आचाऱ्या'ला पटका-धोतर यांचा आहेर केला जातो. मांडवाचं साहित्य ज्याचं त्याला परत केल्यावर हे जेवण असतं. 'मांडव-परतणीचं जेवण' असंच त्याला नाव आहे.

लग्न झाल्यावर जेव्हा मुलीला प्रथम आणायला जातात किंवा प्रथम जेव्हा मुलीला न्यायला येतात तेव्हा 'दुरडी' भरून 'शिदोरी' पाठविली जाते. मुलीचे किंवा मुलाचे आई-वडील कुवतीनुसार दुरडी भरून केळी, लाडू किंवा पुरणपोळ्या, करंज्या इत्यादी पाठवतात. या पाठवलेल्या खाद्य वस्तू त्या त्या ज्ञातीच्या घरोघर किंवा गल्लीतल्या सर्वांच्या घरी एक-एक पाठविली जाते. घरोघर जाऊन प्रत्यक्ष दिली जाते. मुलगी नांदून परत आल्याची किंवा नांदायला नेत असल्याची 'गोड' वार्ता अशा रीतीने सर्व गावाला कळते. जणू ती सगळ्या गावाचीच कन्या असते... तिच्या मैत्रिणी, आयामाया मग तिच्याकडे धाव घेतात. कौतुकानं तिच्या सासरची चौकशी करतात किंवा सासरी चालली असेल तर उराउरी भेटतात, आशीर्वाद देतात, अश्रू गाळतात.

गावदेवीची जत्रा हा सगळ्या गावानंच एकत्र येण्याचा महत्त्वाचा प्रसंग असतो. घराघरातून वर्गणी काढली जाते. सर्वांना ती द्यावीच लागते. ती देणे शक्य नसेल तर तिच्या किंमतीइतके श्रम गावदेवीसाठी द्यावे लागतात. काही ना काही कामे करावी लागतात. वर्गणी गोळा केल्यावर गावपंचायत बसते. यंदा जत्रेत काय काय करायचे हे ठरविते. त्यानुसार गावची जत्रा तिच्या परंपरेनुसार साजरी होते. पंचक्रोशीतील पै-पाहुणे या जत्रेला येत असतात. अनेक गावचे छोटे छोटे व्यापारी, खेळणीवाले, चाटी, तमासगीर, कसबी-कोल्हाटी, हुन्नरी लोक तिथं येतात. कुवतीनुसार चार पैसे मिळवून जातात. गावच्या मुलाबाळांना नटवून, सजवून, रंजवून तीन दिवसांनी निघून जातात. या जत्रेत एका गावाची मनं दुसऱ्या गावाशी जोडली जातात. त्यात खेळीमेळी निर्माण करतात. अशा प्रसंगी नांदायला गेलेल्या मुलीसह आपले जावई, त्यांचे जवळचे नातेवाईक यांना पाहुणे म्हणून बोलावले जाते. तीन दिवस गावात उत्साह ओसंडत असतो. या काळात गाव रात्री झोपत नसतं. काही ना काही करमणुकीत रममाण झालेलं असतं.

गौरीपंचमीच्या सणांत मुली एकत्र येऊन जशा खेळतात तशा लग्नादी कार्यासाठी एकत्र येऊन लाडू, करंज्या, चकल्या, कुरडया, पापड इत्यादी वस्तू तयार करतात. त्यांचं हे एकत्र येणं म्हणजे हासणं, खिदळणं, गप्पा मारणं, एकमेकींची सुख-दुःखं एकमेकींना सांगणं असतं. पण हे रिकामटेकडं नसतं, तर कामांचे डोंगर सहज उपसत चाललेलं असतं. ते डोंगर कधी इकडचे तिकडे होतात याचा पत्ताही लागत नसतो.

मुली अशा एकत्र येतात, तर मुलं रात्रीच्या चांदण्यात सारीपाट, लंगडी, हुतूतू, टिपऱ्या यांचा खेळ मांडतात किंवा एकत्र जमून तालमीच्या अंगणात दांडपट्टा, ढाल-काठी, करबल, लेझीम यांचे खेळ शिकतात.

पावसाळा संपला की दसरा-दिवाळी येतात. दसऱ्याच्या माळाला किंवा दसरा-

पटांगणात गावाची बहुतेक सर्व पुरुष मंडळी नटून-थटून एकत्र येतात. या काळात हिरव्या चाऱ्यावर बैल पोसलेले असतात. त्यांच्या अंगावर कांती, तेज आलेलं असतं. पावसाळाभर ते जवळजवळ बसून खात असतात. सुखावून गेलेले असतात. त्यांना नटवून-थटवून, त्यांची गाडी सजवून, गाड्या पळवत उत्साहात सर्वजण सोनं लुटायला माळावर आलेले असतात. हा काळ पीक-पाणी हातातोंडाशी आलेला असतो. कोणतं धान्य किंवा त्याचं उत्पन्न किती होईल याची मनोमन स्वप्नं रंगवण्याचा, त्यातच स्वत: रमण्याचा शेतकऱ्याचा हा उत्साहाचा काळ असतो. केल्या श्रमाचं सार्थक पूर्ण होण्याचे हे दिवस असतात. त्यामुळे प्रत्येक शेतकरी दुसऱ्या शेतकऱ्याच्या पीक-पाण्याची चौकशी करत असतो, आपल्या उत्पन्नाची कल्पना दुसऱ्याला देत असतो. मनोमन प्रत्येकजण जणू काळ्या आईनं दिलेलं सोनं लुटत असतो.

माळावर पाटील, इनामदार, कुलकर्णी, भटजी आलेले असतात. त्यांना नमस्कार, मुजरे करत शेतकरी आपले अहवाल थोडक्यात स्वेच्छेने सांगत असतो. या गावप्रमुखांनी केलेल्या औपचारिक चौकशीचा मान राखत असतो. गावातील प्रतिष्ठित मंडळी म्हणजे पाटील, इनामदार, वतनदार यांच्या घरी लग्न असेल तर एक दिवस गावातील चूल बंद असते. सर्वांनी जेवणासाठी यावे असं 'अवातण' असतं. घराघरात त्यामुळं उत्साह ओसंडत राहतो. या मंडळींचा गाव कृतज्ञ असतो.

१९५० पूर्वी कोणी माणूस किरकोळ आजारी असेल किंवा जनावर आजारी असेल तर गावातील अनेक जाणकार त्यांना मोफत किंवा एखादा नारळ घेऊन औषधपाणी करत असत. माझे वडील औताच्या बैलांचे 'मूळ' उतरण्यात पटाईत होते. पिराजी बन्ने कुणाला भुताचा लागीर झाल्यास ते बरे करीत असत. मांगवाड्यात बंडा मांग कुणाला विंचू चावला तर तो 'उतरत' असे. मला स्वत:ला त्याचा अनुभव आहे. तो कुठल्या एका झाडाचा पाला चोळून हुंगायला देत असे. त्याने शिंक येई. शिंकेसरशी विंचू अंगातून थोडा-थोडा उतरत असे. धनगर मंडळी नेहमी शेरडं, मेंढरं यांची औषधं देण्यात तरबेज असत. एक धनगर तर कुणी कुणाला 'बाध्या' घातला असेल तर तो असामी पोटात चावण्याने, तसेच अंगातील रक्त कमी होऊन विकल, रोगट होई; त्याच्यावर हा अप्पाजी धनगर औषध देई. आता ही परंपरा नष्ट झाली आहे.

घरची शेती मोठी असेल तर कुटुंबं एकत्रच राहत असत. तीन-तीन, चार-चार भाऊ आपल्या बायकापोरांसह एकत्र राहून, सगळं घरदार शेतावर राबे. एकाएका घरात पंधरा-वीस माणसं असत. शेतावर राबून खाऊन-पिऊन सुखी असत. सगळ्यात थोरला कुणी असेल त्याला कारभारी म्हटलं जाई. एक कुटुंब म्हणजे एक छोटा समूहच असे. व्यक्तीपेक्षा कुटुंब महत्त्वाचे मानले जाई. भारतीय संस्कृतीचे

हे मूल्य अगदी अलीकडेपर्यंत म्हणजे १९५०-५५ पर्यंत गावागावातून प्रत्ययाला येई. गावाचे हे बळ गावातील प्रत्येकाला जाणवे. एकत्र कुटुंब असेल तर शेतजमिनीच्या वाटण्या किंवा तुकडे होत नाहीत. औतअवजारे आणि माणसे विभागली जात नाहीत. शेतीसाठी मोठे रान असेल तर त्याचे अनेक फायदे होतात. मुख्य म्हणजे पीक भरपूर आणि चांगले येते. विविध पिके करता येतात. विविध औतअवजारे घरची असतील, ती ओढण्यास अनेक बैलजोड्या असतील, ती हाकण्यास अनेक तगडी माणसे घरी असतील तर शेती समृद्ध होते आणि कुटुंबीय सुखी-समाधानी राहतात. म्हणून शेतीसाठी संयुक्त कुटुंबेच उपयुक्त व सर्वांच्या हिताची ठरतात.

अशा रीतीने गावातल्या गावातच व्यक्तीचा, कुटुंबाचा आणि गावाचाही सर्वांगीण विकास होत असे. व्यक्तीच्या अंगी असलेल्या नाना प्रकारच्या कला आणि कळा, कुटुंबासाठी, गावासाठी करत राहण्याची नैतिक प्रेरणा गावातच वेळोवेळी मिळे. या सामुहिकतेमुळे कुणालाही एकटेपणा, कंटाळवाणेपणा, एकाकी पडल्याची जाणीव होत नसे.

आजच्या व्यक्तिवादी समाजात भारतीय संस्कृतीचे हे मूळ सूत्र सुटत, निसटत चालले आहे. किंबहुना जवळजवळ नष्ट झाले आहे.

मोकळे राज्य

शेतकरी आपापल्या रानाचा राजा असतो, त्याचं राज्य उघड्यावरचं असतं असं म्हटलं जातं. रानात त्याची देवता असते. प्रत्येक वर्षी रानात पिकं बहराला आली, पावसाळा संपला की तो रानाची पूजा करतो. तळहाताएवढ्या दगडाच्या पाच चिपा घेऊन त्यांना चुन्याचा पांढरा रंग देतो. रानातील पिकाच्या मध्यावर त्या ठेवतो. त्यांना हळद-कुंकू लावून, नैवेद्य दाखवून, त्यांच्यासमोर रानाच्या मातीत माथा टेकून शरणभावनेनं त्यांना नमस्कार करतो. या पाच देवता म्हणजे पाच 'मावल्या' (माऊल्या) असतात. शेत पिकविणारी ती कदाचित पंचमहाभूतं असावीत. पिकलेल्या शेताचे ते जणू पंचप्राण असतात. त्यामुळेच शेताला सजगता आलेली असते. त्यांची पूजा ही कृतज्ञभावनेनं केलेली निसर्ग-पूजाच असते... सुगीची पिकं कापतानाही उगवतीला तोंड करून त्या पिकाला तो मनोभावे नमस्कार करतो, त्याला प्रथम नारळ फोडतो, उदबत्ती लावतो आणि मगच कापणी सुरू करतो.

पीक पोसल्यापासून त्याची कापणी होईपर्यंत पक्षी ज्वारीचे दाणे भरपूर खाऊन घेतात. भुईमुगाच्या शेंगांना रानउंदीर लागतात. उसाला कोल्ही लागतात. त्यांनी रानाच्या मध्यावर उसाचा फडशा पाडलेला असतो. रानात पेरू, मिरच्या, अंजीर असतील तर पोपटांचे थवेच्या थवे मुक्कामाला येतात. कच्ची फळं कोठून कोठून वटवाघुळं रात्री येऊन मटकावून जातात. शिवाय प्रत्येक पिकाचे कीड-रोग वेगवेगळे. ते पिकाचे काय करायचे ते करतात. पिकाचे हे आभाळाघरचे वैरी असतात किंवा हक्काचे आयते वाटेकरी असतात. शेतकऱ्याची सतत लूटमार करीत असतात.

शिवाय चुकारीची कुणाची ढोरं, शेरडं, मेंढरं, गाढवं कधी शेतात घुसतील नि त्यावर आडवं तोंड सोडतील याचा नेम नसतो. पूर्वीच्या काळी हरणांचे कळप घुसत. देवाला सोडलेले रेडे, गायी, बैल, बोकड रातभर घुसून पिकं फस्त करत असत. कारण सर्व शेताला कुंपण घालणं शेतकऱ्याला शक्य नसतं.

पिकं सुगीसाठी खळ्यावर आणताना ती प्रथम कापावी लागतात. ठराविक पेंढ्या कापल्या की त्यांतील एक पेंढी कापणाऱ्याला द्यावी लागते. साधारणपणे

शेकडा पाच पेंढ्या हा दर असतो. कणसं खुडणाऱ्या स्त्रियांनाही प्रत्येक दिवशी ठरलेली कणसं द्यावी लागतात. शेंगा काढणाऱ्या स्त्रियांना काढलेल्या शेंगांचा पाचवा किंवा सहावा हिस्सा द्यावा लागतो. या सुगीच्या काळातच बलुतेदारांना त्यांचा त्यांचा ठरलेला हिस्सा द्यावा लागतो. पूर्वी सरकारला याच धान्यातून 'लेव्ही' घालावी लागत असे. मळ्याचा मालक असेल तर त्याला निम्मा हिस्सा जिराईत धान्याचा आणि चौथा हिस्सा बागायती पिकाचा द्यावा लागे. उरलेल्या धान्यात शेतकरी आपले घरदार सालभर निभावून नेत असे.

या सर्व व्यवस्थेत पैशाचा वापर फारच कमी होता. एखाद्या शेतकऱ्याच्या घरी दुभती जनावरे किंवा औताची जनावरे, शेळ्या-मेंढ्या जास्त झाल्या की तो ज्याला गरज आहे त्याला म्हशीचं रेडकू, गायीचं वासरू, शेळीचं करडू किंवा मेंढीचं कोकरू वयोमानानुसार अर्धेलीनं देत असे. म्हणजे ठराविक वर्षांनी (जनावर मोठे झाल्यावर) ते बाजारात नेऊन विकायचे आणि त्याची किंमत दोघांनी ठरल्याप्रमाणे वाटून घ्यायची; किंवा दोघांनी त्याची किंमत करायची आणि ज्यांना ते जनावर हवे त्यांनी त्याची अर्धी किंमत देऊन जनावर स्वत:साठी घ्यायचे. अशी एकमेकांच्या सहाय्याने एकमेकांची जनावरे वाढत असत.

पेरणीच्या वक्ताला एखाद्या शेतकऱ्याकडे बी-बियाणे नसेल तर त्याने दुसऱ्याकडून अशाच पद्धतीने मागून आणायचे. म्हणजे बियाण्याच्या मोबदल्यात त्याच प्रकारचे बियाणे दिडीने, दुपटीने सुगीच्या वक्ताला परत करायचे; किंवा त्याऐवजी काही पटीत त्याला त्याचे साधे धान्य घालायचे, असा व्यवहार होई... पैसे घेऊन विकणे हा शेतकऱ्याला कमीपणा वाटे. धान्यधन हे काळ्या आईचे धन मानले जाई. ते गावात भरपूर वाढावे,गावाची सुगी भरपूर पिकावी, त्यामुळे सगळ्यांनाच भरपूर खाता-पिता येईल, सगळ्यांचेच आत्मे सुखावतील, स्वत:च्या पुढच्या पिढ्यांना भविष्यकाळात त्याची फळे मिळतील, अशी धारणा मनोमनी असे.

लोकसंख्येवर, प्राणीसंख्येवर निसर्गाचंच नियंत्रण असे. लोक किंवा प्राणी आजारी पडले तर वनस्पतींची किंवा वनस्पतीजन्य औषधंच प्रामुख्यानं वापरली जात. त्यांनी जगेल तो जगेल आणि जाईल तो जाईल. त्याचं नशीब त्याच्याबरोबर मानलं जाई. दुसरे उपाय नसत. म्हणून देवावरच्या श्रद्धा, दैवीकृत्ये, नियती यांना सर्वसामान्य माणूस मोठ्या प्रमाणात मानत असे. भय-भीतीपोटी, देवांना प्रसन्न करण्यासाठी नवस बोलले जात. देवाला खूश करण्यासाठी एका मानवी जीवाच्या मोबदल्यात दुसरा पशू बळी रूपाने दिला जाई. सगळ्यांना त्याचे जेवण घातले जाई. सर्वांच्या ठायी असलेले परमेश्वराचेच जीवरूप मानून, त्यांची पोटपूजा करून, त्यांची मन:शांती करून पुण्य मिळविण्याचा प्रयत्न केला जाई. त्यामुळे स्वत:लाही मन:शांती मिळत असे. प्राणीसंख्येवर मर्यादाही पडे.

प्राणीसंख्येवर निसर्ग आणि माणूस या दोघांचे नियंत्रण असे, तसे लोकसंख्येच्या बाबतीत नसे. लोकसंख्येवर निसर्गाचेच मोठे नियंत्रण असे. मुख्यत: पाऊस न पडण्याने दुष्काळ निर्माण होत. पीक पिकत नसे. पाणी मिळत नसे. परिणामी रोग-राई मोठ्या प्रमाणात पसरत. पटकी, प्लेग, हगवणी, मलेरिया, टायफॉईड, क्षय यांसारख्या रोगांनी माणसे मोठ्या प्रमाणात मरत असत. त्यांच्यावर औषधी इलाज फारसे चालत नसत. माणसं पटापट मरत. ती इतकी मरत की, एकाएका घरात नुकत्याच गेलेल्या माणसासाठी शोक करायला, त्याचे तीन-तीन दिवसांचे मरणोत्तर विधी करायलाही कुटुंबातील व्यक्तींना वेळ मिळत नसे. देव आणि दैव यांच्यावर हवाला ठेवून माणसं येईल त्या प्रसंगाला तोंड देत. असहाय्य होऊन मरणाला सामोरी जात... स्वातंत्र्यपूर्व काळात ख्रिश्चन मिशनरी मंडळींनी धर्मप्रसारासाठी याचा भरपूर फायदा घेतला. त्यांच्याकडे सुधारलेली औषधे आणि रोगावरील उपाय असत. त्यांच्या जोरावर ती ग्रामातील सर्वसामान्य माणसांवर इलाज करत. त्यांना बरे करत. 'तुला तुझ्या धर्मातील लोकांनी किंवा देवांनी नाही वाचवले, आमच्या 'येशूने' वाचवले. त्याच्या प्रेरणेनेच आम्ही तुझ्याकडे आलो. त्याच्या प्रेरणेनेच आम्ही तुला औषध दिले. त्यामुळे तू वाचलास. ज्या देवाने तुला वाचवले, त्याची पूजा-प्रार्थना कर. त्याने सांगितलेला धर्माचा मार्ग स्वीकार. तो तुझ्यावर कायमची कृपादृष्टी ठेवेल.' अशा आशयाचे विचार ते सामान्य माणसाला सांगत. त्याचा प्रसाद म्हणून काही खाद्यवस्तू, औषधे, प्रसंगी चरितार्थाचे साधन म्हणून एखादे नोकरीवजा काम त्याला देत. त्यामुळे देव-दैव यांच्यावर मनापासून श्रद्धा ठेवणारी ही माणसं ख्रिश्चन होऊन त्या देवाची पूजा करत, त्याची प्रार्थना करत. ग्रामीण समाजातील खालच्या स्तराकडे ब्राह्मण किंवा इनामदार-पाटील इत्यादी वरच्या स्तरातील लोक पुष्कळदा अनास्थेने, उपेक्षेने पाहात. याचाही मानसिक परिणाम खालच्या लोकांवर होत असे आणि ते संकटकाळी ख्रिश्चन धर्म स्वीकारून मनाला उभारी आणण्यासाठी, जगण्यासाठी बळ आणि आधार मिळवत.

रोगराईनं जशी माणसं पटापट मरत, तशाच बाळंतपणात अनेक स्त्रिया मरत. बाळंतपणं ही घरातच होत असत. मूल आडवे आले, वेणावेदना होऊ लागल्या तर अघोरी उपाय करत. यांत स्त्रिया किंवा मुले दगावत. एवढेच नव्हे तर जन्मलेली मुले बालपणातच मरण्याचे मोठे प्रमाण सामान्य समाजस्तरात असे. माझ्या वडिलांची आठ भावंडे लहानपणीच वारली होती. फक्त दोन भावंडे वाचली होती.

एखाद्या स्त्रीला पुन:पुन्हा सतत मुले होऊन ती बाळंत रोगाने मरत असे. हे एका बाजूला जसे खरे तसे एखाद्या स्त्रीला किंवा पुरुषाला मुले होत नसत. त्यांच्यात काही किरकोळ दोष असत. पण ते निपटण्याचे उपाय त्यावेळी नसल्याने 'देवाची करणी' म्हणून अनेक लोक वैवाहिक जीवनात निपुत्रिक असलेले दिसत.

त्यामुळे जी काही कमी-अधिक तोडकी-मोडकी इस्टेट असे तिच्यासाठी गणगोतातील जवळचा नातलग दत्तक घेण्याचे प्रमाणही मोठे असे.

आजही खेड्यातील साठी-सत्तरीतील अनेक जण काळाच्या पडद्याआड गेलेले दिसतात. त्याच वयातील शहरी माणसांच्या तुलनेने ही माणसे खूपच थकलेली, पोटं खपाटीला गेलेली, हातापायांच्या काटक्या झालेली, जगण्याचा उत्साह संपुष्टात आलेली दिसतात. दारिद्र्य, उपासमार, रात्रंदिवस अतोनात कष्ट, रोग-आजार यांच्याविषयी अज्ञान, वेळीच उपचार न मिळणे, उपचारासाठी जवळ थोडाही पैसा नसणे, देव-दैवावरची अंतिम श्रद्धा इत्यादी अनेक कारणांमुळे आजही ग्रामीण माणसे अधिक दगावताना दिसतात. पूर्वीच्या तुलनेत हे प्रमाण काहीसे कमी असले तरी अजूनही जाणवण्याइतके प्रभावी आहे.

ग्रामजीवनाच्या उघड्या राज्यावरचा शेतकरी स्वतःला राजा समजत असला तरी त्या साम्राज्यावर निसर्गाचे मोठे नियंत्रण होते. निसर्गाच्या अचाट आणि अफाट करणीचा ग्राम-बुद्धीला अन्वयार्थ लागत नसल्यामुळे या ग्रामसंस्कृतीत निसर्गाचा आणि त्याच्याही मागच्या अज्ञात शक्तीचा, परमेश्वराचा, देव-दैवाचा अधिकार मोठा मानला जात होता. त्याला वाकवण्याच्या आधुनिक बुद्धीपेक्षा, त्याला शरण जाण्याची हतबल बुद्धी ग्राम-संस्कृतीत १९६० पर्यंतच्या काळात मोठ्या प्रमाणात होती. परिणामी त्या काळात एखादं तरी खोंड, एखादा रेडा, एखादा बोकड देवाला सोडलेला नेहमी दिसे. गावभर तो हिंडे. रात्री कुणाच्या पिकात घुसून, पोटभर खाऊन सुस्त होई. डोळे मिटून झाडाच्या सावलीत खुशाल रवंथ करत बसलेला दिसे. 'देवाचा' असल्यामुळे शेतकरी त्याला दगडा-काठीने किंवा चाबकाने मारत नसे. हात वर करून हुसकवून लावत असे. त्यामुळे ही देवाची जनावरे 'निर्भय' असत. हळूहळू निघून जात. आता हे चित्र ग्राम-संस्कृतीत दिसत नाही.

या चित्राबरोबरच ग्रामसंस्कृतीत १९६० पूर्वी आणखी एक चित्र दिसे. ग्रामदैवताचे किंवा ग्रामदेवीचे देऊळ नेहमी जिते-जागते, नांदते, माणसांच्या वर्दळीचे दिसायचे. कुणी कुणी कोंबडे, करडू, कोकरू, देवाला सोडलेले असायचे ते नवस फेडण्यासाठी. त्याचा बळी देऊन देवळातच अधून-मधून 'पंगती' झडत असत. तेही चित्र आता जवळ-जवळ नष्ट झालेले दिसते.

ग्रामसंस्कृतीवरचे निसर्गाचे निरंकुश नियंत्रण आता हळूहळू कमी झालेले दिसते. निसर्गाला शरण जाण्यापेक्षा निसर्गाला जिंकण्याकडे नवी ग्रामसंस्कृती झेपावताना दिसते.

◻

माणसाला जगवणारे हात

शेतकऱ्याला जरी आपण रानाचा राजा म्हणत असलो तरी तो मूळात भूमि-सेवक आहे. भूमातेची सेवा करण्यात त्याचे हात सदैव गुंतलेले असतात. त्याच्या हाताला सदैव मातीचा आणि जनावरांच्या शेणामुताचा वास येत असतो. लग्नाला आलेलं पोरगं शेतात कामं नीटपणे करतंय की नाही, याची परीक्षा त्याचा हात हातात घेऊन केली जाते. कामं करणारे त्याचे हात हातात घेतल्याबरोबर ते दणकट पुरुषी आणि भक्कम पकड असलेले वाटतात. गव्हाचा आटा हातात घेतल्यासारखे मऊमऊ लागत नाहीत. हत्यार-औजारावर पकड ठेवून ठेवून त्याला घट्टे पडलेले असतात. तळहात बघताक्षणीच ते घट्टे दिसतात. ते हुंगल्याबरोबर माती, हिरवी पिके, शेण-मूत यांचा घामट-सामट गंध त्याला येतो. अशा मुलाला बिनघोर मुलगी देऊन त्या भूमिपुत्राशी नाते जोडावेसे मुलीच्या शेतकरी बापाला वाटते. भूमातेची सासू म्हणून सेवा करण्यात कृषिकन्येलाही आनंद वाटत असतो.

भूमीची सेवा ही एखाद्या कारखान्यातल्या किंवा ऑफिसातल्या कामगाराच्या किंवा सेवकाच्या कामासारखी यांत्रिक सेवा नसते. यंत्रसेवा आणि सरकारी सेवा ही निर्जीवाची सेवा असते. यंत्राचे निकामी भाग दुरुस्त करता येतात किंवा जुना भाग काढून त्या जागी नवा पार्ट बसवता येतो. काम नसेल तर यंत्र झाकून ठेवता येते. पण काळ्या आईच्या अंगाखांद्यावर वाढणारी पिकं ही तिची लेकरं असतात. त्यांची सेवा ही जित्या-जिवंताची सेवा असते. त्यांची सेवा करताना तान्ह्या बाळासारखं पिकांना सांभाळावं लागतं. त्यांच्या भोवताली खुरपं खुळखुळ्यासारखं खेळवावं लागतं. त्यांच्या बुडांत घालावयाचं खत चमच्यानं दूध घालावं तसं हलक्या हातांनी घालावं लागतं. औषधांची फवारणी विपरीत परिणाम होणार नाही इतकी हळुवार हातांनी करावी लागते. त्यांची वाळलेली पानं अंगातलं अंगडं-टोपडं काढावं तसं सावकाशीनं, अवयव दुखावणार नाही अशा बेतानं काढून घ्यावी लागतात. घिसाडघाई करून भागत नाही. ही सेवा दाई जशी एखाद्या आजाऱ्याची करते किंवा आई जशी एखाद्या बाळाची वत्सल भावनेनं करते, तशी करावी लागते. म्हणूनच

कोवळ्या पिकांच्या पहिल्या भांगलणीला 'बाळ भांगलण' असंच नाव आहे.

या सेवेसाठी कामाची कितीतरी प्रकारची, तऱ्हेतऱ्हेची हत्यारं तयार केलेली असतात. शेतकऱ्याच्या मागणीप्रमाणं लोहार, सुतार, चांभार, मांग ती त्याला बनवून देत असतो.

लोहार त्याला निदान तीन प्रकारची खुरपी तयार करून देतो. बाळभांगलणीसाठी लागणारं खुरपं तसंच नाजूक असावं लागतं. ते अंगानं छोटं असलेलं बरं पडतं. कारण अगदी लहान असलेल्या पिकाची मुळंही तितकीच लहान आणि कोवळी असतात. त्यामुळं त्यांच्याभोवती नुकत्याच भुईतून वर येणाऱ्या तणाच्या बुडात छोट्या खुरप्याची तितकीच टोकदार पण नाजूक टोच घालून ते तण तिथल्या तिथं चिमटीनं काढून घ्यावं लागतं. तेवढ्याच नाजूकपणानं नाजूक पिकाच्या भोवतीनं खुरपं खेळवून भोवतालची माती अगदी थोडी थोडी, कोवळ्या पिकावर पडणार नाही, उडणार नाही अशा बेतानं, खुरप्याच्या आधारानं मऊ करून घ्यावी लागते. ती तशी केली की बाळपिकांना आवश्यक तेवढं पावसाचं पाणी ती धरून ठेवते आणि त्या पाण्यावर त्याचं संगोपन करते.

बाळपिकं हळूहळू मोठी होतात. हातभर वाढतात. त्यावेळी त्यांच्या काकऱ्यांतून कोळपी चालवावी लागतात. ही कोळपी एकाच वेळी दोन कामं करतात. काकरीत उगवणारं तण कोळपून उलटं करून टाकतात आणि वाढ धरलेल्या पिकाच्या मुळात माती सारून त्याला आधार देतात. त्यामुळं पिकं नीटपणे उठाव घेतात, कलत नाहीत. तिरकी वाढत नाहीत.

एखादी कोळपण अशी झाली की मग भांगलणीसाठी नेहमीची मध्यम आकाराची खुरपी वापरली जातात. ही छोट्या खुरप्यापेक्षा थोडी मोठी असतात. छोट्या खुरप्याला दातऱ्या पाडलेल्या नसतात. त्याची फक्त टोच टोकदार नि नाजूक असली की काम भागतं. पण मध्यम आकाराच्या खुरप्याला थोडी दणकट टोच असावी लागते. आतल्या बाजूला त्याला दातऱ्या पाडलेल्या असतात आणि बाहेरच्या बाजूला बडवून थोडीशी धार आणलेली असते. कारण पिकं गुडघ्याएवढी आली की त्याच्या तळाकडून वाळत जाणारी पानं तिथल्या तिथं खुरप्यानं कापून-छाटून घ्यावी लागतात. पिकं मोठी झाल्यानं त्यांच्या भोवताली पावसाचं किंवा पाटाचं पाणी भरपूर मुरावं-जिरावं लागतं. म्हणून पिकाभोवतालची बरीच माती किंवा सगळी काकरीच मऊ करून घ्यावी लागते. बाळभांगलण ही तण वरती दिसलं रे दिसलं की करावी लागते. पण नंतरच्या भांगलणी तण उंच वाढल्यावर करतात. कारण पुन:पुन्हा कमी अंतरानं वरचेवर भांगलणी करणं शेतकऱ्याला आर्थिकदृष्ट्या परवडत नाही. उंच वाढलेलं तण टोची बुडात घालून काढण्यापेक्षा खुरपूनच भराभर काढता येतं. त्यासाठी मध्यम आकाराची चपटी खुरपी खुरपणीला अधिक उपयोगी पडतात.

पिकं आणखी वाढतात. ती जून होऊन पोसवतात. अशा पिकातली न पोसवलेली किंवा न पोसवणारी रोगट कमजोर धाटं काढून टाकावी लागतात. त्यामुळं पोसवणाऱ्या धाटांची वाढ चांगली होते; शिवाय न पोसलेली धाटं काढून जनावरांना वैरण, चारा म्हणून खायला घालता येतात. जनावरं ती आवडीनं खातात. अशी धाटं तासलून काढण्यासाठी फरद्या खुरप्यांचा म्हणजे मोठ्या दणकट खुरप्यांचा उपयोग केला जातो. त्यामुळं धाटं तासलून काढणं सोपं जातं. मात्र गवत, तूर इत्यादी कापण्यासाठी विळेच लागतात. ऊस तोडण्यासाठी कोयते, छोट्या कुऱ्हाडी लागतात. झाडं तोडण्यासाठी आणखीनच वेगळ्या कुऱ्हाडींची गरज असते. माती उकरण्यासाठी टिकाव-कुदळींचा तो वापर करतो, तर ती गोळा करून भरण्यासाठी खोऱ्या-फावड्यांचा उपयोग करतो. अशी लोहारानं तयार केलेली अनेक साधनं तो वापरत असतो.

पिकांची निगा करताना खुरपी जशी उपयोगी पडतात तशी पेरणी-लावणीसाठी मोकळ्या रानाची मशागत करताना कितीतरी प्रकारची औतअवजारं वापरावी लागतात. ही सगळी अवजारं सुतार करून देत असतो. रानात पक्व झालेली पिकं सुगीसाठी काढली की, दुसरी पिकं घेण्यासाठी रानाची पुन्हा मशागत करावी लागते.

रानालाही एक स्वभाव असतो. तांबूळ मातीचं रान असेल तर त्याची मशागत करायला फार कष्ट पडत नाहीत. भराभर नांगरणी, कुळवणी करता येते. कारण ते रान नांगरणी करताना ढेकळं धरत नाही. धरले तरी आठ-दहा दिवसांत ऊन खाऊन ढेकळे ठिसूळ होतात नि कुळवाखाली फुटून जातात. पण काळ्या, चिकण मातीचं रान असेल, तशात त्यात उसाचं पीक घेतलेलं असेल तर त्या रानाची नांगरणी फार दमवते. सहा-सहा, आठ-आठ बैलांचा लोखंडी नांगर घालावा लागतो. रान नांगरताना मोठे मोठे ढेकूळ तयार होतात. त्यांना कितीही दिवस उन्हात ठेवले तरी रानात 'दिंड' घालूनच ते फोडावे लागतात. प्रसंगी मोठे ढेकूळ माणसं लावून फोडावे लागतात. दिंड पुन:पुन्हा फिरवून महाप्रयत्नांनी ढेकूळ फोडले की मगच त्यात 'कुळव' घालावा लागतो. कुळवाने रान सपाट, मऊ करता येते. छोटी ढेकळे त्याखाली फुटून त्याची माती होते. शिवाय, मे-जून मध्ये पडणाऱ्या पावसाने रानात 'इरडा' फुटलेला असतो; म्हणजे तण उगवू लागते. तेही कुळवामुळे काढून टाकले जाते. ज्वारी-बाजरीची धसकटं किंवा सड आणि उसाची मुळकांडं किंवा खोडवी कुळवामुळं मोकळी होतात. ती वेचून रानाला न्याहार (म्हणजे पेरणीयोग्य) करावे लागते.

रानात भात, ज्वारी, सावा, वरा जे काही पेरायचे असेल ते कुरी (सहाफणी), हाडगी (चारफणी), किंवा तिफण (तीनफणी) यांनी पेरावे लागते. पिकाच्या दोन

रांगांतील अंतरावरून हे अवजारांचे प्रकार केलेले असतात. पश्चिम महाराष्ट्रात पुष्कळ ठिकाणी पाऊस व रान यांचे प्रमाण आणि कस बघून भाताची लावणी न करता पेरणीही केली जाते.

मुख्य पिकात पोट-पीक घेण्यासाठी या अवजारांना मागे 'मोगणा' अडकवून त्यातूनही बियाणे मोगले (पेरले) जाते. काही पिकांची बियाणे पेरण्याऐवजी टोकणली जातात. पेरणीचे किंवा टोकणणीचे काही फायदे आणि काही तोटे असतात. रानाचा कस, मातीचे स्वरूप ओळखून रानात बियाणाची पेरणी करायची का टोकणणी करायची हे शेतकरी ठरवीत असतो.

पेरणी झाली की पक्ष्यांना, उंदरांना मातीतील बियाणाचा मागोवा घेता येऊ नये म्हणून पेरणी झालेल्या रानावरून 'फेसाटी' मारली जाते. तिच्यामुळे रानातल्या पेरणीच्या सर्व खुणा बुजून जातात.

पेरणी करताना पेरक्या ओटी बांधून तिच्यात बियाणं घेऊन पेरत असतो. पेरणी संपली की किंवा दिस बुडला की पेरक्याच्या ओटीत शिल्लक असलेल्या बियाणाची एक एक मूठ, ते औजार ओढणाऱ्या बैलांना हातांनी खाऊ घातली जाते. टोकणणी करणाऱ्या रोजगारी स्त्रियांच्या ओटीत पेरणी संपल्यावर जे बियाणे शिल्लक राहते ते त्यांना तसेच दिले जाते. ते परत काढून घेणे अशुभ मानले जाते. रोजगारी स्त्रिया त्यामुळे खूष असतात. त्यांना काम करायला उत्साह वाटतो.

जिराईती पिकांना पावसाचे पाणी मिळते तर बागायती पिकांना विहीर, पाट, कालवे यांचे पाणी द्यावे लागते. पाऊस वेळेवर पडला नाही तर प्रसंगी त्यांनाही मोटेचे किंवा पाटाचे पाणी द्यावे लागते. 'मोट' हे साधन चांभार करून देतो. मोटेची पागणे, बैल शिवळेला जुंपण्यासाठी 'जुंपण्या', किंवा गाडीला जुंपण्यासाठी सापत्या, बैलांच्या म्होरक्या, त्यांना दबवण्यासाठी चाबूक (आसूड) तसेच शेतकऱ्याच्या वहाणा चांभार पुरवतो. शिमग्यासाठी मुलांना टिमक्या मढवून देतो. तसेच शेतकऱ्याच्या घरी डीम, हलगी यासारखे वाद्य असेल तर तेही मढवून देतो. औताच्या बैलांवर नियंत्रण ठेवण्यासाठी कासरे, त्यांना बांधण्यासाठी दावी, पेंडकी, मोट ओढण्याचे नाडा व सोंदूर, भरल्या गाड्या आवळण्यासाठी दोऱ्या, सटरफटर कामासाठी चऱ्हाटे पुरवण्याचे काम मांग हा बलुतेदार करत असतो. ही सर्व शेतकऱ्याची साधनेच असतात. बलुतेदारांच्या द्वाराच शेतकऱ्याचे हात शेतात हालत-चालत असतात. त्यांना यांचा मोठा आधार असतो. शेतकऱ्यांच्या हातांची ते जणू वाकबगार बोटे असतात.

शेतकऱ्याला शेती करण्यासाठी पाण्याची सतत गरज असते. पाऊस प्रमाणशीर आणि वेळेवर लागला तर त्याला जिराईती पिके घेता येतात. पाऊस वेळेवर नाही लागला तर पिकांबरोबर शेतकऱ्याच्या घरादाराचा जीव जाण्याची केविलवाणी वेळ

येते. त्याचे अडाणी, भाबडे, निसर्गावर विश्वास ठेवणारे, पावसाला श्रद्धेने वरूणदेव, वरूणराजा मानणारे मन मग पावसाची पूजा करते, करुणेने त्याला आळवते, गावच्या देवाला पाऊस लागेपर्यंत पाण्यात बुडवून ठेवते.

पण ही जलदेवता त्याला प्रत्येकवेळी प्रसन्न होईलच असे नाही. म्हणून तो भूमीच्या पोटातील पाण्याचा शोध घेतो. शेती पिकवण्याचे त्याचे ते अतिमहत्त्वाचे साधन किंवा हत्यार असते. म्हणून भूमीच्या पोटातील विहीर हा शेतीचा आत्मा मानला जातो.

सर्वसामान्य मध्यमवर्गीय माणसाला 'विहीर' ही एकाच प्रकारची असते, असे वाटते. विहिरीचेही चार-पाच प्रकार असतात, हे त्याला माहीत नसते. शेतकऱ्याच्या दृष्टीने 'विहीर' ही एकमोटेची असते. एखादी मोठी विहीर असते. तिच्या भोवताली दोन-चार मोटा असतात. तेवढ्या चालण्याइतके तिला जोरकस झरे असतात. ती रुंदीला भरपूर असते. तिला तो बावी, बाव किंवा बावडी म्हणतो. पुष्कळ वेळा नदीच्या किंवा वाहत्या ओढ्याच्या काठी त्याने एक खड्डा काढलेला असतो. त्यात नदी-ओढ्याचे पाणी आपोआप येते. हा खड्डा मोट बुडेल किंवा ती बुडकी मारू शकेल एवढाच खोल असतो. त्याला तो 'बुडकी' म्हणतो; विहीर म्हणत नाही.

कित्येक वेळा हा खड्डा नदी-ओढ्यापासून लांब अंतरावर असतो. त्यात नदी-ओढ्याचे पाणी पाटाने वाहत येऊ शकत नाही. मात्र ते झिरपून झिरपून येऊ शकते. तो खड्डा बुडकीपेक्षा मोठा असतो. त्याला शेतकरी 'कुवा' म्हणतो. विहिरीचा 'आड' नावाचाही एक प्रकार आहे. आडाचे पाणी प्रामुख्याने माणसांना पिण्यासाठी वापरतात. ते पाणी माणसेच वर खेचतात. आडाचे पाणी शेतीसाठी सहसा वापरले जात नाही. शेतकऱ्याच्या दृष्टीने हे विहिरीचे प्रकार महत्त्वाचे असतात. त्यानुसार बागायती शेती किती करायची हे निश्चित होत असते.

शेतकऱ्याची शेती अशा शेकडो हातांनी चाललेली असते. हे हातच शेतीची संस्कृती जन्माला घालतात. त्या खऱ्याखुऱ्या सर्जनशील हातांमुळेच अन्नधान्याची निर्मिती होते आणि पांढरपेशे, उच्चवर्गीय, श्रीमंत, कारखानदार, मध्यमवर्गीय, सर्व शहरवासी यांना अन्न मिळू शकते. पोटाची चंगळ करता येते. माणसं जगू शकतात.

□

मातीत उगवणारी मुलं

एखाद्या मध्यमवर्गीय पांढरपेशी कुटुंबासारखं शेतकऱ्याचं कुटुंब नसतं. मध्यमवर्गीय कुटुंबाचा कर्ता नोकरीत असतो. क्वचित त्याची पत्नी हीही नोकरीत असते. पति-पत्नी जर वेगवेगळ्या कार्यालयात कामे करत असतील तर त्यांचे त्यांचे प्रश्न, समस्या, मानसिकता भिन्न भिन्न असतात. नोकरी हेच चरितार्थाचे मुख्य साधन असते. त्यामुळे ते प्रश्न व समस्या मुख्य स्थानी असतात. त्या प्रथम सोडवणं महत्त्वाचं असतं. त्यामुळे त्यांचा ताण, चिंता घरी आल्यावरही मनावर प्रभाव ठेवून असतात आणि ते पति-पत्नींनी स्वतंत्रपणेच सोडवावे लागतात. त्यांची केवळ चर्चा करण्यापलीकडे पति-पत्नींना एकमेकांची मदत फारशी होऊ शकत नाही. या शिवाय कौटुंबिक प्रश्न, समस्या या वेगळ्याच असतात. मध्यमवर्गीय कुटुंबातील मुले आपआपल्या शाळांच्या अभ्यासात रमलेली असतात. त्यांना आई-वडिलांची अभ्यासात फारशी मदत होईलच असे नाही. म्हणून ती आपला अभ्यास आपणच करत असतात. फार तर शिकवणीला जातात. त्यामुळे ती आई-वडिलांपासून मनाने काहीशी दूर, स्वत:मध्ये; स्वत:च्या विश्वामध्ये रमलेली असतात. नकळत आई-वडिलांपासून सुटी सुटी होत चाललेली असतात.

शेतकऱ्याचं कुटुंब असं नसतं. या कुटुंबातला कर्ता, त्याची पत्नी, त्याची पोरंबाळं सतत बरोबरच असतात. सगळीच बरोबरीनं शेतात कामं करतात. सतत बरोबरीनं कामं करत असल्यानं कुटुंबातील घटकांमध्ये सुटेपणा येत नाही. वैयक्तिक पातळीवर वेगवेगळे ताण निर्माण होत नाहीत. कुटुंबातील घटक (म्हणजे माणसे) एकमेकांना मानसिकदृष्ट्या घट्ट बिलगून असतात. प्रश्न, समस्या, मानसिक ताण असतील तर सगळ्या कुटुंबावरचे किंवा कुटुंबाचे असतात. एकमेकांच्या विचारविनिमयाने त्या प्रश्न-समस्यांना ते सर्व कुटुंब एकत्र मिळून भिडते आणि त्याचे निराकरण करते. या मूलभूत भेदामुळे ग्रामसंस्कृतीतील कुटुंब हे शहरी, मध्यमवर्गीय संस्कृतीतील कुटुंबापेक्षा मानसिकतेनं वेगळं असतं.

१९६० पर्यंत संततिनियमनाचा प्रभाव ग्रामीण भागातील सामान्य जनांवर

नव्हता. मुलं सामान्यत: स्वाभाविक रीत्या जन्माला येत होती. त्यांच्या जन्मासंबंधी नियोजन वगैरे नव्हतं. मातीत पेरलेल्या बियाण्यासारखी ती उगवत-जन्मत होती. त्यामुळं एकेका घरात पोराबाळांचं लेंढार दिसत असे. प्रत्येकाला काही ना काही काम वाटून दिलं जात असे. पाच-सात वर्षांची पोरं झाली की, त्यांना शेरडं चारण्याचं काम साधारणपणे दिलं जाई. घरात एक-दोन शेळ्या असल्या की त्यांचं दूध घरच्या मुलांना पुरं पडतं. विशेषत: लहान मुलांना ते दूध मानवतं. शेरडांपासून होणारी करडं मोठी करून विकता येतात. त्यांच्यासाठी काही खास चारा विकत आणावा लागत नाही. म्हणून गरीब कुटुंबं शेरडं पाळतात.

पोरगं दहा-बारा वर्षांचं झालं की, त्याची बदली शेरडांकडून गुरं-ढोरं राखण्यावर होत असे. गुरं-ढोरं सामान्यत: माळाला चारावी लागतात. कोकण सोडलं तर महाराष्ट्राच्या ग्रामीण विभागात भरपूर माळरान आहे. गुराढोरांचं पोषण बहुधा या माळावरच्या पावसाळी चाऱ्यावरच प्रामुख्यानं होतं.

मुलांचा गुरं राखणीचा काळ आनंदाचा असतो. निवांतपणे गुरं माळाला चरत असतात. अनेक मुलं आपापल्या घरची किंवा राखोळीची गुरं घेऊन माळाला येत असतात. दिवसभर गुरं चारायची आणि संध्याकाळी पाच-साडेपाचच्या सुमारास ती घेऊन घरी जायचं... या काळात ही गुराखी मुलं अनेक खेळ मांडत असतात. माळाच्या काठावर किंवा माळावर एखादं झाड असेल, तर झाडकाठीचा खेळ ती खेळत असतात. झाड नसेल किंवा ते चढण्यायोग्य नसेल तर 'काठी-कोलवणी'चा, विटी-दांडूचा खेळ ते खेळतात. त्याचा कंटाळा आला की गोट्या, फरदे, बैदूल यांचा खेळ खेळतात. जोडीला हुतुतू, आट्यापाट्या, लंगडी हे खेळही असतातच. त्यांच्या या खेळात नाना प्रकार आणि गंमती असल्या, तरी एक गोष्ट जाणवते की आपल्याबरोबर किंवा माळावर सहज उपलब्ध असलेल्या साधनांचाच मुलं खेळण्यासाठी वापर करतात. 'झाड-काठी', किंवा 'काठी-कोलवणी' या खेळांसाठी ती आपल्या गुरं राखणीच्या काठ्यांचा उपयोग करतात. गोट्या सहजपणे खिशातून नेता-आणता येतात. 'फरदे' म्हणजे तळहाताएवढ्या दगडांच्या चिपा असतात. 'बैदूल' हे दगडांनाच दुसऱ्या दगडाने घडवून गोल आकार दिलेले दगडच असतात. आट्यापाट्या, लंगडी, हुतुतू यांना भरपूर मोकळा माळ असतो. शिवाय माळावर उगवलेल्या छोट्या गवतावर खेळण्यास फार मजा येते. पायांना त्याचे मऊ मऊ स्पर्श सुखावत असतात, गुदगुल्या करत असतात. त्यामुळे खेळताना चेतना मिळते. संध्याकाळ कधी होते याचा पत्ता लागत नाही.

माळाच्या काठाने पिकांची रानं लागतात. त्या रानांत विहिरी असतात. निदान एखादी तरी विहीर असते. माळावर एखादं तळं असतं, किंवा एखाद्या बाजूनं ओढा वाहत असतो. अशा वेळी पाटाचं, विहिरीचं, ओढ्याचं किंवा तळ्याचं पाणी

ढोरापोरांना पुरेसं होतं. दुपारच्या भाकरीसाठी, तहानेसाठी हे पाणी दोन्हींनाही जवळ करावंसं वाटतं. ओढा, तळं असेल तर म्हशी घटकाभर दुपारी पाण्यात सुखानं बसतात... संध्याकाळ झाली की 'वनगाईच्या वासरा । सोन्या माझ्या तू लेकरा । उशीर झाला, चल भरारा ।।' अशी गाईगुरांवरची गाणी म्हणत, त्यांना बाहत गुराखी पोरं खिल्लार घेऊन घराकडं वळतात.

वय वाढत जाईल तसं खालचं भावंड गुरं राखण्याजोगं होतं नि वरचं भावंड शेतावरची कामं करायला जाऊ लागतं. तेरा-चौदा वयवर्षांचा हा काळ असतो. वडिलांची न्याहारी घेऊन मळ्याला जाणं, प्रसंगी सुगीच्या काळात वडिलांबरोबरच शेतावर वस्ती करणं, पोसवलेल्या पिकांवर पडणारे पाखरांचे थवे गोफणीनं फटकावून उडवून लावणं, जनावरांसाठी गवत कापून ठेवणं, उसाचा हिरवा पाला कापणं, बाटूक काढणं, गोठ्यातलं शेणघाण काढणं असली कामं या वयात करावी लागतात.

या वयातलं सगळ्यात कंटाळवाणं काम म्हणजे पिकाला पाणी पाजण्याचं. विशेषत: उंच उसाच्या फडात पाणी पाजताना नको नको वाटतं. उंच फडात भुतासारखं एकटं एकटं वाटतं. सकाळी सात ते साडेअकरा आणि दुपारी तीन ते सात असं चार चार तास गच्च फडात एकटंच उभं राहायचं. वाकुरी भरली की दारं मोडून दुसऱ्या वाकुऱ्याला पाणी न्यायचं. पाण्यात सारखे हात-पाय घातल्याने ते उकमरून जातात, पायांना खत-रोग होतो, सर्दी-पडसं होण्याचा आणि ते कायमचं होण्याचा धोका असतो. एकटंच अबोल असल्यानं पेंग, झोप, कंटाळा येऊ लागतो. स्वत:शीच किती बोलायचं, विरंगुळ्यासाठी स्वत:शीच किती गाणी म्हणायची, तशात अचानक दिसणाऱ्या कोल्ह्याचं, आश्रयाला आलेल्या सापाचं, किंवा जमिनीच्या भळीतून पाणी गेल्यावर बाहेर पडणाऱ्या विंचवाचं भय सतत एकट्या जीवाला वाटतं.

त्यापेक्षा मोट मारावीसं वाटतं. कारण मोटेच्या धावेवर माणसं येत-जात असतात. ज्यांच्याकडं फक्त कोरडवाहू जमीन आहे ते शेतकरी विरंगुळ्यासाठी चिलीम ओढायला, पान खायला, न्याहारी करायला, गुरांना पाणी पाजायला धावेवर येतात. घटकाभर इकडतिकडच्या गप्पा मारतात. कुणी शेजारीण धुणं धुवायला येते किंवा घरातली माणसं अधूनमधून धावेवर येतजात असतात. धावेवरून आसपासचा परिसर, माणसं, जनावरं, पिकं दिसत असतात. त्यामुळं बरं वाटतं.

पण मोट मारता येणं सोपं नसतं. नाड्यावर बसताना तोल सावरता येणं आवश्यक असतं. तो जोवर सावरता येत नाही, तोवर मोट हाकता येत नाही. बैलांना मागं सारताना कासरा ओढून ओढून हात बखोट्यात दुखू लागतात. दिवसभर धावेवर चालून चालून सांजेचं पाय दुखू लागतात. विहिरीचं पाणी खोल

गेलं असेल तर झपाट्यानं बैल दबवावे लागतात. त्यामुळं मोटा भराभरा पाटात ओतल्या जातात. सोंदूर तुटला तर चिलबिलून जोडता यावा लागतो. मुख्य म्हणजे बैलांना मोटक्याचा दरारा वाटावा लागतो. तरच बैल भराभरा हालचाली करतात, त्यामुळं पिकाला भरपूर पाणी जातं. पण अशा बारा-चौदा वर्षांच्या पोरांना बैल दाद देत नसतात. म्हणून वडील किंवा थोरला तरुण भाऊ अशा पोराला मोट हाकायचं काम देत नाहीत.

मात्र उन्हाळ्यात रानात कुळव मारायला, खताची गाडी हाकायला मिळते. ही कामं उत्साह वाढवणारी असतात. याच वयात बैलांना जवळ जाऊन धरायला शिकवलं जातं. पुष्कळ वेळा बैल मारके, तापट असतात. ते अशा पोरांना जवळही येऊ देत नाहीत. त्यामुळं त्यांना वेळोवेळी चारा-पाणी घालून, त्यांच्या अंगावरून प्रेमाचा हात फिरवून, कुठंतरी चिकटलेली तांबू किंवा गोचीड हळूच काढावा लागतो. मग बैल जवळ येऊ देतात...

हा सगळी कामं मोठी माणसं छोट्या पोरांना शिकवत असतात. त्यांना हळूहळू यांत तयार करून घेत असतात. या कामांसाठी पोरांना हळूहळू कामातील धाडस आत्मसात करावं लागतं. कष्ट भरपूर असतात. शेत कामं करण्यासाठी अंगात भरपूर ताकद असावी लागते. त्यासाठी शरीर कमवावं लागतं. अंग चपळ ठेवावं लागतं. म्हणून गायी-म्हशीचं दूध शेतकरी आपल्या पोराला देत असतो. तालीम, जोर-बैठकांचा व्यायाम करायला त्याला प्रवृत्त करतो. मर्दानी खेळ खेळण्यास शिकवतो. कारण मुलगा हा घरादाराचा, शेताचा मानसिकदृष्ट्या मोठा आधार असतो. घरात त्याचं स्थान अढेमेढीसारखं मध्यावरचं असतं.

या वयातल्या कृषिकन्यांचंही असंच असतं. नऊ-दहा वर्षांच्या होईपर्यंत त्या आपली लहान भावंडं सांभाळत असतात. त्या नंतरच्या दोन-तीन वर्षांत स्वैपाकात आईला मदत करतात. स्वत: स्वैपाक करायचं शिकून घेतात. घरात मुलगा नसेलच तर त्यांनाही गुरं-ढोरं राखावी, चारावी लागतात. प्रसंगी पिकाला पाणी द्यावं लागतं. या कामांमुळं त्यांच्या आयांना मोकळीक मिळते. त्यांना शेतातली खुरपण, भांगलण, गोवऱ्या थापणं, भाजीपालादी माळवं काढून बाजारला नेणं, गुरांच्या धारा काढून रतिबाचं दूध घालणं, घरच्या माणसांचे कपडे धुणं इत्यादी कामं स्त्रियांना करावी लागतात.

मुलं जशी गुरं राखत माळाला खेळतात, तशा मुलीही पोरं सांभाळत एकत्र जमून नाना प्रकारचे खेळ खेळतात. गौरीपंचमीचे सणाचे दिवस, विशेषत: दिवाळीचे दिवस त्यांच्या आनंदाचे असतात. या काळात त्यांना भरपूर खेळता येतं. या सणांना घरात नवे कपडे येतात, नवी धान्ये आल्याने चवीचे पदार्थ करून खाता येतात. त्यामुळे हे दिवस घरादाराच्या आनंदाचे असतात. मुली पंधरा-सोळा वर्षांच्या झाल्या

की, त्यांच्यासाठी 'जागे' शोधणं सुरू होतं. आईवडिलांच्या घरातील त्यांचा शेर संपत आल्याचं ते लक्षण असतं. तिला 'या घरचं' पोरवय संपवून 'त्या घरचं' बाईपण स्वीकारायचं असतं. त्यासाठी तिची आई तिला खास शिक्षण देत असते. चालावं कसं, बोलावं कसं, वागावं कसं, बसावं कसं याचे धडे तिला आईकडून कळत न कळत मिळू लागतात. ती मुग्ध होत जाते.

शहरातून खेड्यात गेलं की एक चित्र ठळकपणे लक्षात येतं. शेतकऱ्याची मुलं-मुली मातीत उगवल्यासारखी वाटतात. त्यांचा संबंध सतत मातीशी असतो. ती सतत मातीशी खेळतात. मातीची भांडी करून ती संसार मांडतात, मातीचे बैल करून, तुरकाट्यांची मोटवण करून, गणकाट्याची गाडी किंवा औत करून ती खेळत असतात. मातीतच बसत असतात, मातीतच त्यांना कामं करावी लागतात. उन-पावसात उघड्यावरच त्यांना कामं करावी लागत असल्यानं त्यांचे चेहरे, त्यांची अंगं रापून गेलेली असतात. त्यामुळे त्यांचे देहही दगडा-धोंड्याचे किंवा मातीचेच केल्यासारखे दिसतात. मातीतून उगवल्यासारख्या दिसणाऱ्या या मुलांच्या बाबतीत,

'माती असशी, मातीत जगशी,
तुझी रे माता माती ।
माती होऊन, मातीत जाशी,
तरी तुला प्रिय माती ।'

हे मातीचित्र खरे वाटते.

□

रान-मळ्याचं घर

मध्यमवर्गीय, पांढरपेशा कुटुंबाचा घर हा आत्मा असतो. कार्यालयात किंवा संस्थेत, कंपनीत काम करून कधी एकदा घरी जाईन असं त्याला वाटतं. त्याचं घर सुसज्ज असतं. आल्यागेल्याचं स्वागत करायला त्यात हॉल असतो. हॉलमध्ये बोलण्या-बसण्यासाठी विविध प्रकारच्या आरामदायी बैठका, खुर्च्या, तक्के, दिवाण असतात. खालती जमिनीवर सुंदर मॅटिंग किंवा देखण्या गुळगुळीत टाईल्स असतात. वरती वारा घालणारा पंखा असतो. डोळ्यांना व मनाला प्रसन्न करणारी चित्रे, रंगीबेरंगी पडदे, प्रदर्शनीय वस्तूंची जागोजागी मांडणी असते. जेवायला डायनिंग टेबल व खुर्च्या, शयनगृहात मऊ मऊ गाद्या, लेखनासाठी सोयीचे दिवे, प्रकाशासाठी अलिशान खिडक्या, प्रत्येक कुटुंबघटकाला वेगवेगळ्या जागा, अशी सर्व सोयींनी युक्त रचना असते. त्यामुळं कुटुंबाला घर हे खास आपलं 'छानदार घरकुल' वाटत असतं. तेवढी भूमी खास त्याची असते. त्यासाठी तो अर्धी-अधिक हयात घालवून ते तयार करून घेतो.

शेतकऱ्याचं घर असं घरकुल वगैरे नसतं. ती एक सावली, निवारा किंवा फार फार तर एक छप्पर असतं. रात्री विश्रांतीसाठी येऊन पडण्याची एक जागा असते. त्याला हॉल, दिवाणखाना, शय्यागृह, स्वैपाकगृह असं काही नसतं. निरनिराळे जाबते असतात. सोपा, मधघर, जेवणाची खोली आणि सगळ्यांत शेवटी गुरांचा गोठा असतो. सोप्यात किंवा मधघरात भिंतीकडेला किंवा घडवंचीवर धान्याची पोती रचलेली असतात. खुंटीवर कासरे, काढण्या, दोऱ्या अडकलेल्या असतात. एखाद्या खोपड्यात उपडी करून मोट ठेवलेली असते. माळ्यावर शेतकीचा बारदाना असतो. मागे गुरंढोरं बांधलेली असतात. अडदणीवर अंथरुणं-पांघरुणं टांगलेली असतात. खुंट्यांवर कुडती, लुगडी, धोतरं, फेटे गुण्यागोविंदानं एकमेकांना समभावनेनं बिलगून बसलेली असतात. शेवटी शेवटी एक न्हाणी असते. परड्याचं दार झाकून तिथंच आंघोळी-पांघोळी उरकून घ्यायच्या असतात. संरक्षणाच्या दृष्टीनं भिंती बांधलेल्या असल्यानं त्यांना खिडक्या शक्यतो नसतात. जेवणघराला मात्र एखादी

छोटीशी खिडकी उजेड येण्यापुरती असते. एरवी छपराच्या सान्यातूनच उजेड येण्याची व्यवस्था केलेली असते. माणसं जमिनीवर बोऱ्या, घोंगडं, गोणपाट अंथरूनच बसतात. प्रसंगी त्यावरच निजतात. टेकायला धान्यानं भरलेली पोती असतातच. ती नसतील तर भिंत हाच तक्क्या असतो. शरीरकष्ट करणाऱ्याला पोट सुटत नसल्यामुळं तक्क्याची सहसा गरज नसते. नुसत्या गप्पा मारायला शक्यतो कुणी येत नाही. आले तर चिलीम, विडी ओढून कामाला जातात. कारण त्यांची कामं सततच चाललेली असतात. त्यांना काळ-वेळ नसतो. सुटी नसते की कामांची कार्यालयीन वेळ नसते. दीस उगवायला जुपी आणि तो मावळला की सुटी. त्यामुळं गप्पा मारत गावात बसणं हे चुकारपणाचं किंवा उडाणटप्पूचं लक्षण शेतकरी मानतो... गावातल्या एखाद्या पिंपळाच्या पारावर किंवा देवळाच्या ओट्यावर अशांचं एखादं गावटोळकं प्रत्येक गावात दिसतं. चकाट्या मारत ते बसलेलं असतं. त्याला प्रतिष्ठा अशी नसते.

गावात घर ही बाब शेतकऱ्याच्या दृष्टीनं प्रामुख्यानं निवाऱ्याची, तीही रात्रीच्या निवाऱ्याची, त्यातल्या त्यात पुन्हा बायका, पोरं, म्हातारी-कोतारी यांच्या आसऱ्याची असते. शेती बागायती म्हणजे विहिरीवरची असेल तर मोठ्या पुरुषांना रानावरच वस्ती करणं अनेक दृष्टींनी सोयीचं जातं. जिराईती असेल तर पिकं येतील तसं राखणीसाठी राहावं लागतं.

मात्र काही विशिष्ट काळात घराची कळा बदलून जाते. विशेषतः मुला-मुलीला बघायला कुणी येणार असेल तर घराचं रूप पालटून जातं. मुलाचं किंवा मुलीचं लग्न असेल तर घर विशेष सजवलं जातं. दिवाळीत घराची कळा बदलून गेलेली असते.

ग्रामसंस्कृतीत लग्नाला आगळं महत्त्व आहे. खेड्यातील शेतकऱ्याच्या घरचं लग्न हे जणू गावाचं लग्न असतं. गावातल्या बहुसंख्य बलुतेदारांचा त्यात सहभाग असतो. नात्यागोत्यातल्या नि गल्लीतल्या घराघरातल्या बायका धान्याची निवड-पाखड करण्यासाठी, सेवया, पापड, सांडगे, कुरडया करण्यासाठी येतात. 'हळद दळणे' हा तर स्त्रियांचा एक समारंभच असतो. जळणासाठी लाकडं फोडण्यात बलुतेदार, मांग-महार यांना विनंती केली जाते. वऱ्हाड नेण्याआणण्यासाठी सुताराकडून गाडी दुरुस्त केली जाते. चांभाराकडून बैलांसाठी गोंडेदार चाबूक मिळतो, मांग नवे रंगीत कासरे देतो. चाट्याकडून लग्नाचे नवे कपडे खरेदी केले जातात. तराळ चुना आणि काव यांनी घर रंगवून, नटवून देतो.

लग्नाच्या निमित्तानं घरच्या पुरुषाकडचा आणि बायकोकडचा गोतावळा एकत्र येणार असतो. हा सगळा गोतावळा किती प्रचंड आहे, आपली माणसं किती आणि कुठं कुठं पसरली आहेत याची सर्वांना, विशेषतः तरुण पिढीला जाणीव होते.

आपला वंश एवढ्या विपुलतेनं गावोगाव पसरलेला बघून, एकमेकांचे बरेचसे जुळणारे चेहरे बघून धन्यता वाटते. आपण एकटे नाही, आपण पुष्कळ पुष्कळ आहोत, याचा अनुभव येतो. नाती किती असंख्य प्रकारची असू शकतात याचा पडताळा येतो.

भरपूर मानपान आणि रीतिरिवाज असतात. माझ्या लहानपणी लग्न हे तीन दिवस चालत असे. मोठ्यांचं लग्न सात दिवस चाललेलं मी पाहिलं आहे. सगळं गाव त्यात सामील होई. सगळं घर गजबजून उठलेलं असतं.

पण लग्नाचे असे घराला जिवंत करणारे प्रसंग क्वचितच येतात. एरवी शेतकरी घरापेक्षा मळ्यातच अधिक रमतो. किंबहुना मळा हेच त्याचं घर असतं. गावातल्या घरात रमण्यापेक्षा तो रानातल्या खोपीत अधिक सुखी आणि निर्धास्त असतो.

साधारणपणे ही खोप रानाच्या मध्यावर असते. रानाला स्वतःचा माळ असेल तर ती माळावर असते. पण खोपीपासून विहीर फार दूर असता कामा नये, याची तो काळजी घेतो. कारण वेळोवेळी जनावरांना आणि माणसांना पाण्याची गरज असते. पाण्यासाठी ऊठसूट दूर जाण्याची त्याची तयारी नसते. विशेषतः जनावरांची त्यामुळे गैरसोय अधिक होते. माळ नसेल तर विहिरीच्या जवळपासच त्यानं खोप घातलेली असते.

ही खोप रानाचंच एक रूप असते. म्हणजे असं की रानातल्या झाडांच्या लहान ढाप्या किंवा मोठे ढापे तोडून त्यानं खोपीसाठी कूड-मेढी, आढे-मेढी काढलेल्या असतात. ओढ्याकडेच्या मेसाच्या बेटातनं, कळकाच्या बेटातनं त्यानं वासे आणि बंदाट्या काढलेल्या असतात. पाख्यावर अंथरण्यासाठी म्हणजे पांजरणासाठी त्यानं बांधावरची घाणेरी, निगडी तोडून वाळवलेली असते. त्याच्यावर पसरण्यासाठी त्यानं उसाचा पाला गोळा करून ठेवलेला असतो. कुडासाठी कडबा शेतातलाच असतो. आवश्यक तिथे कापसाच्या पळकाट्यांचा किंवा तुरीच्या तुरकाट्यांचाही कुडासाठी वापर केलेला असतो. खोपीला एकही खिडकी नसते; तरी ती हवेशीर असते. ती कधीच तापत नाही.

शेतकऱ्याचा सगळा बारदाना तिच्यात रचून ठेवलेला असतो. पावसाळ्यात जनावरं बांधण्याची सोय असते. शेतकऱ्यानं आपल्यासाठी एक हातभर उंचीचा कट्टा केलेला असतो. साधारणपणे सहाएक फूट त्याची लांबी-रुंदी असते. त्या कट्ट्यावर त्याचं वास्तव्य असतं. जेवणाची पेटी तिथंच असते. तिथंच आडदाणीवर त्याच्या घोंगडी, वाकळा, कपडे असतात. शेजारी धगटी असते. तिच्यात चोवीस तास विस्तव ठेवण्याची सोय असते. धगटीशेजारीच चूल असते. कधी चहा करण्यासाठी, कधी थंड झालेली आमटी तापवण्यासाठी, कधी दूध कण्यांबरोबर

किंवा भाकरीबरोबर खायला तापवण्यासाठी तो तिचा उपयोग करतो. शेतकऱ्याबरोबर खोपीत पाली, उंदरं हीही भरपूर वस्तीला येतात. रात्री उंदरांचा धुमाकूळ चाललेला असतो. रानातलं धान्य, कणसं खाऊन ती राहायला तिथं येतात. या धुमाकुळात शेतकरी निवांत झोपतो. त्यांची त्याला कायमची सवय असते. दुपारचा तासभराचा इस्वाटा किंवा झोप तो याच खोपीत किंवा प्रसंगी झाडाबुडीही घेत असतो. इस्वाटा झाला की तो पुन्हा कामाला लागतो.

शेतकऱ्याचं काम आणि मध्यमवर्गीय सुशिक्षिताचं काम यांत मुळातच फरक असतो. खुरपणी, भांगलणी, सुगी, लावणी इत्यादी प्रसंगांच्या वेळी शेतात माणसं भरपूर असतात. त्यावेळी शेतकरी त्या माणसांत रमतो. पण या गोष्टी होऊन गेल्या की शेतकरी आणि त्याचं पीक, त्याची जनावरं यांच्यात तो प्रामुख्यानं रमलेला असतो. त्याच्या पिकाशी त्याची मूक भाषा, त्याचा मूक संवाद सुरू असतो. पिकाला पाणी कधी पाहिजे, खत कधी पाहिजे, फवारणी कधी पाहिजे हे त्याला लेकुरवाळ्या माउलीइतकं माहिती असतं. आईला जशी पित्या मुलाची आठवण वेळेवर होते, रांगत्या-चालत्या मुलाला पोटाला कधी घालायचं, त्याला दूध-पाणी कधी द्यायचं हे जसं तिला आपोआप कळतं, तसंच शेतकऱ्याला पिकाविषयी कळतं. पिकाला पानं, फुलं, मोहोर, कणसं, फळं, शेंगा, जशा फुटत जातील तसा तो वाऱ्यावर डोलणाऱ्या शिवारासारखा सळसळत्या मनानं डोलू लागतो.

कुटुंबातल्या भावंडांत, पोराबाळांत रमल्यासारखा तो स्वत:च्या जनावरांत रमतो. प्रत्येक जनावराचा स्वभाव त्याला माहिती असतो. माणसासारखेच जनावरांचे स्वभावही असतात आणि त्याचा पडताळा फक्त शेतकऱ्यालाच येतो. कष्टाचा प्रामाणिक बैल कोणता आणि कामचुकार बैल कोणता हे त्याला बरोबर माहीत असतं. त्यानुसार चाबकांचे फटके किंवा पाठीवर शाबासकीची थाप त्यांना वेळोवेळी शेतकरी देत असतो. कुणी गोडघासं असतं तर कुणी वाट्टेल त्या चाऱ्याचा फडशा पाडणारं, अंग राखून काम करणारं असतं. कुणाला दुसऱ्याचं उसटं पाणी चालत नाही, तर कुणाला उरलेलं कुणाचंही पाणी चालतं. ज्याच्या त्याच्या या वृत्ती आणि आवडी निवडी शेतकरी आईच्या भावनेनंच सांभाळतो. दुभत्या गाई-म्हशीची सेवा, तो एखाद्या बाळंतिणीची सेवा घरातली माणसं करतात, तशी करतो. गाईला पाडा झाला की मुलगा झाल्याचा आनंद त्याला होतो. त्यासाठी प्रसंगी तो बायकोबरोबर तो गावदैवताला नवसही बोलायचं कमी करत नाही. त्याच्या लेखी मुलगा आणि गाईचा पाडा दोघेही शेताचे सारखेच आधार असतात. म्हशीला मात्र रेडी व्हावी अशी त्याची इच्छा असते. या जनावरांना आजार झाला, कुठला रोग झाला तर तो देवाचे अंगारे मुलाला लावावेत तसे त्यांना श्रद्धेनं लावतो. विकतची जनावरं आणून दावणीत बांधण्यापेक्षा त्याला घरची जनावरं लहानाची मोठी करून, त्यांना योग्य

त्या प्रकारे शिकवून जोपासावीत, असं वाटतं. जन्मभर औत ओढून वृद्ध झालेल्या बैलांना किंवा दुभतं देऊन चिपाड झालेल्या गाई-म्हशीला तो घरातलं वृद्ध माणूस कृतज्ञ भावनेनं जपावं तसं जपतो. सुखानं घरच्या दावणीलाच त्यांना मरू देतो. कसायाला विकलं तर स्वतःला पुण्य लाभणार नाही, अशी त्याची धारणा असते.

पावसाळ्यात कामं नसल्यामुळं आणि हिरवा चारा मनसोक्त खाल्ल्यामुळं सुखावलेली बैलं दसऱ्याला जेव्हा प्रथम बाहेर काढली जातात, तेव्हा त्यांच्या अंगात विजेचं पाणी आलेलं असतं. ती चाबकाच्या वादीसारखी चटाचट हलत असतात. त्यांच्या अंगावरच्या केसांना चकाकी आलेली असते. माना भरदार झालेल्या असतात. दसऱ्याच्या माळावर अनेकांच्या गाड्या, अनेकांची बैलं बघून, प्रत्येक बैलाला चेव, उत्साह दुर्दम्य स्वरुपाचा आलेला असतो. अनेकांच्या बैलांचं कौतुक अनेक शेतकरी करतात... त्यामुळं सोनं लुटून बैलं परत आल्यावर मालकीण त्यांची मुलाची काढावी तशी दृष्ट काढते. मीठ-मोहोरी ओवाळून टाकते. भाकरीचा तुकडा बैलांच्या तोंडात घालते... बेंदराला तर बैलांची पूजाच केली जाते. त्याच्यामुळंच शेतकऱ्याचं घरदार अन्नाला लागलेलं असतं.

गाईला गोमाता आणि बैलाला बळीराजा मानणारी ग्रामसंस्कृती वेदांच्याही पूर्वीपासून सनातन चालत आलेली आहे. अशा राजाची नि मातेची सेवा करणाऱ्या शेतकऱ्याचं घर रान-मळा हेच असलं तर त्यात आश्चर्य वाटण्यासारखं काहीच नाही. प्रत्यक्ष भगवान कृष्णाला स्वतःला 'गोपाल' म्हणवून घेण्यात भूषण वाटत होतं, त्याचं रहस्यही यातच आहे. नंदीवर आरूढ होणारा, हिमालयाशी सोयरिक करणारा पशुपति शंकर आणि गाईगुरांत बासरी वाजवत रमणारा गोकुळपती कृष्ण ही दोन्ही कृषिसंस्कृतीची आद्यदैवतं आहेत. अजूनही कृषिकन्या त्यांना लोकगीतांतून आळवीत असतात, कारण त्यांचा जीवनसंबंध गाईगुरांशी नि गिरिदऱ्यांशी, रानावनाशी अतूट होता.

□

गावचे स्वास्थ्य आणि अस्वास्थ्य

मानवी स्वभावातील भल्या-बुऱ्या वृत्ति-प्रवृत्तींवर समाजहितासाठी नियंत्रण घातले जाते व त्यांना त्या अपेक्षित दिशेने वळण लावण्याचा धर्म, नीती, कायदा, रूढी, परंपरा प्रयत्न करीत असतात. त्यातूनच त्या त्या समाजाची संस्कृती निर्माण होते आणि तिच्यामुळे समाजाचे स्वास्थ्य निर्मिण्यास मदत होते, हे खरे असले तरी मनुष्यातील पशुत्वाचा मूलभूत स्वभाव किंवा सहज प्रेरणा ह्या वेळोवेळी कृति-उक्तीतून उसळून बाहेर पडत असतात. त्यांच्या ह्या बाहेर पडण्यामुळे समाजाचे स्वास्थ्य बिघडते किंवा अस्वास्थ्य निर्माण होते. म्हणजे संस्कृती समाजस्वास्थ्याची निर्मिती करते तर मानवातील मूलभूत पाशवी किंवा प्राणिप्रवृत्ती अस्वास्थ्याला कारणीभूत होतात. अशा रीतीने समाजात संस्कृती आणि मानवी अनघड सहज प्रेरणा यांच्यात एक अंतर्गत द्वंद्व सतत सुरू असते. म्हणून समाजात स्वास्थ्याबरोबर अस्वास्थ्यही नांदताना दिसते.

शहरी संस्कृतीच्या तुलनेने ग्रामीण संस्कृतीत संयुक्त कुटुंबांचे प्रमाण पूर्वीपासूनच जास्त होते. कारण ग्रामसंस्कृतीत संयुक्त कुटुंबाला तोट्यांपेक्षा फायदे अधिक असतात. विशेषत: शेतीसाठी घरचे मनुष्यबळ जास्त असावे लागते. अधिक माणसांचे कुटुंब असेल तर शरीरबळाला महत्त्व असलेल्या ग्रामसंस्कृतीत आत्मसंरक्षण, सुरक्षितता, दुसऱ्या गटावर नियंत्रण, सत्ता इत्यादी अधिक प्रमाणात प्राप्त होतात.

पण अशा कुटुंबातील सख्खी किंवा चुलत भावंडे कालौघात वयोमानानुसार संपुष्टात येत चालली की वाटण्यांचा, अधिकाराचा, वारसा हक्कांचा प्रश्न निर्माण होतो आणि वैमनस्य किंवा भाऊबंदकी निर्माण होते. त्यांतून मारामाऱ्या, भांडणे, खून, दडपादडपी, कोर्टकचेऱ्या, एकाधिकाराचे प्रयत्न सुरू होतात आणि कुटुंबाचे स्वास्थ्य बिघडते, अस्वास्थ्य निर्माण होते.

एके काळी हिंदू संस्कृतीत वर्णव्यवस्था आणि जातिव्यवस्था या अंतर्गत

गुणविकास आणि कर्मव्यवस्था निर्माण करण्यासाठी जन्माला आल्या. समाजातील एखादे कर्म किंवा उद्योग हा एकूण समाजहितासाठी विनाअडथळा, नीटपणे आणि सातत्याने चालणे आवश्यक असते. ते कर्म किंवा तो उद्योग अशा रीतीने चालण्यासाठी त्याचे शिक्षण, ते देण्याघेण्यासाठी लागणारे गुण, ते करण्यातील कुशलता, त्याचा विकास हेही सतत होत राहिले पाहिजे. ते आपोआप स्वयंगतीने होत राहिले पाहिजे. त्यासाठी ते एखाद्या मानवी गटाकडे वंशपरंपरेने दिले जाई. त्यामुळे त्या गटाच्या कुटुंबात ते कर्म व त्याचे लहानांना शिक्षण सतत व सहज मिळे. यातूनच समाजासाठी व त्यातील लोकांना जगण्यासाठी लागणारी कामे, उद्योग, चरितार्थाची साधने यांची वाटणी किंवा विभागणी समाजातील लोकांच्या गटागटात होत गेली. त्यांनाच जाती किंवा ज्ञाती म्हटले जाते. आरंभी या समान पातळीवर होत्या. पुढे त्या त्या जातींचे व्यवसाय हे त्यांचे हक्क किंवा अधिकार झाले.

पण कालौघात ज्यांच्याकडे धर्म आणि त्यासाठी अत्यावश्यक असलेले ज्ञान-कर्म व सर्व समाजाचे पालन किंवा संरक्षणकर्म होते त्यांनी स्वत:कडे श्रेष्ठत्व घेण्यासाठी, व्यापक पातळीवरील विशिष्ट सत्ता (उदा. धर्मसत्ता, ज्ञानसत्ता, राजसत्ता) आपल्याकडे ठेवण्यासाठी अग्रक्रम निश्चित करण्यास किंवा 'उतरंड' निर्मिण्यास प्रारंभ केला. आणि काही जाती उच्च आणि काही जाती नीच अशी स्थिती निर्माण झाली. त्यामुळे जातिविषयक अभिमानातून, मानापमानातून, कनिष्ठांनी वरिष्ठांना द्यावयाच्या आदर-सन्मानातून किंवा श्रेष्ठांनी कनिष्ठांना दिलेल्या अपमानकारक वागणुकीतून किंवा सत्तेच्या व अधिकारांच्या आधारे केलेल्या इतरांच्या शोषणातून, फायदे उचलण्यातून, अन्यायातून, जातीजातींत मतभेद, भांडणे, खून, मारामाऱ्या होऊ लागल्या. परिणामी ज्या जाती समाजस्वास्थ्यासाठी निर्माण झाल्या होत्या त्यांच्याकडूनच कालौघात अनेक कारणांनी समाजात अस्वास्थ्य निर्माण झाले. वरिष्ठ जाती स्वैरवर्तन करू लागल्या नि कनिष्ठ जाती त्यांच्या जाचांनी भरडल्या जाऊ लागल्या. त्यातून समाजांतर्गत द्वंद्वात्मक स्थिती निर्माण झाली.

जातीव्यवस्थेच्या उतरंडीमुळे तथाकथित अनेक कनिष्ठ जातींना कष्ट जास्त आणि प्राप्ती किंवा उपलब्धी कमी अशी दरिद्री आणि कंगाल अवस्था निर्माण झाली. त्यातूनच काही जातींना चोऱ्या करण्याशिवाय पर्यायच उरला नाही. शिवाय माणसात विनासायास, आयते मिळाले तर ते उचलण्याची प्राणिपातळीवरची एक प्रवृत्ती असते. त्यामुळेही चोरी करण्याची प्रवृत्ती वैयक्तिक पातळीवर वाढीस लागते. चोऱ्यांतून समाजात अस्वास्थ्य निर्माण होऊ शकते. आपल्या वस्तूची, वास्तूची, शेताची राखण, रक्षण रात्रंदिवस करण्याची जबाबदारी व जोखीम निर्माण करणारी स्थिती निर्माण होते. अर्थात अशी प्रवृत्ती सर्वत्रच समाजात असली, तरी ती कोणत्याही

समाजात अस्वास्थ्यच निर्माण करते. पण ग्रामीण विभागातील काही जातीच्या जाती यासाठी प्रसिद्ध आहेत, हे भारतातील ग्रामसंस्कृतीचे वेगळेपण लक्षात येते.

पुष्कळ वेळा पंचक्रोशीतील गावागावांचे संबंधही अनेक प्रकारच्या वैमनस्यातून बिघडलेले असतात. एखाद्या गावच्या प्रतिष्ठिताने दुसऱ्या गावची बाई विनाविवाह आपल्याकडे ठेवलेली असते, या गावच्या एखाद्या जातीच्या लोकांनी त्या गावात जाऊन चोऱ्या केलेल्या असतात, एखाद्या गावच्या पाटलाचे दुसऱ्या गावच्या पाटलाशी वैर असते, त्यावरून गावागावात वैर निर्माण झालेले असते. एक गाव दुसऱ्या गावावर हल्ले करू शकते, त्याची पिके जाळू शकते, कापून नेऊ शकते.

अज्ञानामुळे, अंधश्रद्धांमुळे गावातील लोक संशय, संताप, चीड, वैर दुसऱ्या कुटुंबावर किंवा व्यक्तीवर देव घालणे, करणी करणे, मंत्रतंत्र करून त्याचे वाटोळे करण्याचा प्रयत्न करणे, एखाद्या देवऋष्याच्या अंगात 'देव आणून' त्याला वैऱ्याविषयी विचारणे व त्याच्या आदेशानुसार चेटुकादी कृती करणे; अशा कृतीतूनही ग्रामजीवनाचे स्वास्थ्य बिघडू शकते. एकमेकांच्या जनावरांना विष घालून मारण्याचे प्रयत्न यातूनच होतात.

गावातील पाटील, इनामदार, शिकलेली, शहाणीसुरती वडीलधारी माणसे, सरपंच, शिक्षक इत्यादी मंडळी अनेक परींनी गावाचे स्वास्थ्य टिकवण्याचा, एकोपा निर्माण करण्याचा, भांडणे, वैरे, बखेडे मिटवण्याचा प्रयत्न करत असतात. लोकांना त्यांचे ऐकावे लागते. कित्येक वेळा प्रेमामुळे, सत्प्रवृत्तीमुळे स्वास्थ्य निर्माण होऊ शकते. कित्येक वेळा ही मंडळी दबाव, दंड, ताकीद इत्यादी कडक मार्गांनी स्वास्थ्य निर्माण करतात. एखाद्या वेळेस 'वाळीत' टाकूनही दीर्घ शिक्षा करतात. त्या व्यक्तीने चूक कबूल करून क्षमा-याचना केली, माफी मागितली की तिच्यावरचा बहिष्कार काही काळानंतर काढून घेतला जातो. इतरांना त्यापासून धडा मिळतो व स्वास्थ्य टिकून राहण्यास मदत होते.

खेडं हे निसर्गाचं लेकरू असल्यामुळं ते निसर्गातच वाढतं, त्याच्याच अंगाखांद्यावर पोसतं. निसर्ग त्याला जसे रंगरूप देतो, तसे आपल्या अनेक कृतिकर्मातून माणसाला दटावतो. स्वत:विषयी भीतियुक्त आदर निर्माण करतो. स्वत:च्या स्वभावाचा अंत लागू न देणारा निसर्ग रोगराई आणतो, माणसं, जनावरं पटापट मारून टाकतो. दुष्काळ आणून पाण्याची आणि जगण्याची टंचाई निर्माण करतो. अतिपावसाने गावेच्या गावे पाण्याखाली बुडवतो. शेतातली पिके वाहून नेतो किंवा रोग, कीड, टोळधाडी यांनी ती नेस्तनाबूत करतो. वीज पाडून, वादळ-वावटळी निर्माण करून होत्याचं नव्हतं करतो. त्याच्या खोल दऱ्यांकडे, भीषण कड्या-पहाडांकडे नुसते पाहिले तरी तो बेलाग, गूढ, रुद्ररूप, प्रलयंकर भैरवासारखा वाटतो. त्याच्या आसमंतात अचानक जमणारे वादळी ढग, हल्ला करणाऱ्या राक्षसांच्या प्रचंड सैन्यासारखे दिसू लागतात. त्याच्या खवळलेल्या सागरलाटा बघून, वाट्टेल तशा

वाहणाऱ्या वादळवाऱ्यातील होलपटणारे, उन्मळून पडणारे वृक्ष बघून माणूस जीव मुठीत घेऊन बसतो.

निसर्गाच्या या उलाढाली-वृत्तीने खेड्यांचा कधी नि:पात होतो तर कधी ती खचून, मोडून जातात. त्यांना कुणीही वाली नसतो. अशा वेळी खेडे त्या आदिबापालाच शरण जाते. त्यालाच पालक मानून, तारक-मारक कल्पून त्याची प्रार्थना करू लागते, त्याच्यासमोर हात जोडून शरणभावाने उभे राहते. त्याची पूजा बांधते. यातूनच अग्निदेवता, जलदेवता, वनस्पतिदेवता, मृत्युदेवता, जन्मदेवता इत्यादी निसर्गदेवतांचा जन्म झाला. रोगराईच्या देवतेची, गावगंगेच्या देवतेची कल्पना जन्माला आली. लोकांचे, ग्रामीणांचे स्वास्थ्य हरवू नये म्हणून त्यांच्या विविध तऱ्हांनी व कल्पनांनी पूजा बांधल्या जाऊ लागल्या.

ग्रामदेवतेची कल्पना त्यातूनच आकाराला आलेली आहे. त्या त्या प्रत्येक ग्रामाचे स्वास्थ्य टिकविणे ही जबाबदारी या देवतेची असते. या देवतेला खूश करण्यासाठी प्रत्येक वर्षी तिची जत्रा-यात्रा करून सगळे ग्रामजन पूजा बांधतात. तिला पालखीतून मिरवतात, परिसरात फिरवून आणतात. पावलोपावली लोक हात जोडून तिच्या पाया पडतात, अभयदान मागतात. त्या दानाच्या मोबदल्यात एखाद्या

पशूंचे जीवदान तिच्या नावे करतात. तिला नटवून-थटवून तिचा जयजयकार करतात. तिच्या नावाने नाचतात, गातात आणि तिला खूश ठेवण्याचा प्रयत्न करतात. गावाचे स्वास्थ्य तिच्याच हातात आहे, अशा धारणेने वर्षभर वागतात. स्वास्थ्य बिघडवणारे एखादे कृत्य, एखादे अनैतिक वर्तन, अघोरी कर्म आपल्या हातून होऊ नये, अन्यथा ही देवता कोपेल व घरादारावर गाढवाचा नांगर फिरेल या भावनेने नीट वागण्याचा प्रयत्न करतात. तिची शपथ घेऊन खरे सांगण्याचा निर्धार करतात.

सातव्या-आठव्या शतकापासून तो तहत सतराव्या शतकाच्या अंतापर्यंत भारतीय ग्रामांचे आणि ग्रामसंस्कृतीचे स्वास्थ्य बिघडवणारे परचक्राचे आक्रमण सतत होऊ लागले. खेड्यापाड्यातील पिके उद्‌ध्वस्त होऊ लागली. मालमत्ता लुटल्या जाऊ लागल्या. जनावरे खाण्यासाठी पळवून नेऊन कापली जाऊ लागली. धान्ये लुबाडून नेली जाऊ लागली. स्त्रिया, आयाबहिणी, मुली यांची अब्रू लुटली जाऊ लागली. सक्तीमुळे धर्मांतर करावे लागले.

हे संकट मानवी होते. बलाढ्य शक्तींचे ते अतिक्रमण होते. तिथे सर्वजण हतबल होते. त्यांची पूजा-अर्चा करण्यात काही अर्थ नव्हता. अशा वेळी मानसिक स्वास्थ्य टिकविण्याची, मन:शक्ती प्रबळ ठेवण्याची, मनाची शांती ढळू न देण्याची आवश्यकता वाटत होती. मानसिक स्वास्थ्य किंवा मन:शांतीची गरज नेहमीच वाटत असते, पण तिची नितान्त आवश्यकता या काळात वाटू लागली.

यांतूनच अनेक शतके नव्या संतपरंपरांचा, नव्या-नव्या धार्मिक संप्रदायांचा, भजन-कीर्तनाच्या भक्तीमार्गाचा, अध्यात्मविद्येच्या प्रसार-प्रचाराचा नवा मार्ग ग्रामसंस्कृतीत मोठ्या प्रमाणात अवलंबिला जाऊ लागला. या काळात मन:स्वास्थ्यासाठी त्याची फार मोठी गरज होती. नंतरच्या काळात ग्रामसंस्कृतीचे ते महत्त्वाचे अंग झाले.

□

अवनतीचा काळ

स्वयंशासन करत जगणाऱ्या भारतीय खेड्याला मुस्लीम राजवटीच्या काळात हळू हळू धक्के बसू लागले. मुख्य म्हणजे स्व-संस्कृतीच्या राजाचा आश्रय गेला. अधूनमधून गावाचं सांस्कृतिक केंद्र असलेली देव आणि देवळं भंग पावली आणि भ्रष्ट होऊ लागली. मुसलमान धर्माचा प्रसार जाति-अंतर्गत होऊ लागला. पिक-पाणी आणि धनसंपदा यांची लुटालूट अधूनमधून होऊ लागली.... तरी हे धक्के संपूर्ण ग्रामजीवनच उद्ध्वस्त करून टाकावे इतके जबरदस्त नव्हते. मात्र त्यांच्यामुळे ग्रामजीवनाची व ग्रामसंस्कृतीची रया गेली, ती निस्तेज झाली. हा मध्ययुगीन काळ होता.

एकोणिसाव्या शतकाच्या आरंभी भारतात ब्रिटिश राजवट भक्कमपणे स्थिर झाली. या काळात युरोपमध्ये आधुनिक युग, यंत्रप्रधान संस्कृती, संपूर्ण कायापालट होऊन नवी अर्थप्रधान भांडवलशाही, अनेक नवनवे शोध लागून मोठ्या प्रमाणात नवनव्या सुधारणा येत होत्या. युरोपीय समाजव्यवस्था व संस्कृती, भारतीय समाजव्यवस्था व संस्कृती यांच्यापेक्षा कितीतरी भिन्न आणि आधुनिक युगाच्या दृष्टीने विकसित होती. तेथील अनेक राष्ट्रांत जगाच्या पाठीवर साम्राज्ये स्थापन करण्याची ईर्षा निर्माण झालेली होती. या पार्श्वभूमीवर ब्रिटिश भारतावर राज्य करीत होते.

भारतात आधुनिक युगाचा तो प्रारंभ ठरला.

राज्यकर्त्यांची एकदम भिन्न दृष्टी असल्यामुळे स्वयंशासित व स्वायत्त असलेल्या ग्रामजीवनात व ग्रामसंस्कृतीत मूलभूत फरक पडायला प्रारंभ झाला. मुख्यत: आर्थिक आणि शासकीय सत्ता जी काही ग्रामप्रमुखाकडे परंपरेने चालत आलेली होती, जो काही न्यायनिवाडा, गावाचा समाजविकास, सांस्कृतिक व धार्मिक विकास ग्रामप्रमुख आणि गाव मिळून करत होते ती सत्ता आणि तीमुळे होणारा विकास थांबला गेला. ब्रिटिशांकडून गावप्रमुखांचे महत्त्वाचे बरेच अधिकार काढून घेण्यात आले. नवे कायदे करून शेतीवर कर बसविले, गावाचा महसूल स्वत:च्या

ताब्यात घेतला. न्यायनिवाडाही गावाच्या परंपरेनुसार, संस्कृतीनुसार जो गावच्यागावीच, पंचायतीत होत होता तोही सरकारी अधिकारी कायद्यानुसार न्यायालयात देऊ लागले व त्या ब्रिटिश कायद्यानुसार वागण्याची सक्ती झाली. त्यामुळे खेडे परावलंबी होत गेले. त्याला त्याच्या स्वभावानुसार, त्याच्या व्यक्तिमत्त्वानुसार त्याची संस्कृती जोपासता येईना. त्यामुळे त्याचे सांस्कृतिक आरोग्य बिघडून त्याला अवकळा प्राप्त होऊ लागली.

ब्रिटिश राज्ययंत्रणेला सर्व देशभर शासकीय व लष्करी हालचाली झटपट आणि सुलभतेने करता याव्यात म्हणून यंत्रणेच्या राजकीय सोयीने मोठ्या प्रमाणात रस्तेबांधणी केली. दळणवळणाचे एक नवे जाळे तयार केले. हे जाळे प्रामुख्याने तालुका, जिल्हा, सत्ताकेंद्रे यांना जोडणारे होते. परिणामी शहरांचा संपर्क खेड्यांशी येऊ लागला. खेड्यातील माणूस आपल्या खेड्यांच्या बाहेर सुकरतेने पडू लागला. कागदी नोटा व चलनी नाणी वाढू लागल्याने, वस्तुविनिमय मागे पडून लोक विनाश न पावणाऱ्या नाण्यांचा व नोटांचा संचय करू लागले. याचा परिणाम होऊन हळूहळू बलुतेदारी कमी कमी होत गेली. आगगाडी, मोटारी येऊ लागल्या. बैलगाड्या नव्या रस्त्यांवरून धावू लागल्या, धान्यांची, शेतमालांची ने-आण करू लागल्या. त्यामुळे व्यापारी वृत्ती वाढली. तुलनेने शेतकऱ्यांपेक्षा व्यापारी समृद्ध होऊ लागले. गुजराती, मारवाडी, पठाण हे परमुलुखातील लोक महाराष्ट्रात येऊन केवळ व्यापारी वृत्तीने व्यापार करू लागले, मनमानी सावकारी करून लुबाडू लागले. आणि ग्रामसंस्कृतीत मध्यवर्ती असलेले शेतकऱ्याचे प्रभावी अस्तित्व दुबळे झाले.

गावातले वाणी, चाटी, कोष्टी, मातंग, बुरूड, कुंभार, चांभार इत्यादी बलुतेदार आपल्या वस्तू विकण्यासाठी परगावी जा-ये करू लागले. शहरातील लोकांना त्या पोचवू लागले. त्या मोबदल्यात 'पैसे' मिळवून आणू लागले. त्यांचा गावाशी व गावातील शेतकऱ्याशी असलेला प्रमुख संबंध व व्यवहार कमी कमी होऊ लागला, 'जेवढ्यास तेवढा' असे त्याला स्वरूप आले. परिणामी ग्रामसंस्कृतीशी असलेला त्यांचा संबंध बदलू लागला. शेतकऱ्यांचा मालही जो बलुतेदारी व्यवस्थेत गावातच वाटला जायचा, तो आता व्यापारी गोळा करू लागले आणि शहरात नेऊ लागले; किंवा त्यांच्या द्वारा गावाला आवश्यकतेनुसार माल 'विकला' जाऊ लागला. त्यामुळे गावाशी असलेला शेतकऱ्याचा अर्थ-संबंध संकोच पावला. ग्रामप्रमुख पाटील, देसाई, देशमुख, कुलकर्णी इत्यादींचे संबंधही पूर्वी इतक्या प्रतिष्ठेचे राहिले नाहीत. परिणामी 'उत्तम शेती, मध्यम व्यापार, कनिष्ठ नोकरी' अशी जी जुनी म्हण ग्रामसंस्कृतीत होती, ती बदलून 'उत्तम व्यापार, मध्यम शेती' अशी अवस्था निर्माण झाली.

ग्रामसंस्कृतीत गावाचे आरोग्य सांभाळण्याचे काम गावातील वैद्य, वैदू, वडीलधारी मंडळी वैयक्तिक आणि घरगुती पातळीवरच पूर्वी करत असत. ही औषधे झाडपाला, झाडफळे, झाडसाली, फुले यांच्या मिश्रणापासून, कुटून, मिसळून, दूध-पाणी घालून, रस तयार करून, चाटण, गुटी, गोळ्या तयार करून दिली जात असत. ब्रिटिशांनी आरोग्यव्यवस्था सार्वजनिक पातळीवर आणली. दवाखाने निर्माण केले. रासायनिक पद्धतीने तयार केलेली नवी नवी औषधे आणली. ते देणारे शिक्षण आणले. डॉक्टर तयार केले. परिणामी जुनी आरोग्यसंस्कृती संपुष्टात आली. वैद्य, वैदू यांचा व्यवसाय व वृत्ती कमी प्रतिष्ठेची झाली. त्यांचे महत्त्व गेले. नवी औषधे व डॉक्टर यांना व त्यांच्या शिक्षणाला महत्त्व आले... रोग बरा करण्यासाठी लोक महाल, तालुका, जिल्हा यांसारख्या मोठ्या गावांकडे व शहरांकडे जाऊ लागले.

लढाईचे नवे तंत्र आले. ढाल-तलवारी, हत्ती-घोडे, सैनिकांचे सांख्यिक महत्त्व, गनिमीकावा, तिरंदाजी यांचे स्थान लढाईतून नष्ट झाले किंवा कमी होत गेले. त्यामुळे जुने देशमुख, शिलेदार, बारगीर, लढवय्यी घराणी, मराठा-कुणबी यांच्यात असलेल्या जुन्या पद्धतीच्या लढाऊ वृत्ती यांचे वर्चस्व गेले. त्यामुळे गावातील त्यांचीही प्रतिष्ठा व ग्रामसंस्कृतीतील त्यांचे महत्त्व कमी झाले.

ब्रिटिश राज्ययंत्रणा सर्व देशभर पसरली असल्यामुळे व तिच्याद्वाराच साम्राज्यसत्तेचे केंद्रीकरण त्यांना करावयाचे असल्याने त्यांनी 'शिक्षणही' सार्वजनिक पातळीवर आणले. त्याच्या द्वारा नवा शिक्षित वर्ग तयार करावयाचा व त्याच्याच माध्यमातून राज्ययंत्रणा व साम्राज्यसत्ता चालवावयाची अशी योजना केल्यामुळे नवी शिक्षणव्यवस्था निर्माण केली. ज्याच्या घरात परंपरेने गतानुगतिक ज्ञानाची उपासना व जोपासना चरितार्थासाठी चालू होती असा ब्राह्मण वर्ग प्रामुख्याने नव्या शिक्षणाकडे वळला. त्यातून ब्रिटिश सत्तेला उपयुक्त असा नवा कारकून वर्ग, सेवक वर्ग निर्माण झाला. त्या वर्गाला ही पांढरपेशी नोकरी अनेक कारणांनी मानवली. हा ब्राह्मणवर्ग हळूहळू खेड्यातून शहराकडे वळू लागला. गतानुगतिक पंतोजी शिक्षणपद्धती सोडून देऊन, गावातच करावयाचे कुळकरणीपण, पूजा-अर्चा, लग्नविधी इत्यादी धार्मिक आणि सांस्कृतिक भिक्षुकीची कार्ये सोडून देऊन नोकरीकडे वळला. त्यामुळे जुन्या ग्रामसंस्कृतीतील त्याचे स्थान हळूहळू भ्रष्ट झाले. त्याचे धार्मिक सांस्कृतिक महत्त्व कमी झाले.

ब्रिटिश राजवट भारतात सुमारे दीडशे वर्षे निरंकुशपणे चालू होती. हा दीडशे वर्षांचा काळ युरोपात उत्कर्षाचा होता. तिथे हा यंत्रयुगाचा, भौतिक सुधारणांचा, वैज्ञानिक प्रगतीचा, नव्या जागतिक भांडवलशाहीचा काळ मानला जात होता. या सर्वांचे आणखी काही गंभीर परिणाम ब्रिटिशांच्या द्वारा भारतीय ग्रामसंस्कृतीवर झाले.

रस्तेबांधणीबरोबरच आगगाड्या, मोटारी, विविध प्रकारची इंजिने, सायकली, फटफटी, छोट्या-छोट्या यांत्रिक गाड्या ह्याही आल्या. आगगाड्या, मालमोटारी यांच्यामुळे मालाच्या उलाढाली मोठ्या प्रमाणात जशा होऊ लागल्या, तशा जहाजे, बोटी यांच्या विकासामुळे येथील कच्चा माल मोठ्या प्रमाणात परदेशीही जाऊ लागला. त्यामुळे भारत आणि भारतीय ग्रामसंस्कृती व तिच्यातील लोकजीवन हे कंगाल, दरिद्री, निष्क्रिय, मरगळ आलेले झाले. ब्रिटिश हे मूळचे व्यापारी वृत्तीचे. ते इकडून कच्चा माल नेऊन त्याचे रूपांतर विविध आणि नवनव्या वस्तूंत करून त्या वस्तू पुन्हा भारतात आणून विकत. त्यांच्या या उद्योगामुळे भारत आर्थिकदृष्ट्या कंगाल होत चालला आणि भारतीय माणूस हाही कंगाल, बेकार व मागासलेला होत चालला. दुसरे असे की देशांतर्गत एक नवा व्यापारी वर्ग ब्रिटिशांच्या संपर्कामुळे तयार झाला. तो वर्ग ब्रिटिशांच्या नव्या वस्तू, आश्चर्यकारक नवी जीवनसाधने शहरांतून खेड्यांत आणू लागला व खेड्यांतून शेतकऱ्यांचा व इतरांचा माल शहराकडे नेऊ लागला. परिणामी ग्रामसंस्कृतीत शहरांतून नवी नवी 'आश्चर्ये' येऊ लागली. जातिनिष्ठ बलुतेदारांचे आणि त्यांच्या परंपरागत वस्तुनिर्मितीचे महत्त्व कमी झाले. उदा. दळणाच्या जात्यांचे महत्त्व कमी होऊ लागले आणि पिठाच्या गिरण्या, चक्क्या खेडोपाडी दिसू लागल्या. हळूहळू मोटा कमी होऊन इंजिने त्यांचे काम करू लागली. स्वैपाकात नवनव्या आकारांची कारखान्यांत तयार होणारी भांडी येऊ लागली. सिमेंट, लोखंड आल्यामुळे शहरांतून नव्या प्रकारची इमारत-बांधणी होऊ लागली. त्याचाही परिणाम खेडेगावांतील श्रीमंतांच्या घर-बांधणीवर होऊ लागला. ग्रामजीवनावर शहरी संस्कृतीतील वस्तूंची व त्या वस्तू वापरण्याच्या प्रवृत्तींची छाया पडू लागली. कुंभार, तांबट इत्यादींच्या अनघड भांड्याकुंड्यांना आणि गतानुगतिक जुन्या वस्तूंना खेड्यात कुणी विचारेनासे झाले.

ब्रिटिशांनी सुरू केलेल्या व्यापारी वृत्तीतून, नव्या शिक्षणाच्या माध्यमातून ब्रिटिश संस्कृतीचा, विचारसरणीचा, त्यांच्या औद्योगिक नव्या युगाचा परिणाम भारतीय मनावर होऊन आपल्या संस्कृतीचे, सांस्कृतिक-सामाजिक विचारसरणींचे, व्यक्तिनिष्ठ उद्योग-व्यवसायांचे जुनेपण, कालबाह्यपण भारतीय माणसाला, खेड्यापाड्यातील समाजाला जाणवू लागले.

याच्याच जोडीला ख्रिश्चन धर्मप्रसारक ब्रिटिश राजवटीबरोबरच भारतीय ग्रामसंस्कृतीत आणि ग्रामीण समाजात प्रविष्ठ झाले होते. ते एक नवाच 'धर्म' मांडत होते. सामान्य भारतीयांना वाटत होते की, त्यांच्या या धर्मामुळेच हे लोक इतके प्रगत झाले. त्यांच्या धर्माच्या व प्रगतीच्या तुलनेत आणि प्रकाशात भारतीयांनाही आपला धर्म जुनाट आणि कालबाह्य वाटू लागला व त्याही पातळीवर भारतीय संस्कृतीत व धर्मात अंतर्गत संघर्ष निर्माण झाला. नवे नवे विचारवंत, सुधारक जन्माला येऊ

लागले. ते धार्मिक, सामाजिक, आर्थिक, शैक्षणिक, सांस्कृतिक सुधारणांचा नवा विचार मांडू लागले.

सारांश, भारतीय ग्रामसंस्कृतीचे मूलभूत घटक म्हणजे शेतकरी, बलुतेदार, ब्राह्मण, क्षत्रिय, वैश्य, शूद्र यांचे संबंध ब्रिटिश आमदनीत विघटित होऊ लागले. त्यांच्या जुन्या धार्मिक, आर्थिक, शैक्षणिक, औद्योगिक जीवनविषयक संबंधांना हादरे बसू लागले आणि ग्रामसंस्कृतीचा अवनतीचा काळ ब्रिटिश राजवटीत सुरू झाला. दीडशे वर्षांत ही संस्कृती खिळखिळी झाली. तिचे कालबाह्यपण जाणवू लागले.

□

युगान्तराची चाहूल

मानवी समाजाच्या सांस्कृतिक इतिहासातून मानवी शक्तींचे काही एक दर्शन घडते. या शक्ती इतर प्राण्यांच्या शक्तींप्रमाणे स्थितिशील नाहीत; त्या गतिशील (किंवा गतिमान) आहेत. ही गतिमानता भोवऱ्याप्रमाणे दिशाहीन फिरणारी नाही; तिला दिशा असते. म्हणून ती नुसती गतिशील नाही तर प्रगतिशील किंवा विकसनशील असते. तिच्या या स्वरूपामुळेच मानव आणि त्याचा समाज एका स्थितीतून दुसऱ्या सांस्कृतिक स्थितीत जाऊ शकतो. कधीकधी हे स्थित्यंतर इतके मूलगामी आणि इतके व्यापकतम असते की, त्या स्थित्यंतराला युगान्तराचे स्वरूप प्राप्त होते.

मानवी संस्कृतीत या युगान्तराची चाहूल युरोपमध्ये चौदाव्या शतकात लागली. या नव्या युगाला प्रबोधन-युग असे म्हटले जाते. प्रामुख्याने पंधराव्या आणि सोळाव्या शतकांत या युगाचा उत्कर्ष झाला. त्याचे मूलभूत स्वरूप या दोन शतकांत स्पष्ट झाले. इतिहासात त्याला 'आधुनिक युग' असेही म्हटले जाते. त्यातूनच जागतिक आधुनिक संस्कृतीचा जन्म झाला. तिचा प्रभाव अनेक कारणांनी जगाच्या पाठीवरील अनेक देशांवर, अनेक संस्कृतींवर, अनेक मानवी समाजांवर पडला.

समाजात, संस्कृतीत जेव्हा युगान्तरसदृश बदल होतात तेव्हा त्या समाजसंस्कृतीत ज्ञानशक्ती, धर्मशक्ती, अर्थशक्ती आणि राजशक्ती (किंवा ज्ञानसत्ता, धर्मसत्ता, अर्थसत्ता आणि राजसत्ता) यांच्या स्वरूपातच अंतर्गत नवी दृष्टी निर्माण झालेली असते. ती दृष्टी समाजात, त्या त्या देशात क्रियाशील झालेली असते. त्या क्रियाशीलतेचा प्रभाव समाज, संस्कृती यांच्यावर पडतो. त्यामुळे त्यांचा अंतर्बाह्य कायाकल्प होऊ लागतो. असा कायाकल्प युरोपमध्ये चौदाव्या, पंधराव्या आणि सोळाव्या शतकांच्या तीनशे वर्षांत घडून आला आणि पुढील तीन शतकांत त्याचा प्रभाव जगाच्या पाठीवरील अनेक देशांतील संस्कृतींवर, समाजांवर पडला. भारतीय संस्कृतीही या प्रभावापासून मुक्त राहू शकली नाही.

इसवी सनाच्या सातव्या-आठव्या शतकापासून भारतावर परकीयांचे हल्ले आणि आक्रमणे होत होती. त्यांच्या द्वारा भारतीय संस्कृतीला परकीय संस्कृतीचे अनेक धक्के आणि हादरे बसत होते. ती त्यांना तोंड देत होती. त्या संस्कृतीला तोंड देता देता स्वत: पराभूत होत होती. परकीय संस्कृतीला सामावून घेण्याचा प्रयत्न करीत होती.

एकोणिसाव्या शतकाच्या आरंभी ब्रिटिश राजवटीने भारतात भक्कम पाय रोवले आणि भारतावर साम्राज्य स्थापन केले. संपूर्ण भारतच परकीय सत्तेखाली गेला. त्यांच्यामुळे भारतीय संस्कृतीचे अनेक घटक खिळखिळे झाले. कालबाह्य व निरुपयोगी होऊन ते निकालात निघाले. हजारो वर्षे चालत आलेली येथील ग्रामसंस्कृती मध्ययुगीन आधुनिक युगात यायला त्यामुळे अंतिमत: मदतच झाली. एकोणिसाव्या शतकाच्या प्रारंभी याची सुरुवात झाली.

हजारो वर्षे चालत आलेली भारतीय संस्कृती साचेबंदपणामुळे बरीचशी क्षीण आणि नि:सत्त्व झाली होती. तिचा फक्त बाह्य देखावा किंवा डोलारा शिल्लक राहिला होता. भारतीय संस्कृती आणि तिच्या गाभ्यात असलेली ग्रामसंस्कृती अशी होण्याची अनेक कारणे आहेत. इतर कोणत्याही धर्मापेक्षा हिंदू धर्माचे एक खास वैशिष्ट्य असे की, या धर्माने हिंदूंचे सर्व ज्ञानात्मक, आर्थिक, औद्योगिक, आचारात्मक, राजकीय, कौटुंबिक, वैयक्तिक असे सर्व प्रकारचे समाजजीवन बारीक-सारीक आज्ञा, आचार, आदेश, संकेत यांनी व्यापून टाकले होते. वर्ण, जाती, आश्रम, पाप-पुण्यांच्या कल्पना, उच्चनीचतेचे स्तर, काहींना खास अधिकार, काहींना निरंकुश वर्तनाची मुभा, स्त्रियांसाठी नीती वेगळी तर पुरुषांसाठी नीती वेगळी, काही जाती कायमच्या गुलाम, तर काही जाती कायमच्या श्रेष्ठ आणि सत्ताधारी, काही जातींनाच फक्त ज्ञान, धर्म, कायदे करणे यांचे अधिकार, तर काहींनी मुकाटपणे जन्मोजन्म अन्याय सोसणे इत्यादी स्वरूपाची शाश्वत स्थिती निर्माण केली गेली होती. आणि हे सर्व हिंदू धर्म, हिंदू संस्कृती, हिंदू नीती यांच्या नावाखाली निर्माण केले होते. त्यामुळे भारतीय समाजव्यवस्था आणि संस्कृती अंगोपांगातून जखडबंद होऊन गेली होती. तिच्यावर स्थिर धर्माचा प्रभाव मोठा होता. आधुनिक संस्कृतीचा परिचय ब्रिटिशांच्या द्वारा झाल्यावर तर हे अतिशय तीव्रतेने जाणवले. आपण सांस्कृतिकदृष्ट्या मागास राहिलो आहोत याची अस्वस्थ करणारी न्यूनात्मक भावना निर्माण झाली.

मुळात मानवी स्वभाव हा प्रवाही आहे. प्रवाही असणे म्हणजे पुढे जाणे. म्हणूनच आपण मानवी आयुष्याला प्रवाहाची उपमा देतो. सतत 'जीवन-प्रवाह' असा शब्दप्रयोग करतो. याचा अर्थ असा की मानवाने निर्माण केलेली प्रत्येक वस्तू हीही प्रवाही असते. तिच्यात मानवी सुखाच्या दृष्टीने सतत बदल होत असतात.

ती विकसित होत असते. स्वाभाविकच त्याने निर्माण केलेला समाज, त्यातील धर्म, संस्कृती, कला, शास्त्रे, राज्यव्यवस्था व इतर सर्व प्रकारची साधने आणि सुविधा याही प्रगतिशील, नवनव्या तंत्रांचा उपयोग करणाऱ्या म्हणजे प्रवाही असाव्या लागतात; कालमानानुसार जीवन-सुविधा व साधने ही ज्ञानवृद्धी-विकास यांच्यानुसार 'प्रवाही' ठेवावीच लागतात. नाहीतर ती कालबाह्य, जुनाट होतात. ती नंतरच्या काळात निकामी आणि जाचकही ठरतात.

वेदपूर्व काळातील धर्म, संस्कृती, तत्त्वज्ञान, राज्यव्यवस्था अशा प्रवाही होत्या. हिंदू धर्माचे खास वैशिष्ट्य असे की तो कुणी एका धर्मसंस्थापकाने स्थापन केलेला नाही. इतर धर्म मात्र (उदा. ख्रिस्ती, मुस्लीम) एक एका व्यक्तीने, एक एका धर्मसंस्थापकाने स्थापन केलेले आहेत. त्या त्या धर्मसंस्थापकांना त्या त्या काळी प्रत्यक्ष परमेश्वराचा अवतार, परमेश्वराचा लाडका पुत्र किंवा परमेश्वराचा शेवटचा दूत मानले गेल्याने त्यांनी निर्माण केलेल्या धर्मांत, धर्मसूत्रांत, आचारसूत्रांत बदल करण्याचा अधिकार नंतरच्या काळात कुणालाही नव्हता. त्यामुळे ते ते धर्म कालौघात कालबाह्य, जुनाट, केवळ अंधश्रद्धा म्हणून वंदनीय किंवा आदरणीय झाले. तरीही ज्यांनी ते तसेच पाळण्याचा प्रयत्न केला ते ते समाज, त्या त्या संस्कृती इतर जगाच्या तुलनेत मागे पडल्या, अप्रगत किंवा कुंठितगती झाल्या. उदा. मुस्लीम धर्माचा कडकपणे अवलंब करणारे समाज किंवा राष्ट्रे आजच्या जगात मागे पडलेली दिसतात. त्यामागे हे महत्त्वाचे कारण आहे.

सुदैवाने आरंभीच्या काळात हिंदूधर्म कुणा एका धर्मसंस्थापकाने निर्माण न केल्याने प्रवाही राहिला. त्यात वेदांनी, दर्शनांनी, उपनिषदांनी, स्मृतींनी वेळोवेळी भर टाकली. तो काही काळ कालौघात विकसित होत गेला. त्यात अनेक ऋषी, मुनी, दर्शनकार, उपनिषदकार, स्मृतिकार होऊन गेले. त्यामुळे त्यात पुष्कळच मतमतांतरे आहेत. द्वैती, अद्वैती, विशिष्टाद्वैती, ज्ञानमार्गी, कर्ममार्गी, भक्तिमार्गी इत्यादी भेद आहेत. महाराष्ट्रात दत्त, नाथ, वारकरी इत्यादी अनेक धर्मसंप्रदाय आहेत. अनेक देवदेवता आहेत. प्रत्येकजण किंवा अनेकजण आपआपल्या समजुतीप्रमाणे यांतील काहीएक स्वीकारून जगताना आजही दिसतात. तरी ते हिंदूच असतात.

पण सातव्या-आठव्या शतकाच्या आसपास परकीयांच्या आक्रमणाच्या निमित्ताने हिंदूधर्म आणि संस्कृती आतून बंद झाली. तिच्यातील प्रवाहीपणा बंद झाला. तो 'जैसे थे' वादी झाला. अशा रीतीने एकदा जो स्थितिशील किंवा 'जैसे थे' वादी झाला तो कायमचाच तसा झाला.

त्यातून त्यात अनेक दोष निर्माण झाले. साचलेल्या पाण्यासारखी त्याची अवस्था झाली. अगदी आरंभीच्या काळात समाजात एक व्यवस्था निर्माण केली गेली होती. त्या काळात लोकसंख्या ही फारच कमी असणार, म्हणून ती व्यवस्था

उपकारकही ठरली असणार. उदाहरणार्थ, वर्णव्यवस्था, जातीव्यवस्था ह्या अशांपैकीच एक-दोन व्यवस्था होत्या. त्या लवचिक होत्या. त्यामुळे व्यक्ती आपल्या गुणधर्मप्रवृत्तीनुसार इकडून तिकडे जाऊ शकत असत. पण नंतर त्या जन्माधिष्ठित केल्या. त्यामुळे त्या ताठर किंवा बंदिस्त झाल्या. तसेच पूर्वी या व्यवस्था समान पातळीवरच्या किंवा समान प्रतिष्ठेच्या मानल्या जात असत. पण नंतर त्यांच्यात 'श्रेणी' निर्माण केल्याने त्या असमान किंवा विषम पातळीवरच्या ठरविल्या गेल्या. त्यामुळे काही समाजगट किंवा जातिगट हे कायमचे खाली गेले, कनिष्ठ मानले गेले. यातूनच पुढे पुढे उच्च गट, उदाहरणार्थ धर्माची किंवा ज्ञानाची उपासना करणारा ब्राह्मण वर्ण व त्यांच्या उपजाती, तसेच क्षत्रियत्वाची उपासना, जोपासना करणारा क्षत्रियवर्ण व त्याच्या जाति-उपजाती यांना कायमचे श्रेष्ठत्व प्राप्त झाले. या दोघांच्या मतानुसार समाजाची व्यवस्था लागू लागली. त्यातूनच हे दोन्ही गट आपल्याच समाजाचे शोषण आपल्या हातांतील धर्मसत्ता, ज्ञानसत्ता, राजसत्ता यांच्या आधारे करू लागले. अन्याय, जुलूम, जबरदस्ती करून उर्वरित समाजाला नाना प्रकारांनी छळू लागले. याच्या आधारे त्यांनी अर्थसत्ता, संस्कृतीसत्ता, कलासत्ता याही मिळविल्या आणि उर्वरित समाजाला जनावराच्या गुलामी पातळीवर नेऊन ठेवले. महाराष्ट्रात अठराव्या शतकाच्या उत्तरार्धात म्हणजेच पेशवाईच्या उत्तरार्धात याचा कडेलोट झालेला दिसून येतो. जुनाट हिंदूधर्म आणि संस्कृती यांच्या कालबाह्यतेचा, अवनतीच्या शेवटच्या पर्वाचा हा काळ वाटतो. आतून बंद झालेल्या या धर्माची आणि संस्कृतीची ही कालौघात झालेली शोकांतिका मानावी लागते.

हिंदू धर्माची आणि संस्कृतीची समाजान्तर्गत अशी शोकांतिका चालू असतानाच ब्रिटिश साम्राज्याने राजसत्तेच्या दृष्टीने या देशात परिपूर्णता गाठली. नंतरच्या दीडशे वर्षांत आपल्या राजसत्ता, धर्मसत्ता, ज्ञानसत्ता आणि अर्थसत्ता यांच्या द्वारा भारतीय समाज, धर्म आणि संस्कृती यांचे प्रचंड खच्चीकरण केले.

हे खच्चीकरण अतिशय चतुराईने चालू होते. ब्रिटिश राजसत्तेने अनेक कायदे कडक केले होते. शेतकऱ्याची दुष्काळी स्थिती, पिके, कुवत यांचा विचार न करता निर्दयपणे शेतसारा, शेतीवरील कर वसूल केले जात होते. यासाठी आपली स्वतःची माणसे अधिकारी म्हणून नेमली जात होती. कच्चा माल परदेशी पाठवून भारत देश कंगाल बनविला जात होता. उलट तिकडून येणाऱ्या वस्तू आणि पक्का माल विकण्याची बाजारपेठ म्हणून भारताकडे पाहिले जात होते. भारतातून संपत्ती गोळा करून परदेशी नेली जात होती. ख्रिश्चन मिशनरी ख्रिस्ती धर्माचा प्रसार करून खालच्या वर्ण-जातीतील शोषित, पददलित लोकांना विविध प्रकारची आमिषे दाखवून ख्रिश्चन करून घेत होते. त्यांनी नवी शिक्षण व्यवस्था निर्माण केली होती. इंग्लिश माध्यमातून नवे शिक्षण दिले जात होते. हे शिक्षण घेणारा वर्ग प्रामुख्याने

ब्राह्मण होता. या वर्गातून शिक्षण घेणाऱ्या शिक्षित वर्गाला प्रशासन व्यवस्थेत नोकऱ्या दिल्या जात होत्या. मानसिक दृष्ट्या या वर्गाला अशा रीतीने इंग्रज धार्जिणे बनविले जात होते. त्यांच्या हातातील हिंदू धर्मसत्ता, संस्कृतिसत्ता आणि ज्ञानसत्ता अशा रीतीने एक तर निष्क्रिय, निष्प्रभ किंवा निकामी केली जात होती. परिणामी हिंदू धर्माचा, संस्कृतीचा व ज्ञानव्यवस्थेचा विचार करणारा, परिवर्तनाची शक्ती परंपरेने ज्याच्याकडे होती तो वर्गच मानसिक दृष्ट्या परवश, दुबळा, धार्जिणा केला गेला होता. एके काळी राजसत्ता असलेले राजे, संस्थानिक, सरदार, सेनापती इत्यादींना लढायाच संपल्यामुळे आणि राजसत्ताच ब्रिटिशांकडे गेल्यामुळे उद्योग नव्हता. त्यांची राज्ये, वतने, संस्थाने एक तर खालसा केली होती किंवा त्यांच्यावर ब्रिटिश अधिकारी नेमले होते. त्यांच्याकडे तैनाती फौजा ठेवून त्यांना 'नामधारी' राजे, संस्थानिक, सरदार केले होते. अशा रीतीने ब्रिटिशांनी सर्व सत्ता स्वाधीन ठेवून हिंदू संस्कृतीला व समाजाला हतबल आणि तेजहीन करून टाकले होते.

पण याच हतबल झालेल्या समाजातून नवे ब्रिटिश ज्ञान घेणारे, ब्रिटिश संस्कृतीशी परिचित झालेले काही विचारवंत मनोमन ब्रिटिश धर्म आणि संस्कृतीचा व ज्ञानाचा, हिंदूधर्म, हिंदूज्ञान व हिंदूसंस्कृती, हिंदूसमाज यांच्याशी तुलनात्मक विचार करत होते. हळूहळू ते आपल्या मातृभाषेतून मांडत होते. याच विचारांतून भारतीय संस्कृतीच्या, पर्यायाने ग्रामसंस्कृतीच्या युगान्तराची चाहूल लागत होती. नवे प्रबोधन येऊ घातले होते. त्याच्या तयारीसाठी महाराष्ट्रातील ब्रिटिश राजवटीची पहिली पन्नास वर्षे जावी लागली.

व्यापक सांस्कृतिक संघर्षाकडे

युरोपमध्ये जे प्रबोधन झाले होते त्यातून आधुनिक युगाच्या मूलभूत मूल्यांचा जन्म झाला. धर्मनिष्ठ जीवनात श्रद्धेवर आधारित फक्त आध्यात्मिक मूल्यांना प्राधान्य दिले जाई. अशा प्रकारची मूल्ये ही नवी तार्किक किंवा बौद्धिक मांडणी करून बाजूला सारली गेली. मानवी जीवनाचा भौतिक जगात सर्वांगीण विकास आणि उत्कर्ष व्हायचा असेल तर त्याचे भौतिक जीवन आणि आध्यात्मिक जीवन या दोहोंना समान महत्त्व दिले पाहिजे. किंबहुना सात्त्विक मन:शांती देणारे आध्यात्मिक जीवन निर्वेधपणे जगता येण्यासाठी भौतिक जीवन प्रथम सुस्थित असण्याची गरज असते. अंतिमत: या दोन्ही जीवनांचा सुयोग्य मेळ घालण्याची गरज असते. यातूनच पुढे भौतिक जीवनमूल्यांचा जन्म झाला आणि त्यांना प्रतिष्ठा प्राप्त झाली.

अनेक अपरिहार्य कारणांनी भौतिक जीवनाला प्राधान्य आल्याने बौद्धिक म्हणजे तार्किक विचारसरणीला महत्त्व आले. भौतिक जीवन हे निसर्गतत्त्वांशी निगडित असते. निसर्गातील तत्त्वे शोधण्यासाठी कार्यकारण संबंधांवर आधारित शोधक शक्तीची गरज असते. या शोधक शक्तीने सिद्ध केलेली तत्त्वे ऐहिक किंवा भौतिक जीवनाचा विकास साधतात. या शक्तीमुळेच भौतिक शास्त्रे जन्माला आली व त्यांचा विकास झाला. विज्ञाननिष्ठा भौतिक विकासासाठी महत्त्वाची ठरली गेली.

विज्ञाननिष्ठा आणि भौतिकवादी तार्किक विचारांमुळे धर्माच्या व धार्मिक विचारांच्या अनेक मर्यादा स्पष्ट होत गेल्या. प्रत्येक धर्मांतर्गत तत्त्वे व धार्मिक विचार यांना फक्त त्या त्या धर्मात व त्या त्या धार्मिक समाजातच मानसिक पातळीवर मर्यादित अस्तित्व असते. पण विज्ञानांतर्गत तत्त्वे आणि वैज्ञानिक विचार यांना पृथ्वीच्या पाठीवर सार्वकालिक अस्तित्व असते. ही तत्त्वे सर्वत्र, सर्वकाल लागू पडणारी असतात. ती धर्मनिरपेक्ष, समाजनिरपेक्ष आणि वस्तुनिष्ठ शाश्वत स्वरूपाची असतात. त्यामुळे ती अधिक महत्त्वाची असतात हे सिद्ध झाले.

या तत्त्वांच्या प्रकाशात धर्मांच्या स्वरूपाची तपासणी झाली. धर्माचे महत्त्व जे निरंकुश होते त्याला खूपच मर्यादा पडल्या. पापपुण्याच्या कल्पना त्यातून निकालात

निघाल्या. नीतितत्त्वांचा विचार धार्मिक अंगाने न होता बौद्धिक अंगाने एकूण समाजकल्याण, मानवीकल्याण लक्षात घेऊन होऊ लागला. तथाकथित त्या त्या समाजातील विशिष्ट धर्मांचे महत्त्व कमी होऊन नव्या मानवतावादी धर्माचा अतिव्यापक पातळीवर उदय झाला.

धर्माने राजाला, धर्मगुरूला, ब्राह्मणांना, क्षत्रियांना दिलेले खास अधिकार किंवा वर्ण-जातिव्यवस्थेतील उच्चनीचता, श्रेष्ठकनिष्ठता, स्पृश्यअस्पृश्यता, वांशिक श्रेष्ठकनिष्ठता इत्यादी प्राचीन किंवा मध्ययुगीन तत्त्वांना या नव्या दृष्टीमुळे निकालात काढले गेले. व्यक्ती ही व्यक्ती, एक माणूस म्हणूनच महत्त्वाची असते. ती कोणत्याही धर्मातील, स्थानावरील, वर्णातील, जातीतील, वंशातील, प्रदेशातील, काळी, गोरी, पिवळी असो; तिला व्यक्ती म्हणून समान पातळीवरच स्थान असते. त्या व्यक्तीने स्वतःच स्वतःचा विकास, उत्कर्ष आपल्या बुद्धीच्या आणि सहज-प्रेरणांच्या द्वारा करून घ्यावयाचा असतो. त्यासाठी तिला स्वायत्त व्यक्ती म्हणून वावरण्यास स्वातंत्र्य दिले गेले. तिची निर्मितिशील वृत्ती एक मूल्य म्हणून महत्त्वाची व स्वतंत्र मानली गेली. व्यक्तिस्वातंत्र्य आणि व्यक्तीची सर्जनात्मकता यांना समाजहिताच्या दृष्टीनेच मान्यता दिली गेल्यामुळे 'व्यक्तींच्या समाजाला' नवा आशय प्राप्त झाला. त्यातूनच पुढे 'लोक'शाहीचा उदय झाला. समता, स्वातंत्र्य, बंधुता या आधुनिक समाजमूल्यांचाही जन्म यातूनच झालेला आहे व त्यांना मान्यताही मिळाली आहे.

या दृष्टीमुळेच परमेश्वर किंवा देव या संकल्पनेलाही नवा आशय प्राप्त झाला. ती कोणी सर्वशक्तीमान, स्थलकालातीत, नवसाला पावणारी, पाप्याला नरकात लोटणारी व्यक्ती नसून ते एक सृष्टीच्या बुडाशी असलेले किंवा 'आहे' असे मानलेले अज्ञात 'तत्त्व' आहे; ते चैतन्ययुक्त, बुद्धिगम्य या अर्थाने 'सूक्ष्म' आहे. संकल्पनेच्या पातळीवर त्याचे अस्तित्व आहे.

परमेश्वराला प्राप्त झालेल्या या नव्या बौद्धिक आशयामुळे निवृत्तिवाद, नियतिवाद, दैववाद, स्वर्ग-नरकादी धार्मिक कल्पना यांना फाटा दिला गेला. समाजसुधारक, मानवी कल्याणयुक्त प्रवृत्तिवादाला महत्त्व आले. मानवी प्रयत्नवादाला, भौतिक, आध्यात्मिक, कलात्मक आनंदनिर्मितीला महत्त्व आले. व्यक्तिनिष्ठेला, तिच्या प्रतिभेला, तिच्या स्वतंत्र शोधबुद्धीला, कलादृष्टीला महत्त्व आले. परमेश्वर-भक्तीपेक्षा समाज-सेवाभावी वृत्तीला, सेवेसाठी केलेल्या त्यागाला, सोसलेल्या उपेक्षा, छळ यांना महत्त्व आले. मानवी विकासाची कल्पनाच मुळातून बदलली गेली. वैयक्तिक कर्तृत्वाने अनेक व्यक्ती अजरामर होऊ लागल्या. त्यांचे देवतातुल्य पुतळे निर्माण झाले. मानवी जीवनाला नवी कळा प्राप्त झाली. मानवी जीवनाचा नवा इतिहास घडू लागला. यातूनच आधुनिक युगासाठी नवी मूल्ये आकाराला येत गेली.

महाराष्ट्रात नवी ग्रामसंस्कृती घडायला किंवा मध्ययुगीन जुन्या ग्रामसंस्कृतीतील

कालबाह्य झालेल्या अनेक मूल्यांना, अनेक गोष्टींना नवे, कालमानास धरून सुयोग्य रूप द्यायला ही मूल्ये उपयुक्त ठरली. एकोणिसाव्या शतकातील उत्तरार्धात महाराष्ट्रातील अनेक विचारवंतांनी ती अनेक प्रकारांनी मांडली, समाज-संस्कृती सुधारण्याचे प्रयत्न केले.

ब्रिटिशकालीन शिक्षणाच्या इंग्रजी माध्यमामुळे युरोपातील प्रबोधनकाळाचा इतिहास भारतीय तरुण पिढीला एकोणिसाव्या शतकात कळू लागला. त्या इतिहासाच्या अभ्यासाने ती पिढी घडली. तिला प्रबोधनकालीन नवमूल्यांचा परिचय झाला. त्या मूल्यांच्या प्रकाशात ती स्वतःच्या विद्यमान धर्म, समाज, संस्कृती व त्यांची स्थितिगती यांचा विचार करू लागली. त्यावर लेखन करून ते प्रसिद्ध करू लागली. भारतातील काही राज्यात, पर्यायाने महाराष्ट्रातही समाजान्तर्गत अस्वस्थतेची एक लाट निर्माण झाली.

या अस्वस्थ तरुण सुधारक पिढीच्या साहाय्याने आणि त्यांनी केलेल्या अर्ज-विनंत्यांच्या आधाराने ब्रिटिशांनी भारतात सुधारणाविषयक अनेक कायदे व उपक्रम प्रत्यक्षात आणले. १८२९ साली हिंदू धर्मातील सतीची चाल कायद्याने बंद केली. या नंतरच्या साठ-पासष्ठ वर्षांत त्यांनी ठगांचा बंदोबस्त केला. धर्मांतर केलेल्या भारतीयांना इस्टेटीतील वारसा-हक्क मिळण्याचा कायदा केला. जगन्नाथपुरी येथील रथयात्रेच्या वेळी यात्रेकरूंना रथाच्या चाकाखाली चिरडून ठार मारण्याची प्रथा बंद केली. विधवाविवाहाचा कायदा केला. न्याय व कायदा यांच्यासमोर सर्व व्यक्ती समान मानल्या. सर्वांना समान कायदा असल्याने 'ब्राह्मणाला खून माफ, राजाला खून माफ' इत्यादी गोष्टींवर पूर्ण बंदी आणली गेली. काही राज्यांतील लोक 'नरबळी' देत असत; त्यावर बंदी आणली. आंतरजातीय विवाहांना कायद्याने मान्यता दिली. काही रजपूत जातीत 'मुलगी' झाली तर व ती आईबापांना नको असेल तर तिला ठार मारली जाई; तीही चाल कायद्याने बंद केली. मुलीच्या लग्नाचे वय दहावरून बारा वर्षे केले. या कायद्यांच्या विरुद्ध वर्तन केल्यास कडक शिक्षा अंमलात आणल्या गेल्या.

ब्रिटिश सरकारच्या या धोरणामुळे हिंदू धर्मातील व संस्कृतीतील अनेक अंधश्रद्धा, माणुसकीला काळीमा फासणाऱ्या अनेक चालीरीती बंद पडल्या. जी एक सांस्कृतिक कालबाह्यता, जे एक जुनाटपण प्राप्त झाले होते, जी अनेक अंगांनी हजारो वर्षांत कीड लागली होती, ती हळूहळू सक्तीने नष्ट केली जाऊ लागली आणि धर्म-संस्कृतीला व समाजाला नवी कळा, नवे रूप प्राप्त होण्यास प्रारंभ झाला... संवेदनाशील अनेक मराठी मनांना ब्रिटिशांच्या नव्या धोरणांमुळे, नव्या कायद्यामुळे, माणसाला माणूस म्हणून प्रतिष्ठा दिल्यामुळे, त्यांनी धर्म-संस्कृतीतील अनेक अन्यायकारक सनातन प्रथा बंद पाडल्यामुळे ते, 'परमेश्वराने पाठविलेले दूत-सेवक'

भारतीयांना वाटणे स्वाभाविक होते. त्यात धन्यतेची भावना होती. वास्तविक ब्रिटिश राजवट एका बाजूने म्हणजे आर्थिक दृष्ट्या आपल्या देशाला कंगाल करत चालली होती. देश दरिद्री होत चालला होता. पण त्या दारिद्र्यापेक्षा धार्मिक आणि सांस्कृतिक दृष्ट्या या देशाला व त्याच्या अंतरात्म्याला जे भयानक मनोदारिद्र्य प्राप्त झाले होते ते, समाजातील स्त्रियांना, सामान्य स्तरातील जनजातींना, आदिवासींना, पददलितांना जी गुलामी प्राप्त झाली होती ती अधिक जीवघेणी होती. तिच्या मुक्तीची दिशा ब्रिटिशांनी भारतीय समाजाला दाखवून दिली; ती अतिशय मोलाची वाटली. म्हणून भारतीय समाज त्यांच्याविषयीचा कृतज्ञता भाव व्यक्त करीत होता. या समाजाला ते दारिद्र्य आर्थिक दारिद्र्यापेक्षा अधिक मूलगामी आणि भीषण वाटले होते, हे विसरता येत नाही.

याचा परिणाम होऊनच या देशात या साठपासष्ठ वर्षांच्या काळात अनेक सुधारक जन्माला आले होते. बंगाल आणि महाराष्ट्र या बाबतीत आघाडीवर होता. लोकहितवादी, न्या. रानडे, आगरकर, म. फुले, बाळशास्त्री जांभेकर, दादोबा पांडुरंग, जगन्नाथ शंकरशेट, दादाभाई नवरोजी, विष्णुशास्त्री चिपळूणकर, डॉ. रामकृष्ण भांडारकर, ना. गोखले, वामन आबाजी मोडक, विष्णुबुवा ब्रह्मचारी, लोकमान्य टिळक, विष्णुशास्त्री पंडित, विष्णु मोरेश्वर भिडे, मोरोबा कान्होबा, महर्षी वि. रा. शिंदे ही सहज आठवलेली काही मान्यवर मराठी व्यक्तींची नावे. ह्या व्यक्ती एकट्या नव्हत्या. त्यांच्या अनेक संस्था होत्या. त्या त्या संस्थांत इतर अनेक व्यक्तींचे गट कार्य करीत होते. यांची अनेक नियतकालिके होती. त्यातून समाजाच्या अनेक अंगोपांगांवर प्रकाश पाडणारे प्रखर लेखन प्रसिद्ध होत होते. यांतील अनेक व्यक्ती अनेक उपक्रम आणि पराक्रम करून दाखवीत होत्या. समाजाचा धर्म आणि संस्कृती यांचे रुतलेले गाडे 'आधुनिक युगात' खेचून आणत होत्या. ते आणण्यासाठी समाजान्तर्गत संघर्ष करीत होत्या. परंपरावादी, सनातन धर्मवृत्तीचे संस्कृति-उपासक त्यांना नाना परींनी प्रखर विरोध करत होते. त्यांच्या प्रतिकात्मक प्रेतयात्रा, धिंड, मोर्चे काढत होते. निषेधसभा घेत होते. शारीरिक हल्ले करत होते. तरीही सुधारणांचे वादळी वारे वाहतच होते.

ब्राह्मो समाज, आर्यसमाज, प्रार्थनासमाज, सत्यशोधक समाज, एकेश्वरी पंथ इत्यादी सारख्या नवा धर्म, नवी समाज-संस्कृती निर्माण करणाऱ्या संस्था जन्माला येत होत्या. नव वृत्ति-प्रवृत्तींचे पोषण नीटपणे व्हावे म्हणून नवनव्या शिक्षण संस्थांचाही जन्म होत होता. पुनरुज्जीवनवादी वृत्तीही प्रतिक्रियात्मक प्रयत्न करीत होत्या. पण त्यांचा प्रभाव फारसा पडत नव्हता. सुधारणावादाचा प्रभाव विशेष पडत होता.

या सुधारणावादाची तत्त्वे मूलत: व्यापक पातळीवरची असली तरी त्यांचा

प्रभाव महाराष्ट्रातील ब्राह्मण समाजावर विशेष पडत होता. कारण सुधारणावादी विचारवंत प्रामुख्याने या वर्गातीलच होते. तसे असणे त्या काळात स्वाभाविकही होते. कारण त्या वर्गातूनच प्रामुख्याने तरुण पिढी शिक्षणासाठी पुढे येत होती. ज्ञानोपासनेची हजारो वर्षांची परंपरा तिला होती. या पिढीला स्वत:च्या समाजगटाच्या मर्यादा प्रथम जाणवणे, त्यांचा प्रत्यक्ष त्रास होणे, त्यांची बंधने आपली विचित्र कोंडी करतात हे अनुभवाला येणे अगदी स्वाभाविक होते. त्यामुळे त्या पिढीचा पहिला रोख स्वत:च्या सामाजिक स्तरापुरता मर्यादित असणे हे विचारी मनाला समजू शकते.

हळूहळू यातून काही गोष्टी घडत गेल्या. एक तर भारतीय समाजाच्या धर्मसंस्कृतीत आमूलाग्र बदल व विकास करण्याची नितान्त आवश्यकता आहे, हे तत्त्व समाजातील सर्वांनाच पटत गेले. त्यामुळे ब्राह्मण वर्गाशिवाय इतर वर्ग, वर्ण, जाती यांच्यामध्येही सुधारणांविषयीची जाणीव जागी होऊ लागली. त्यांच्याही कानामनात ते वारे जाऊ लागले. स्वत:ला सुधारू पाहणारा ब्राह्मण समाज एकूण समाजाच्या संदर्भात मात्र काही तळामुळातून करू पाहात नाही, या जाणीवेने इतर जनजातींतून नवनवे सुधारक पुढे येण्यास प्रारंभ झाला व अंतर्गत संघर्षाला सुरुवात झाली. या संघर्षाला नवेच सांस्कृतिक परिमाण लाभले.

□

नव्या ग्रामसंस्कृतीचे आद्यप्रवर्तक

ग्रामसंस्कृती जिचा केंद्रवर्ती गाभा आहे त्या भारतीय हिंदू संस्कृतीत अनेक महान गुणधर्म आहेत तसे तिच्यात महान दोषही आहेत, असे तिच्या प्रत्यक्षातील आविष्काराचा, आचारांचा ऐतिहासिक दृष्टीने अभ्यास करताना दिसून येते. विशेषत: ब्राह्मण आणि क्षत्रिय या वरच्या दोन वर्णांनी आणि त्यातल्या त्यात धर्मसत्ता आणि ज्ञानसत्ता ज्यांच्या स्वाधीन होती त्या ब्राह्मण वर्ण-जातींनी काळाच्या ओघात संस्कृतीच्या आचार-आविष्कारांना विकृतीचे स्वरूप दिले. विशेषत: जन्माधिष्ठित वर्णीय आणि जातीय उच्चनीचता निर्माण केली. कोणत्याही वर्णजातीतील स्त्री असो, तिला 'शूद्र'च मानले; मग ती ब्राह्मण स्त्री असली तरी शूद्रच. तिला ज्ञान आत्मसात करण्याचा, ब्राह्मणी अधिकारांचा हक्क नव्हता. या उच्चनीचतेने हळूहळू परमसीमा गाठली. याचा आत्यंतिक त्रास समाजाचा गाभा असलेल्या बहुजन जातिजमातींना झाला. हिंदू संस्कृतीत या जातिजमातींना शूद्रातिशूद्र जाती म्हणून ओळखले जाते. ग्रामसंस्कृती प्रामुख्याने या जातिजमातींच्या रचनेतून जन्मलेली असते. यातील काही जमातींचा स्पर्शदेखील पहिल्या, उच्चवर्णास 'पाप' वाटत असे. उत्तर पेशवाईच्या काळात त्यांची सावली जरी आपल्या अंगावर किंवा आसपास पडली तरी उच्चवर्णियांना स्नान करून शुचिर्भूत व्हावे लागे. अतिशूद्रांनी रस्त्याने चालताना त्यांची उमटलेली पावले त्यांनीच पुसण्यासाठी त्यांच्याच पायांना मागून झाडू बांधावे लागत, रस्त्यावर थुंकण्याची त्यांना मनाई असल्यामुळे त्यांच्या गळ्यांत मडकी बांधण्याची सक्ती होती. या संस्कृतीत पुरुषांना कितीही लग्ने करण्यास मोकळीक होती. पण ब्राह्मण स्त्रीचा पती एकदा का मरण पावला तर तिचे मुंडण केले जात असे, तिला विशिष्ट रंगाचेच वस्त्र नेसावे लागत असे, तिचे दर्शनही अशुभ मानले जात असे, समारंभात तिला प्रवेश निषिद्ध असे. तिचे पुन्हा लग्न केले जात नसे. कुजून-सडून ती चारभिंतीत मरून जाई. ब्राह्मणाब्राह्मणातही

जातिभेद, श्रेष्ठ-कनिष्ठता होतीच. मुलांना कळते न कळते तोवर त्यांचे विवाह आई-वडिलांच्या हौसेमौजेसाठी होत असत. साठीच्या पुढचे म्हातारे पुरुष कोवळ्या दहाबारा वर्षांच्या मुलीशी पैशांच्या, घराणेशाहीच्या जोरावर सहज विवाह करत असत. सती जाण्याची चाल भयानक विकृत स्वरूपात रूढ होती. समुद्रपर्यटन करणे अशुभ मानले जात असे. ब्राह्मणवर्णाशिवाय इतरांना धर्म समजून घेण्याचा, त्याविषयी ज्ञान वा शिक्षण मिळविण्याचा अधिकारच नव्हता. उत्तर पेशवाईत ब्राह्मणांना खास सवलती आणि खास अधिकार होते. इतरांना जे कायदे लागू होते ते त्यांना लागू नव्हते. सरकारी खजिन्यातून लक्षावधी रुपये ब्राह्मणांना दक्षिणा आणि भोजने देण्यासाठी खर्च केले जात. बाहेर सर्व मुलुखात पुष्कळ वेळा दुष्काळ, पटकी-महामारी सारखी रोगराई पसरलेली असे. अशा परिस्थितीतही शेतकरी, कामकरी वर्गांकडून अनेक प्रकारांनी धन-धान्य-वसुली, करवसुली, धर्मकार्यांच्या नावे खंडणी-वसुली केली जात असे.

ब्रिटिशराज्य आल्यावरही प्रामुख्याने ब्राह्मणवर्गांतूनच विविध प्रकारचे अधिकारी सरकारने नेमल्यामुळे हे छळ-प्रकार शेतकऱ्याच्या व बहुजन जातिजमातींच्या नशिबातून चुकत नव्हते. या काळात शेतकऱ्यांनी अनेक वेळा बंडे करण्याचा प्रयत्न केला, पण या अधिकाऱ्यांच्या मदतीने ती चिरडून टाकण्यात आली.

एकोणिसाव्या शतकाच्या आरंभी (१८१२ मध्ये) मुद्रणकला महाराष्ट्रात आली. या शतकाच्या पूर्वार्धात तिचा झपाट्याने विस्तार झाला. महाराष्ट्रात अनेक नियतकालिके या पूर्वार्धात जन्माला आली. प्रबोधनाच्या चळवळीला उपकारक मजकूर या नियतकालिकांतून प्रसिद्ध होत होता.

या नियतकालिकांत आरंभीच्या काळात नव्या ज्ञानाचा परिचय व माहिती करून देणारा मजकूर बराच येत असे. हे नवे ज्ञान ब्रिटिश राजवटीतील नवनव्या सुधारणाविषयीचे, साहित्याविषयीचे, आधुनिक युगातील विविध वस्तूंविषयीचे असे. मनोरंजक माहितीही भरपूर असे. ही वृत्ती त्यावेळच्या शिक्षित वर्गाशी निगडित असे. हा वर्ग प्रामुख्याने ब्राह्मण समाजातील होता. यातील नव्या ज्ञानाने त्याची नव्या संस्कृतीला सामोरे जाण्याची मानसिक तयारी होत होती. आपण किती 'मागास' आहोत आणि युरोपात किती सर्वांगीण प्रगती होत आहे, याची त्याला जाणीव होत होती.

या प्रबोधन-काळाचे दुसरे वैशिष्ट्य असे की, लोकहितवादी, रानडे, आगरकर, गोखले इत्यादी नवविचारवंत मंडळी जे समाजसुधारणावादी लेखन या नियतकालिकांतून करत होती ते लेखन ब्राह्मणवर्गाला अनेक अंगांनी अंतर्मुख होऊन विचार करायला लावणारे होते. विशेषत: लोकहितवादी, आगरकर यांचे लेखन घणाघाती स्वरूपाचे आणि वास्तवाचे भेदक चित्रण करणारे होते. कालबाह्य झालेला आपला धर्म,

त्यातील मूर्खपणाच्या चालीरीती, स्वार्थीवृत्तीवर आधारलेली श्रेष्ठकनिष्ठता, खोट्या मोठेपणाचे तयार झालेले सामाजिक कोष, एकूणच समाजाचा ऐदीपणा व निष्क्रियता, घृणा निर्माण करणाऱ्या रूढी-परंपरांचा प्रौढीने अवलंब करण्यात धन्यता मानण्याची वृत्ती, इत्यादीवर आघात करणारे होते. ग्रामीण व डोंगरी विभागातील अनेक जातीजमातींच्या दारिद्र्याची, त्यांच्यावर होणाऱ्या अन्यायांची, जनावरांच्या पातळीवरील त्यांच्या उद्‌ध्वस्त जीवनाची खंत कुणालाही नसण्याबद्दल लोकहितवादींनी उच्च वर्ण-जातींना जबाबदार धरले होते. आगरकरांनी स्त्रियांच्या केविलवाण्या, शोषित जीवनाचे परखड विश्लेषण करून त्यांच्या उद्धार-विकासाच्या दिशा दाखविल्या, परमेश्वरविषयक जुनाट समजुतीवर व त्यावर आधारित धर्म आणि संस्कृतीवर आसूड ओढले होते.

न्या. रानडे, ना. गोखले यांनीही सौम्य, समजूतदार तरी भेदक भाषेतून सामाजिक स्थितीचे असेच विश्लेषण केले होते.

या सामाजिक सुधारणावादी मंडळींच्यामुळे समाजात प्रामुख्याने ब्राह्मणवर्गात जागृती निर्माण झाली. स्वतःचा समाज, धर्म, संस्कृती, रुढी, परंपरा, चालीरीती यांच्याविषयी ते अंतर्मुखतेने विचार करू लागले. मनोमन अस्वस्थ होऊ लागले. आपली सामाजिक, धार्मिक, ज्ञानात्मक, सांस्कृतिक मूल्ये व कल्पना कालबाह्य, जुनाट, टाकावू झाली आहेत, याचा त्यांना मनोमन प्रत्यय येऊ लागला आणि 'सत्वा' विषयीचा विश्वास ते गमावू लागले.

उलट याची प्रतिक्रिया होऊन समाजातील सनातनी ब्राह्मणवर्ग चिडून-संतापून उठला. आपला धर्म, संस्कृती, परंपरा यांचे गोडवे गाऊ लागला. त्यांच्यावर हल्ले करणाऱ्या व्यक्ती, नियतकालिके, विचार, सभा, संस्था यांच्यावर तो प्रतिहल्ले करून निषेध, दहशत निर्माण करून त्यांचा प्रतिकार करू लागला. आपल्या धर्म, समाज, संस्कृती यांना काहीही झाले नाही, त्यांची स्थिती व आरोग्य ठणठणीत आहे, असे बजावू लागला. सामान्यतः विष्णुबुवा ब्रह्मचारी, विष्णुशास्त्री चिपळूणकर, लोकमान्य टिळक यासारखी मंडळी या पुनरुज्जीवनवादी वृत्तीचे प्रतिनिधित्व करत होती. एवढेच नव्हे तर 'आपल्याला सध्या जी अवनतिसदृश स्थिती प्राप्त झालेली आहे, ती ब्रिटिश राजवटीमुळे, ते निर्माण करीत असलेल्या नव्या कायदेकानूमुळे' अशी भूमिका पुनरुज्जीवनवाद्यांची होती. लोकमान्य टिळकांनी तर 'ब्रिटिशांना आमच्या धर्म, संस्कृती, सामाजिक चालीरीती यांच्यामध्ये कायदे करून किंवा लक्ष घालून ढवळाढवळ करण्याचा काहीही अधिकार नाही' अशी कडक भूमिका १८८९-९० च्या आसपास घेतली होती. त्यामुळे १८२९ पासून तशा प्रकारचे कायदेकानून करणाऱ्या ब्रिटिश राजवटीने १८५७ च्या बंडाचा अनुभव लक्षात घेऊन पुढेपुढे म्हणजे १८८९-९० च्या आसपास आपले धोरण बदलले. ही

राजवट हिंदू समाज, धर्म, संस्कृती, चालीरीती यांच्यात लक्ष घालेनाशी झाली. ती अलिप्त राहून राज्यकारभार करू लागली.

प्रबोधनकाळातील हा संघर्ष ब्राह्मणसमाजान्तर्गतच सुधारणावादी आणि पुनरुज्जीवनवादी प्रवृत्ती यांच्यात चालू होता. प्रामुख्याने तो त्याच समाजाच्या स्थितीगतीबद्दल चालू होता. त्या विशिष्ट समाजाबाहेरच्या जनजातींशी, बहुसंख्यांकाशी त्याचा प्रत्यक्ष संबंध फारसा नव्हता. असलाच तर अप्रत्यक्ष स्वरूपाचा होता. म्हणजे असे की हिंदूसमाजव्यवस्थेत ब्राह्मणवर्गाकडेच धर्मशक्ती, ज्ञानशक्ती आणि ब्रिटिश अमदानीतील नोकरदार ब्राह्मणवर्गाच्या द्वारा अर्थशक्ती, प्रशासनशक्ती एकवटल्या असल्यामुळे एकूण समाजाच्या नाड्या त्यांच्या ताब्यात होत्या. जर प्रबोधनकाळातील सुधारणावादी आणि पुरोगामी वृत्तीचा विजय झाला तर त्याचे काही चांगले परिणाम एकूण समाजाकडे पाहण्याच्या त्यांच्या दृष्टीवर होण्याची शक्यता होती. पण त्यात बराच काळ निघून जावा लागणार होता. शिवाय चांगलेच परिणाम होतील याची खात्री कोणी देऊ शकत नव्हते.

प्रबोधनाच्या या पार्श्वभूमीवर महात्मा जोतिबा फुले यांचा विचार करावा लागतो. युरोपीय प्रबोधनकाळात जी मानवी मूल्ये निष्पन्न झाली होती त्यांचाच स्वीकार फुल्यांनीही केला होता. ते नुसते वाचीवीर किंवा विचारवंत विद्वान नव्हते. ते विचारांबरोबर आचारही स्वहस्ते करणारे होते. नुसता स्वजातिवर्णापुरता संकुचित विचार न करता त्यांनी समग्र समाजाचा विचार केला होता. हा विचार 'आधुनिक' समाजाच्या स्वप्नाचा होता. नुसता समाजातील शूद्रातिशूद्रांचा विचार नव्हता तर समाजातील बहुसंख्यांकांचा विचार होता. 'समता, स्वातंत्र्य आणि बंधुता' ही मानवी मूल्ये सर्वच वर्णजातींना समाजात आत्मसात करता आली पाहिजेत, तिथे कुणाची, कोणत्याही प्रकारची धार्मिक, सांस्कृतिक, ज्ञानात्मक वा आर्थिक स्वरूपाची मक्तेदारी असता कामा नये याची स्पष्ट जाणीव त्यांना होती.

हिंदू संस्कृतीत ब्राह्मणवर्गाने हजारो वर्षे एकूण समाजावर वर्चस्व गाजविले. स्ववर्गातील केवळ पुरुषवर्ग सोडला तर त्यांच्या स्त्रियांसह उर्वरित सर्व समाजाला त्याने शिक्षणापासून, ज्ञानापासून दूर ठेवले. धर्माधिकारापासून दूर ठेवले. विविध मानवी हक्कांपासून दूर ठेवले. केवळ 'सेवे'साठीच काही जातींचा जन्म आहे, असे ठरविले. त्यामुळे उर्वरित सर्व समाजात अज्ञान, दारिद्र्य, मागासलेपणा, भोळसट वृत्ती, मलीनता, मानसिक दुबळेपणा, दीनवाणेपणा, हताश वृत्ती पसरलेली होती. हे फुल्यांनी अभ्यासपूर्वक हेरले होते. म्हणून त्यांनी समाजातील दलित आणि पददलित म्हणजे 'शूद्रातिशूद्र' घटक विकासाचे लक्ष्य मानले. कारण त्यांचाच समाज म्हणजे बहुसंख्य हिंदू समाज होता.

हे घटक म्हणजे सबंध हिंदूसमाजाचा अर्धाअधिक भाग असलेली स्त्री, मग ती

कोणत्याही जातिवर्णातील असो. ग्रामीण विभागात राहून सबंध समाजासाठी स्वकष्टाने अन्नधान्य पिकवणारा शेतकरी वर्ग आणि त्याच्या शेतीशी प्रत्यक्षाप्रत्यक्ष संबंधित असलेला आणि शारीरिक कष्टानेच जीवनसाधनांची व व्यावसायिक साधनांची निर्मिती करणारा बलुतेदार वर्ग आणि एकूण हिंदूसमाजाच्या स्वच्छतेसाठी वाट्टेल ती घाणेरडी, घृणास्पद सेवाकार्ये करणारा आणि एवढे करूनही ज्याला समाजात राहायला जागाही नाही असा गावकुसाबाहेर राहणारा पददलित अतिशूद्र वर्ग– या तीन घटकांसाठी फुल्यांनी आजन्म कार्य केले.

हे तीनही घटक शिक्षणापासून, ज्ञानापासून वंचित होते. 'स्त्री' ही घराचा, कुटुंबसंस्कृतीचा गाभा असल्याने तिच्या शिक्षणासाठी १८४८ साली शाळा स्थापन केली. ब्राह्मण वर्गात विधवांचे प्रमाण खूप असे. त्यांना पुन्हा विवाह करण्याची बंदी होती. पण फुल्यांनी त्या समाजातील सुधारकांना साहाय्य करण्याचा विडा उचलला. स्वत: पुढाकार घेतला. चुकून ज्या विधवांचे नैतिक पाऊल घसरले असेल अशा स्त्रियांच्या नवजात बालकांना चूपचाप घरच्या घरी ठार मारून परसात, उकिरड्यात, दूर रानात नेऊन पुरले जात असे. ही अर्भकांची हत्या थांबावी म्हणून फुल्यांनी १८६३ साली 'बाल हत्या प्रतिबंधक गृहाची' स्थापना केली. याच्याही अगोदर म्हणजे १८४८ साली अस्पृश्यांच्या मुलांसाठीही त्यांनी शाळा काढली. १८७८ साली स्वत:ची विहीर आणि घरचा हौद अस्पृशांना पाण्यासाठी मोकळा केला. १८७३ साली 'सत्यशोधक समाजाची' स्थापना केली. फुल्यांना रानडे, भांडारकर, लोकहितवादी यासारख्या पुरोगामी सुधारकांविषयी मनापासून सहानुभूती होती. निकराच्या वेळी त्यांना त्यांनी प्रत्यक्ष मदत केलेली आहे. ते ब्राह्मण विरोधी नव्हते; जुनाट आणि कालबाह्य झालेल्या श्रेष्ठत्ववादी ब्राह्मण्याविरुध्द, मूर्खपणाच्या चालीरीतींचा सुळसुळाट केलेल्या धर्माविरूध्द, माणसाला जनावराप्रमाणे वागवणाऱ्या रूढी-परंपराविरूध्द होते. त्याचे प्रतीक म्हणून त्यांनी संस्कृतमधील मंत्र नाकारून मातृभाषेत बरेच मंत्र लिहिले आणि धर्मविधी ब्राह्मणेतर पुरोहितांकडून करून घेण्याची प्रथा पाडली. लग्नविधी, मंगलाष्टके मराठीत लिहिली. शूद्र विद्वानांना दक्षिणा देण्याची नवी प्रथा पाडली. परमेश्वरविषयक 'निर्मिका'ची नवी कल्पना मराठी 'अखंडा'मधून मांडली. 'अखंड' काव्यरचना जशी केली तसे पोवाडे, नाटके, बखरसदृश 'शेतकऱ्याचा आसूड' यासारखे अनेक ग्रंथ लिहिले. या ग्रंथांची भाषा ही सामान्य माणसाची बोलीभाषा होती. ती तत्कालीन ब्राह्मणी पंडितांना मानवली नाही. शेतकऱ्यांच्या विकासासाठी त्यांनी अनेक उपाय समाजाला आणि तत्कालीन सरकारला सुचवले. ते इतके दूरदर्शी होते की, स्वातंत्र्यानंतरच्या काळात त्यांतील अनेक उपायांचा अवलंब पंचवार्षिक योजनांतून केला गेलेला दिसतो. शेतकऱ्यांना समाजात महत्त्वाचे केंद्रवर्ती स्थान आहे, हे प्रथम फुल्यांनी दाखवून

दिले आणि शेतकरी जीवनाला व संस्कृतीला अर्थपूर्णता प्राप्त करून दिली. त्यांनी धर्मसत्ता, ज्ञानसत्ता, अर्थसत्ता, या समाजाच्या मूळ सत्तांना नवा आशय प्राप्त करून दिला. त्याची नवी मांडणी केली. त्या दृष्टीने कृतीला हात घातला. भारतीय समाजात हे प्रथमच उक्तीसह कृतीत आणण्याचे कार्य घडत होते. तसेच त्यांनी 'शेतकरी' हा भारतीय संस्कृतीचा गाभा आहे, तो अन्नदाता आहे, हे प्रथम स्पष्टपणे दाखवून दिले व त्या महत्त्वाच्या पण संपूर्ण उपेक्षित अंगाकडे सुधारणांचे मुख वळविले. म्हणून त्यांना नव्या ग्रामसंस्कृतीचे भारतीय आद्य प्रवर्तक मानावे लागते. स्त्रियांचा विचार त्यांनी अतिशय सहानुभूतीने तरी समानतेच्या तत्त्वाने केला. 'जिच्या हाती पाळण्याची दोरी ती जगताचा उद्धार करी' ही तिची नवी शक्ती हिंदू संस्कृतीला प्रथमच दाखवून दिली. स्त्रियांसाठी खूप काही करून दाखविले. अस्पृश्यांसाठी भारतात पहिली शाळा काढून त्यांनी त्यांना स्वतःचे घर पाण्यासाठी मोकळे केले. त्यांचे हे कार्य महान होते. म्हणून त्यांची 'महात्मा' ही पदवी त्यांना शोभून दिसते. फुल्यांच्या या कार्यामुळे ग्रामसंस्कृतीत प्रामुख्याने राहणाऱ्या शेतकऱ्यांना आधुनिक युगात प्रथमच प्रतिष्ठा मिळाली. तेथूनच पुढे फुल्यांना वाट पुसत एक नवा सुधारणा प्रवाह जन्माला आला आणि त्याने ग्रामसंस्कृतीला आधुनिक युगात आणून सोडले.

□

परिवर्तनाचे वारे

महात्मा फुल्यांच्या सुधारणावादी दृष्टीच्या टप्प्यात समाजाचा नव्वद टक्के भाग होता. ब्राह्मण समाजाचा पुनरुज्जीवनवादी सनातनी वृत्तीचा पुरुषवर्ग सोडला तर फुल्यांची सुधारणावादी दृष्टी सर्वच भारतीय समाजाच्या मूलभूत समस्या मांडणारी होती. भारतीय समाजाचा अर्धा भाग असलेला संपूर्ण स्त्री वर्ग, ग्रामीण समाजाचा केंद्रवर्ती आणि प्रमुख भाग असलेला शेतकरी आणि बलुतेदार वर्ग, सर्वच समाजाचा बहुसंख्येने अस्तित्वात असलेला शूद्रातिशूद्रवर्ग म्हणजे अस्पृश्यजातींसह सर्व जनजाती यांच्या मूलभूत समस्या महात्मा फुले मांडत होते. एका अर्थी ते महाराष्ट्राचे मार्क्स होते.

या समस्या मांडण्यासाठी फुल्यांच्या सहकार्यांनी (कृष्णराव पांडुरंग भालेकर यांनी) १८७७ मध्ये 'दीनबंधू' साप्ताहिक चालू केले. पुढे १८८८ मध्ये गणपत सखाराम पाटील यांनी 'दीनमित्र' साप्ताहिक सुरू केले. फुल्यांच्या सत्यशोधक समाजाची भूमिका यांतून आक्रमकपणे मांडली जात असे. होणाऱ्या टीकेला प्रतिटीकेने, आघातांना प्रत्याघातांनी उत्तरे दिली जात असत. हे कार्य फुले, भालेकर, पाटील हे तर करतच होते, पण त्यांना विश्राम रामजी घोले, नारायण मेघाजी लोखंडे, डॉ. संतूजी लाड, मारुतराव नवले इत्यादींची सक्रीय मदत होत होती.

असे असले तरी भारतीय समाजाच्या व्यापक गाभ्याला हात घालणारी ही चळवळ महात्मा फुल्यांच्या निधनानंतर (म्हणजे १८९०नंतर) कमजोर होत गेली. याचे मूलभूत कारण बहुसंख्यांकांचा समाज प्रामुख्याने निरक्षर होता. त्यामुळे त्याला ही चळवळ समजणे, वाचनातून त्याच्या बुद्धीला चालना मिळणे ही प्रक्रियाच प्रभावीपणे घडत नव्हती. हा समाज खेड्यापाड्यांतून विखुरलेला, अनेक जातीजमातींत विभागलेला, अज्ञानामुळे, अंधश्रद्धेमुळे, रूढीमुळे, जातीविषयक जुनाट भावना सांभाळणारा, चळवळीसाठी व तिच्या विकासासाठी हातातले काम सोडून काही अन्य समाजकार्य करावे लागते; ते करण्याचे आर्थिक सामर्थ्य व बौद्धिक कुवत

नसलेला, दारिद्र्यात ठार बुडालेला असा हा प्राणिजीवनतुल्य लोकसमूह होता. त्यामुळे महात्मा फुल्यांच्या नंतर ही चळवळ काही काळ कमजोर झाली.

कोल्हापूर संस्थानाची १८९४ साली राज्यसूत्रे राजर्षी शाहू महाराजांच्या ताब्यात आली. शाहूराजांचे व्यक्तिमत्त्व आधुनिक स्वरूपाच्या विविध विद्यांनी संपन्न झाले होते. समाजाकडे पाहण्याच्या आधुनिक दृष्टिकोनाचा लाभ झाल्याने आपल्या प्रजेसाठी त्यांनी अनेक सामाजिक कार्ये केली. १८९७ ते १९२० या वीसबावीस वर्षांत त्यांनी कोल्हापूर नगरीत सर्वसामान्य जनतेसाठी अनेक सुविधा उपलब्ध करून दिल्या. मुख्य म्हणजे त्यांनी खेड्यापाड्यातून विखुरलेल्या समाजाला शिक्षण दिल्याशिवाय तो सुधारणार नाही या जाणिवेने ब्राह्मण, सी. के.पी, सारस्वत, मराठा, लिंगायत, जैन, वैश्य, शिंपी, चांभार, मुसलमान, ख्रिश्चन, सुतार, वाणी कोष्टी इत्यादी विविध जातीजमातींसाठी स्वतंत्र विद्यार्थी वसतिगृहे काढली.

'जातीजमाती आपआपल्या बंदिस्त कप्प्यातून बाहेर पडल्या पाहिजेत, हे बाहेर पडणे केवळ उपदेशाने किंवा सत्तीने शक्य नाही, त्यासाठी प्रथम तो तो समाज गट शिकला पाहिजे, त्या त्या गटातूनच सुशिक्षित नेतृत्व निर्माण झाले पाहिजे, असे नेतृत्वच त्या त्या समाजाच्या विकासाला आतून हात घालील'. अशी त्यांची धारणा होती. त्या कालामानाशी ती भूमिका सुसंगत होती. या बोर्डिंगमध्ये अनेक सवलती मिळत. रयतेतून फिरताना शाहूमहाराजांच्या नजरेला अनेक हुशार मुले दिसत. त्यांतील निवडून ते बोर्डिंगमध्ये शिक्षणासाठी धाडण्यास त्यांच्या आईवडिलांना प्रवृत्त करत.

कोल्हापूर शहरात त्यांनी राजाराम कॉलेजची स्थापना केली. खेड्यापाड्यातून, मोठ्या गावांतून प्राथमिक शाळा काढल्या, हायस्कूल्स काढली. प्रथम अस्पृश्यांसाठी स्वतंत्र शाळा काढल्या. शिक्षणाचा बहुजन समाजात झपाट्याने प्रसार होऊ लागला. मुलांसाठी फी माफी, भोजनमाफी, शिष्यवृत्त्या अशा अनेक सवलती मिळत असत.

त्यामुळे अनेक जाती जमातींतून शिक्षित तरुण तयार होऊ लागले. त्यांनीही अनेक संस्थातून, खात्यांतून, राजवाड्यातून निरनिराळ्या नोकऱ्या दिल्या. स्पृश्य, अस्पृश्य असा भेद न करता नेमणुका केल्या. जाति-भेद नष्ट करण्याचा अनेक प्रकारांनी, स्वतःच्या आचारांनी, उद्योगांत व नोकऱ्यात प्रतिष्ठा देऊन प्रयत्न केला.

बहुजन समाजाच्या शिक्षणासाठी महाराष्ट्रातील अनेक ठिकाणी संस्था स्थापन केल्या. त्यांना देणग्या दिल्या, मुलांसाठी वसतिगृहे काढण्यास सक्रिय प्रोत्साहन दिले.

त्यांनी शेतकऱ्यांत अनेक प्रकारांनी आत्मविश्वास निर्माण केला. बैलगाड्यांच्या शर्यती, कुस्तीकला, नाना प्रकारचे मर्दानी खेळ, तसेच बकरी, बैल, रेडे यांच्या टकरी, त्यांच्या ताकदीचे प्रयोग, यांना भरपूर प्रोत्साहन दिले. स्वतः शाहू महाराज

उत्तम शिकारी, उत्तम कुस्तीगीर होते. त्यामुळे शेतकऱ्यांना तो 'आपला राजा' वाटे. कोल्हापुरात त्यांनी कुस्त्यांचे खास मैदान बांधून घेतले. खेड्यापाड्यात जिथे पाणी नसेल तेथे तळी, तलाव, धरणे बांधली.

कोल्हापूर नगरीत तर चित्र, संगीत, नाटक यांतील अनेक कलाकारांना प्रोत्साहन, साहाय्य, राजाश्रय देऊन मोठमोठ्या परंपरा निर्माण केल्या. अस्पृश्यांच्या परिषदा भरविल्या. डॉ. बाबासाहेब आंबेडकरांना समाजकार्यासाठी अनेक प्रकारांनी मदत केली. शाहू महाराजांचे हे कार्य बहुजन समाजाच्या आणि संस्कृतीच्या कायाकल्पास आणि नवजीवनजन्मास फार मोठ्या प्रमाणात कारणीभूत ठरले.

१९०० साली पश्चिम महाराष्ट्राच्या कोल्हापूर नगरीत नाट्यपूर्ण घटना घडली आणि सत्यशोधक चळवळीला नवा आवेश प्राप्त झाला. ही घटना म्हणजे कोल्हापूरचे वेदोक्त प्रकरण होय. या प्रकरणाच्या बुडाशी जुनाट ब्राह्मणी अहंकाराचा आविष्कार होता. 'कलियुगात फक्त दोन वर्णच शिल्लक राहतील. ते म्हणजे एक सर्वांत वरचा आणि दुसरा सर्वांत खालचा' दुसऱ्या भाषेत 'सर्वांत वरचा वर्ण म्हणजे ब्राह्मण आणि सर्वांत खालचा म्हणजे शूद्रातिशूद्र; कारण क्षत्रिय, वैश्य, वर्ण शूद्रातिशूद्र वर्णात 'संकरा' मुळे, 'शुद्धता' सोडल्यामुळे विलीन होऊन जातील', असा त्याचा अर्थ होता. परिणामी कोल्हापूरचे किंवा महाराष्ट्रातील छत्रपति भोसले घराणे क्षत्रिय राहणार नाही, तेही 'शूद्र'च असणार अशी ब्राह्मणवाद्यांची धारणा झाली आणि शूद्रासाठी तर 'वेदोक्त धर्म' वर्ज्य. त्याच्यासाठी पुराणोक्त मंत्रच फक्त वापरले जाणे योग्य, असा त्यांचा निष्कर्ष होता.

हे स्पष्टपणे कळल्यावर ऐन पंचविशीतले तरुण राजर्षी छत्रपती शाहू महाराज यांनी ब्राह्मणवर्गाविषयी असलेली पूर्वीची आपली भूमिका बदलली. ब्राह्मणी वर्णाचे अंतरंग त्यांच्यासमोर स्पष्ट झाले. आरंभी शाहू महाराज तत्त्वत: इंग्रजी सत्तेच्या विरुद्ध होते. पण आता ही सत्ता भारतातून तडकाफडकी गेलीच तर पुन्हा 'पेशवाई' येईल आणि जुनाट ब्राह्मणी अहंकार पूर्णपणे निरंकुश होऊन उफाळून येईल, अशी साधार काळजी त्यांना वाटू लागली. हे वेदोक्त प्रकरण दीर्घकाळ चालू होते आणि त्याचा पुरस्कार लोकमान्य टिळकांसारखे अध्वर्यू करत होते. परिणामी शाहू महाराजांनी १९११ साली कोल्हापुरात सत्यशोधक समाजाची स्थापना सहकाऱ्यांच्या मदतीने केली. कोल्हापूर संस्थानातील खेड्यापाड्यातील समाजात या चळवळीने जोर खाल्ला. खेड्यापाड्यातील ब्राह्मणसमाजाकडे पाहण्याचा ब्राह्मणेत्तर समाजाचा दृष्टिकोन बदलला. हजारो वर्षे चालत आलेल्या भटजीवरील धर्मश्रद्धेला, अंधश्रद्धेला तडे जाऊ लागले. हळूहळू ही चळवळ जनजातींच्या पचनी पडू लागली.

सत्यशोधक समाजाची कोल्हापुरातील स्थापना १९११ साली झाली असली तरी तत्पूर्वी तेरा-चौदा वर्षांपासून शाहूराजे आपल्या परीने कोल्हापूर संस्थानातील

जन-सामान्यांसाठी सामाजिक कार्य करतच होते. पण सत्यशोधक समाजाच्या स्थापनेमुळे शाहूमहाराजांच्या कार्याला एक व्यापक परिमाण प्राप्त झाले. त्याला समाजविकास-तत्त्वज्ञानाची सांस्कृतिक बैठक प्राप्त झाली. त्या बैठकीमुळे बहुजन समाजविकासाची जणू आधुनिक सूत्रे बहुजन समाजाच्या विचारवंतांना मिळाली. कोल्हापुरात त्यामुळे अनेक विचारवंत बहुजन समाजातून पुढे आले. शाहूराजाचे सहकारी झाले. सभा-परिषदा घेऊन सत्यशोधक समाजाच्या गाभ्याचा वैचारिक आविष्कार करू लागले. वर्तमानपत्रांतून लेख लिहिले जाऊ लागले. आचारांना विचारांचे असे अधिष्ठान प्राप्त झाल्याने सत्यशोधक चळवळ पुन्हा नव्या स्वरूपात प्रवाही झाली.

१९२२ साली राजर्षींचे अचानक निधन झाले. पण त्यांच्या कार्यापासून आणि त्यांनी चालविलेल्या चळवळीपासून बहुजन समाजातील, मुळात ग्रामीण विभागातून पुढे आलेल्या अनेक व्यक्तींनी विविध अंगांनी प्रेरणा घेतली. पश्चिम महाराष्ट्रात कर्मवीर भाऊराव पाटील यांचे शैक्षणिक क्षेत्रातील कार्य त्या दृष्टीने अतिशय महत्त्वाचे आहे. १९१९ साली रयतशिक्षण संस्थेची स्थापना त्यांनी केली. त्यांच्या हयातीत त्यांनी महाराष्ट्राच्या ग्रामीण विभागात प्राथमिक, माध्यमिक आणि उच्च शाळा-महाविद्यालयांचे जाळे निर्माण केले. 'कमवा आणि शिका' अशी संपूर्ण स्वावलंबी, नवी शिक्षणयोजना आखली. शेकडो शाळा, प्रशाळा, महाविद्यालये आणि त्यांच्यासाठी वसतिगृहे काढली. त्यांचे कार्य प्रचंड आहे. ग्रामीण महाराष्ट्राच्या शैक्षणिक इतिहासात त्याला तोड नाही. अद्वितीय स्वरूपाच्या त्या कार्याने ग्रामीण भागातून अनेक कार्यकर्ते उभे केले. त्यांनी अनेक इमारती शिक्षणकार्यासाठी उभ्या केल्या.

१९६० पूर्वी पर्यंतच्या काळात शिक्षण घेणे अतिशय खर्चाचे होते. 'सातवी' च्या पुढे शेतकऱ्यांची, सामान्य जनजातींची मुले जाणे अशक्य होते. क्वचित खानदान मराठे, पाटील, इनामदार, देसाई, वतनदार, जमीनदार, बागायतदार यांचीच मुले हायस्कूलला जात. क्वचित कॉलेजला जात. ती छानछोकी पोशाखात, धनवंताच्या रुबाबात, पैशाच्या धुंदीत, चैनीच्या दिनक्रमात शिकत असत. त्यांची ऐट ही सामान्यांनी फक्त पाहावी आणि समाधान मानावे, तसेच 'उच्च शिक्षण हा आपला प्रांत नव्हेच' अशी खात्री करून शेतावर ढोरकष्ट करावे, अशी स्थिती होती.

रयत शिक्षण संस्थेने ही स्थिती पार बदलून टाकली. कोणतेही शारीरिक काम करून 'उच्च शिक्षण' सहज घेता येते हे शेकडो विद्यार्थ्यांच्या उदाहरणांनी दाखवून दिले. वर्गातील शिक्षण घेण्यानंतरच्या ऊर्वरित वेळात गवंडीकाम, शेतकाम, आचारीकाम, गुराढोरांच्या देखभालीचे काम, खड्डे, बांध-बंदिस्तीचे काम, पाथरवटाचे काम, खडी फोडण्याचे काम इत्यादी कामे करून विद्यार्थ्यांना पैसे मिळवता येतात

व शिक्षणखर्च भागवता येतो हे संस्थेने या विद्यार्थ्यांच्या द्वारा दाखवून दिले. दिवसभर गवंड्यांच्या हाताखाली काम करणारा तरुण सकाळी बी.एच्या वर्गात तासांना हजर राहून आलेला बहुजन समाजातील विद्यार्थी आहे, हे कुणा शहरी माणसाला खरेही वाटणार नाही, अशी ती विलक्षण घटना होती. रयत शिक्षण संस्थेने ग्रामसंस्कृतीत हे युगप्रवर्तन विसाव्या शतकात घडवून आणले होते. शारीरिक कष्टावर विसंबून राहणाऱ्या आणि पशुतुल्य जीवन जगणाऱ्या जनजातीत 'तूही उच्च शिक्षण घेऊ शकतोस; घरदार, समाज आणि स्वतःलाही बदलवू शकतोस' असा आत्मविश्वास या 'रयत' शिक्षण संस्थेने निर्माण केला. कर्मवीर भाऊराव पाटील यांनी महात्मा फुले, राजर्षी शाहू यांच्यापासून प्रेरणा घेऊन त्यांच्या चळवळीचा विधायक विकास आणि विस्तार केला. पुढे सर्वच महाराष्ट्रातील ग्रामीण विभागांत अशा प्रकारच्या अनेक शिक्षण संस्थांनी निरनिराळ्या नावांनी अखंड कार्य केले. मराठी ग्रामसंस्कृती बदलण्यास हे कार्य गुरुकिल्लीसारखे उपयुक्त ठरले.

या कार्याला पूरक-पोषक अशा काही राजकीय घटना १९२० नंतर घडत गेल्या. महात्मा गांधींचा उदय झाला आणि देशाचे राजकीय नेतृत्व त्यांच्याकडे गेले. शाहूमहाराजांच्या निधना नंतरच्या काळात सत्यशोधक समाजाला राजकीय रंग अधिकच चढत गेला. १८९० नंतरच्या टिळककाळात सत्यशोधकांच्या चळवळीला ब्राह्मणेत्तर चळवळीचे राजकीय स्वरूप प्राप्त झाले होते. पुढे जेधे-मोरे यांच्या नेतृत्वाखाली ही चळवळ राजकीय विचार मांडत होती. टिळकांची काँग्रेस ही त्यांना उच्चवर्णीयांची वाटत होती. म्हणून ते तिच्यापासून दूर होते. पण टिळककाळातील काँग्रेसपासून दूर असलेला जेधे-मोरे यांचा गट गांधीकाळात काँग्रेसमध्ये प्रविष्ठ झाला. कारण गांधीजींचा दृष्टिकोन अधिक व्यापक आणि समग्र दृष्टीचा होता. उलट टिळककाळातील काँग्रेसमध्ये असलेला बहुसंख्य ब्राह्मणवर्ग गांधीकाळात काँग्रेसमधून बाहेर पडला आणि हिंदुमहासभेत प्रविष्ठ झाला. महाराष्ट्रापुरते बोलावयाचे तर 'काँग्रेस' हा बहुजनसमाजाचे प्रतिनिधित्व करणारा पक्ष झाला. गांधीजींच्या 'खेड्याकडे चला. बहुसंख्य आणि खरा भारतीय माणूस तिथे आहे; त्याचे प्रश्न सोडविण्यासाठी व त्याला समजून घेण्यासाठी तिकडे चला.' या हाकेमुळे काँग्रेसचे तत्त्वज्ञान व त्याचा आशय पालटून गेला.

परिणामी ग्रामीण संस्कृतीतील माणसाला काँग्रेसपक्ष आपला वाटू लागला. त्याला प्रथमच आपल्या अस्तित्वाची जाणीव झाली. आपले महत्त्व कळले. त्याचा आत्मविश्वास अपूर्व रीतीने वाढला. गांधीजींना तो परमेश्वरतुल्य मानू लागला. सामान्य माणसाला आणि त्याच्या ग्रामीण संस्कृतीला नवे मूल्य प्राप्त झाले. क्रांतिसिंह नाना पाटील, रत्नाप्पा कुंभार, वसंतदादा पाटील यांच्यासारखे शेकडो क्रांतिसैनिक ग्रामीण विभागातून तयार झाले. १९४२ च्या क्रांतीत त्यांचा सिंहाचा

वाटा होता. ग्रामीण विभागातील ब्रिटिश शासन-यंत्रणा खिळखिळी करण्याचे त्यांनी मोलाचे काम केले. कारण त्यांना स्वातंत्र्य मिळाल्यावर शेतकऱ्यांचे राज्य येणार, असा विश्वास गांधीजींच्या काँग्रेस नेतृत्वामुळे वाटत होता. गांधीजींच्या ग्रामराज्य प्रधान आर्थिक तत्त्वज्ञानामुळे ग्रामीण समाज आणि संस्कृती यांच्यांत आमूलाग्र बदल होऊन सुखाचे दिवस येतील, या भरवशावर तो सर्वस्वाचा त्याग करून क्रांतियज्ञात स्वतःची आहुती टाकत होता. ग्रामीण संस्कृतीचे व समाजाचे हे फार मोठे योगदान आहे.

याच काळात म्हणजे १९३० च्या आसपास मार्क्सवाद, साम्यवाद, मानवतावाद याचा प्रभाव काँग्रेसच्या तत्त्वज्ञानावर पडत होता. या नव्या तत्त्वज्ञानात सामान्य कष्टकरी माणसाला महत्त्वाचे मध्यवर्ती स्थान होते. त्यातून समाजवाद, शे.का. पक्ष, डॉ. आंबेडकरांचे दलित तत्त्वज्ञान, स्वतंत्र मजूर पक्ष, 'शेड्यूल कास्ट फेडरेशन' हे जन्माला आले. त्यामुळे ग्रामीण समाज-संस्कृतीतील विविध स्तरांतून नव चैतन्याचे सळसळते वारे खेळू लागले, ग्रामीण संस्कृतीच्या परिवर्तनाला ते फारच अनुकूल आणि उपकारक ठरले.

□

दूर गेलेले स्वप्न

१९३० नंतर देशात राजकीय परिवर्तनाचे वैचारिक वारे विशेष वाहू लागले आणि १९४२ साली त्याला निकराचे स्वरूप प्राप्त झाले. गांधीजींनी ब्रिटिश सरकारला उद्देशून 'छोडो भारत' चे आंदोलन हाती घेतले. या आंदोलनात सगळा देश घुसळून निघत होता. '१९४२ ची क्रांती' म्हणून भारतीय इतिहास या घटनेला ओळखतो.

या क्रांतीत ग्रामीण विभागातील अनेक तरुण घरदार, शिक्षण, नोकऱ्या, चाकऱ्या सोडून उतरले. खेड्यातील अगदी खालच्या समाज-स्तरांतून हे तरुण सक्रीय होत होते. त्यांच्या या कृतिशीलतेला गांधीप्रणीत ग्रामस्वराज्याचे स्वप्न प्रेरणा देत होते. त्यातूनच सरकारी खजिने लुटणे, चावड्या जाळणे, पोस्ट जाळणे, तेथील रकमा लुटणे, दळणवळणाच्या तारा तोडणे, तथाकथित सावकार, व्यापारी की जे सरकारला सामील होते किंवा खेड्यातील समाजाचे, गोरगरिबांचे शोषण करत होते, त्यांच्याकडून खंडणी वसूल करणे, ही कामे ते तरुण करत होते. यांतून गोळा होणारा पैसा क्रांतिकारी संघटन-कार्यासाठी वापरत होते. ज्यांच्या घरचे तरुण क्रांतिकार्यात गुंतले होते त्यांचे संसार चालविण्यासाठी त्यातून थोडाबहुत दाम देत होते.

आमच्या एका गावातच पाच-सात स्वातंत्र्य सैनिक होते. लक्ष्मण मिसाळ व बाबू सपकाळ हे छोट्या शेतकरी समाजातले, गंगाराम कांबळे हे महार जमातीतले, शिवराम मर्दाने हे न्हावी समाजातील तर विष्णुबुवा सणगर हे घोंगडी विणणाऱ्या मागास सणगर समाजातील तरुण होते. या काळात त्यांनी खूप धाडसी कामे केली. जिवाची बाजू लावून 'महात्मा गांधी की जय' म्हणत सरकारी खजिने आणि कार्यालये लुटली. कष्टकरी समाजातून कामे करणारी ही मंडळी होती. सरकारच्या पोलिसांना सापडू नये म्हणून ही मंडळी दिवसभर खेड्यातील शेतात, उसाच्या फडात, पिकांच्या रानात लपून बसत असत. शेतकरी, खेड्यातील सामान्यजन त्यांना पिकात, उसाच्या फडात किंवा एखाद्या खोपटात चूपचाप भाकरी-पाणी,

आंथरुण-पांघरूण नेऊन देत असत. त्यांच्याही मनात गांधीजींच्या ग्रामराज्याची, शारीरिक कष्टाला प्रतिष्ठा येणार असल्याची स्वप्ने कळत नकळत फुलत होती. त्या स्वप्नांच्या प्रेरणा त्यांना मिळत होत्या.

हा काळ दुसऱ्या महायुध्दाचा होता. ब्रिटिश साम्राज्याला फार मोठे आव्हान जर्मन-जपानने दिले होते. युध्दाचा व्याप आणि त्याची तीव्रता युरोपभर पसरली होती. भारताला त्याची झळ सोसावी लागत होती. या महायुध्दासाठी ब्रिटिश अधिकारी, नोकर वर्ग, तसेच सरकारी आदेशामुळे गावागावातील पाटील, गावकामगार, कुलकर्णी यांना, सैनिक भरती करून ताबडतोब पाठविण्याच्या कडक सूचना मिळाल्या होत्या. प्रत्येक गावातून सैनिक भरतीचा कोठा दिला जात असे. त्यामुळे गावातील तरुण पोरांना पुष्कळ वेळा भरतीसाठी उचलून नेले जात असे. घरोघरी जाऊन त्यांना अनेक आमिषे लष्करी पोशाखातले अधिकारी दाखवत असत. सैन्यात गेल्याने रुबाब कसा वाढतो, पगार कसे भरपूर असतात, खायला कसे भरपूर आणि हवे ते मिळते, परदेश बघायला मिळतो, बसायला गाड्या, फटफट्या मिळतात. 'लढाई' संपल्यावर वतनं कशी मिळणार आहेत, अशा प्रकारच्या भूलथापा हे अधिकारी मारत असत. अनेक तरुण पोरांना त्याचा मोह होई. गावात उपाशी, अर्धपोटी, अर्धनग्न पोशाखात मरण्यापेक्षा त्यांना 'भरती' व्हावेसे वाटे. म्हणून पुष्कळ पोरे आपण होऊनही जात असत. खेड्यापाड्यातून भरलेल्या दारिद्र्याचा आणि कंगालपणाचा तो परिणाम होता.

आमिषे दाखवून किंवा सक्तीने नेलेल्या तरुणांच्या आयामाया, बहिणभावंडे, वडील-चुलते मागे आक्रोश करताना, ऊर बडवून घेताना, कोणीतरी अपघातात मेल्यासारखे शोक करताना मी पाहिले आहेत. मनात भडभडून येत असे... मलाही असेच पळवून नेतील म्हणून मी घरात किंवा शेतावर जाऊन लपून बसत असे... या सर्वांचा अन्वयार्थ त्यावेळी मला लागत नव्हता. आठ-नऊ वर्षांचा होतो. पण मास्तरांनी घरी येऊन माझ्या आईवडिलांची समजूत काढली. 'एवढ्या लहान मुलांना कुणी नेत नाही. त्यासाठी निदान वीस बावीस वर्षांचे तरुण असावे लागतात. तेव्हा मुलाला शाळेत पाठवून द्या. त्याची जबाबदारी आम्ही घेतो.' त्यामुळे भीत, बिचकत शाळेत जाऊ लागलो. शाळा सुटली की झटक्यासरशी घरी येऊ लागलो.

त्यावेळी मोटाररस्ता (मुंबई-बंगलोर महामार्ग) आमच्या गावातूनच जात होता. त्या रस्त्याने मिलटरीच्या गाड्यांची जा-ये या काळात नेहमी होत असे. हा रस्ता आमच्या शाळेवरून जाई. पंधरा मिनिटांच्या सुट्टीत आम्ही मुले रस्त्याच्या कडेला घोळक्या घोळक्याने उभे राहून दोन बोटांनी 'व्ही' ची इंग्रजी खूण करून ती 'व्हीऽऽ, व्हीऽऽ' म्हणत नाचवत असू. त्याचा अर्थ आम्हाला त्यावेळी कळत नसे. पण असे

काही फेरं फी, अधून मधून इंग्रजी 'सायेब' एखादं मोसंबं, एखादा आणा, एखादी चवली-पावली यांची नाणी आमच्या घोळक्यावर फेकत असत. त्या आमिषाने हा बाल-उद्योग चाललेला असे. स्त्रियांच्याकडे हे मिलटरीतील गोरे लोक वाकड्या नजरेने पाहतात, त्यांना पळवून नेतात, साताठ दिवसांनी वाटेत सोडून देतात, या लोकांत नाना प्रकारचे लैंगिक रोग असतात, अशा समजुती गावभर पसरलेल्या असत. पुष्कळ वेळा या काळात आमच्या गावाबाहेर मिलटरीचे चार चार दिवसांचे कँप पडलेले असत. पण तिथे दूध विकायला, फळे, भाजीपाला, अन्नधान्ये विकायला किंवा त्यांना भोजन तयार करून द्यायला पुरुषवर्गच जात असे. हा वर्गसुद्धा चाळिशीच्या पुढचा असे... एकंदरीत या लोकांविषयी गावभर अविश्वासाचे वातावरण असे. 'गांधींचं राज येणार' या भावनेला हे अविश्वासाचं वातावरण खतपाणी घालण्यास उपयुक्तच ठरत असे.

दुसऱ्या महायुद्धाच्या या काळात शेतकऱ्यांकडून सक्तीची धान्य वसुली (लेव्ही) केली जात असे. प्रत्येक शेतकऱ्याला त्याच्या शेताच्या प्रमाणात ती द्यावी लागे. आम्ही दुसऱ्याचे शेत केले होते. पुष्कळ वेळा पाऊसच लागलेला नसे. दुष्काळ पडलेला असे. तरीही आम्हाला 'लेव्ही' ही भरावीच लागे. शेतात धान्य पिकले नसले तरी, भरमसाठ महाग किंमती देऊन धान्य विकत घ्यावे लागे आणि तिप्पट किंमतीचे धान्य सरकारी एकपट किंमतीत म्हणजे जवळजवळ फुकापासरी सरकारला द्यावे लागे. घरात मात्र उपासमार चाललेली असे. 'मिलटरीच्या तरुण मुलांना खायला हे धान्य पाहिजे, त्यांना उत्तम धान्य हवे, तुमचीच ती मुले आहेत; हे मानभावीपणाने सांगून ही लेव्ही गोळा केली जात असे. देशोधडीला लागलेले शेतकरी उपाशी राहून, स्वत: जगण्यासाठी दंड भरावा तशी ही लेव्ही भरत असत.

याच काळात रेशनिंग आलं. रेशनमध्ये डुकरांना घालायचा 'पिवळा मका' आणि बेचव कडक गहू अतिशय निकृष्ट दर्जाचा, फोलपटवजा असलेला मिलो-जोंधळा रेशनच्या दुकानातून दिला जाई. रात्री दिवे जाळण्यासाठी बाटली बाटलीभर रॉकेल कधीतरी महिन्यातून एकदा मिळे. त्यासाठी मोठ्या रांगा लागत असत. अन्नधान्याची टंचाई भासू लागली होती. शेतीविकासाच्या सरकारी योजना कधीच नव्हत्या. जुन्या पद्धतींनी शेती केली जात असे. पण ती आता शेतकऱ्यांना अपुरी पडू लागली होती. पारंपरिक पद्धतीची जुनाट शेतीपद्धती, लोकसंख्या वाढ, वाढती महागाई याचे परिणाम खेड्यावर होत होते.

निकृष्ट गहू, मका, मिलो-जोंधळा खाऊन लोकांना हगवणी लागत, खरूज व इतर रोगांचा फैलाव झपाट्याने होई. १९४४-४५ मध्ये कधीतरी प्लेग आला. गावातली किती तरी माणसे या गाठीच्या रोगाने मेली. अनेक गावे या प्लेगमध्ये 'गावाबाहेर' येऊन माळावर, शेत-मळ्यावर राहिली, या काळात गावात मोठ्या

प्रमाणात घरफोड्या, चोऱ्या झाल्या. लोक पिसाळल्यासारखे झाले होते.

अनेक जण गावे सोडून पोटासाठी शहरात येऊ लागले. गटागटाने येत. झोपड्या करून राहात. कारखान्यांत, कापडगिरण्यांत, गटारी खोदणे, त्या साफ करणे, भंगार गोळा करून विकणे, बिगारी कामे, हमाल कामे, हमालीच्या गाड्या स्वत: ओढणे असली कामे करणारी माणसे या युद्धकाळात मोठ्या प्रमाणात खेड्यातून शहरांकडे आली... गावे ओस पडू लागली. विशेषत: तरुण मंडळी मोठ्या प्रमाणात गावे सोडू लागली. ग्रामसंस्कृती कालबाह्य होऊ लागली.

दुसरे महायुद्ध कागदोपत्री १९४५ मध्ये कधी तरी संपुष्टात आले, पण या युद्धाचे भीषण परिणाम राष्ट्रांना अनेक वर्षे सोसावे लागले. त्यावेळच्या हिंदुस्थानलाही ते सोसावे लागले. भारतीय युद्धसैनिक किती मरण पावले याची गणती नाही. ती तर हानी झालीच. पण हिंदुस्थानातून दोस्त राष्ट्रांना युद्धासाठी प्रचंड प्रमाणात लोखंडी व पोलादी सामान पुरविले गेले. त्यात रणगाडे, रेल्वेचे रूळ, इंजिने, वाघिणी, तारा, व त्यांचे खांब यांचा पुरवठा प्रमुख होता. फळे, अन्नधान्य, कपडालत्ता, चामड्यांच्या वस्तू, दारू-गोळे, स्फोटके यांसारखे साहित्यही भरपूर पुरविले गेले. त्यांतून किती तरी खनिजसंपत्ती, पीक-पाण्यातून, शेती-भातीतून म्हणजेच खेड्यांतून निर्माण होणारी अन्नधान्ये, युद्धकार्यासाठी परदेशी पाठविली जात असत. हिंदुस्थानवर दुसऱ्या महायुद्धाचा आर्थिक बोजा पडला गेला. प्रत्यक्ष भारतात युद्ध झाले नसले तरी या देशाला अशा रीतीने युद्धाची झळ बरीच सोसावी लागली. देश सर्वांगीण दारिद्र्याकडे अधिकच ढकलला गेला. अर्थातच खेड्यापाड्यांवर त्याचा परिणाम जास्त झाला.

कधी कधी वाईटातून चांगले निर्माण होते, त्या न्यायाने भारतीय स्वातंत्र्य जवळ येण्यास अंतिमत: मदतच झाली. दुसऱ्या महायुद्धाने युद्धग्रस्त सर्वच राष्ट्रांची प्रचंड प्रमाणात हानी झाली. ही हानी सर्वांगीण होती. जिंकलेली आणि पराभूत झालेली सर्वच राष्ट्रे या हानीतून चुकली नव्हती. प्रत्येक जण मनोमनी पराभूत झाला होता. प्रत्येकाला युद्ध 'नको नको' होऊन गेले होते.

या दुसऱ्या महायुद्धात गांधीजींनी ब्रिटिशांना सहकार्य करावयाचे नाकारले होते. गांधीजींनी 'चलेजाव' ची घोषणा केली होती. भारताला 'संपूर्ण स्वातंत्र्य' हवे होते. या युद्धकाळात भारतीय जनता खवळली होती, अनेक आंदोलने प्रचंड लोकसंख्येनिशी छेडत होती.... ब्रिटिश सरकारचा या जनतेवरील विश्वास उडाला होता. त्याचे सर्व साम्राज्य युद्धकाळात खिळखिळे झाले होते. ते निभावून नेणे अशक्य होते. युद्धसंपुष्टात आल्यावर इंग्लंडमध्ये चर्चिलची राजवट जाऊन मजूरपक्षाच्या मंत्रिमंडळाची, ॲटली यांची राजवट आली होती. त्यांनी हिंदुस्थानला स्वातंत्र्य देण्याचे जाहीर केले. मोठे महाभारत घडून १५ ऑगस्ट १९४७ रोजी भारत स्वतंत्र झाला.

भारत स्वतंत्र झाला त्या दिवशी भारतातील ग्रामीण जनतेला अत्यानंद झाला. हा पहिला स्वातंत्र्य दिन किती किती तऱ्हांनी तिने साजरा केला. खेड्यापाड्याला सुखाचे दिवस येणार याची खात्री या जनतेला होती.

गांधीजी सहकाऱ्यांशी विचार विनिमय करत होते. 'काँग्रेसने सत्तेचा स्वीकार करू नये. जनतेच्या दारिद्र्याचे प्रश्न सोडवावेत. ते महत्त्वाचे आहेत. राजकारणापेक्षा विधायक कार्य महत्त्वाचे आहे. काँग्रेसने हे कार्य सेवाभावी वृत्तीने करण्यातच देशाचे हित अधिक आहे' हा विचार त्यांनी सहकाऱ्यांसमोर मांडला. त्यासाठी 'लोकसेवक संघा'ची संकल्पना त्यांनी मांडली. तिचा तर्जुमा तयार केला. 'ग्रामस्वराज्य' हा भारतीय स्वातंत्र्याचा आणि घटनात्मक धोरणाचा पाया असावा, अशा प्रकारची ती योजना होती.... गांधीजींचे आणि गांधीजींच्यावर श्रद्धा ठेवणाऱ्या कोट्यावधी ग्रामीण जनतेचे ते स्वप्न होते.

पण ते स्वप्नच ठरले. ३० जानेवारी १९४८ या दिवशी संध्याकाळी प्रार्थनास्थळी त्यांची राजकीय मतभेदातून विरोधकांनी हत्या केली. त्यांच्याबरोबर त्यांच्या मनातील ग्रामस्वराज्याचे स्वप्नही अनंतात विलीन झाले.

गांधीजी आणखी काही वर्षे राहिले असते तर ग्रामीण समाजात आणि संस्कृतीत मूलभूत परिवर्तने झपाट्याने घडली असती... आता ते स्वप्न फार दूर गेले आहे.

□

अपयशाचे गाठोडे

गांधीजींच्याबरोबर दूर गेलेले ग्रामस्वराज्याचे स्वप्न भारताचे पहिले पंतप्रधान पंडित जवाहरलाल नेहरू यांनी आपल्या परीने समाजवादाच्या द्वारा जवळ आणण्याचा प्रयत्न केला. १९५१ साली त्यांनी पहिली पंचवार्षिक योजना देशाच्या विकासासाठी देशाला प्रदान केली. भारतीय खेड्यापाड्यांच्या विकासाला तिच्यात प्राधान्य होते. तिसऱ्या पंचवार्षिक योजनेतही ग्रामविकासाला विशेष स्थान होते. त्यामुळे देशाला स्वातंत्र्य मिळाल्याच्या पहिल्या पंधरावीस वर्षांतच ग्रामीण जीवनात आणि ग्रामसंस्कृतीत बदल होताना दिसू लागले.

१९५२ साली पहिली आणि १९५७ साली दुसरी निवडणूक झाली. या निवडणुकीत उभे राहिलेले उमेदवार आणि त्यांचे कार्यकर्ते ग्रामीण जनतेच्या भेटीसाठी पुष्कळ वेळा घरोघरी येत. 'मी शेतकऱ्याचा मुलगा आहे. मला निवडून द्या. त्यामुळे शेतकऱ्यांचं राज्य यायला मदत होणार आहे.' असे खेडुतांना सांगत. जनतेला ते खरे वाटे. आरंभीच्या दोन पंचवार्षिक योजनांत ग्रामीण जनतेला त्याचा पडताळा येऊ लागला. हळूहळू नव्या सुधारणा खेड्यात येऊ लागल्या; त्यांना आपण निवडून दिलेला 'पुढारी' कारणीभूत आहे, असे त्या अज्ञान जीवांना वाटत असे.

पण वस्तुस्थिती काहीशी वेगळी होती. पहिल्या चौदा-पंधरा वर्षांच्या काळात भारतात अन्नधान्याची टंचाई मोठ्या प्रमाणात जाणवू लागली होती. लोकसंख्येच्या वाढीचा भस्मासूर आकारत होता. तिच्या नियंत्रणाचे उपाय फारसे प्रभावी ठरलेच नाहीत. कारण जनता परंपरावादी मतांची, जुनाट धर्मकल्पनांची अनेक वर्षे बळी होऊन राहिली होती. नव्या युगाची मानसिकता तिच्यात प्रथम रुजविण्याची निकड होती. तिकडे कुणी फारसे लक्ष देत नव्हते. देशासमोर अनेक प्रश्नांचे मोहोळ आव्हान देऊन उभे होते. परदेशातून अन्नधान्य मागवावे लागत होते. स्वतंत्र देशाला ते शोभणारे नव्हते. निदान अन्नधान्याच्या बाबतीत देश स्वावलंबी होण्याच्या गरजेतून या पहिल्या आणि तिसऱ्या पंचवार्षिक योजनांमध्ये शेतीविकासाला प्राधान्य हे द्यावेच लागले.

　　ग्रामीण परिसरात प्रथम रस्ते होताना दिसू लागले. स्वातंत्र्यपूर्व काळात मुख्य
रस्ते फार थोडे होते. हे रस्ते फक्त काळ्या खडीचे असत; ते डांबरी नसत. खडी
आणि माती यांनीच पक्के केलेले असत. त्यांच्यावर फिरवण्यासाठी एंजिनाचे
लोखंडी रोलर नव्हते. प्रचंड 'दगडी रोलर' वापरले जात असत. तो रस्ता ज्या
गावांच्या पंचक्रोशीतून जात असे त्या गावच्या शेतकऱ्यांच्या बैलांना तो रोलर
रस्त्यावर फुकटात ओढावा लागत असे. शेतकऱ्यांना वेठीला धरून ही कामे

करवून घेतली जात असत. गरीब शेतकरी पदरची भाकरी खाऊन आणि स्वत:चा चारा बैलांना घालून परिस्थिती तशी अनुकूल नसतानाही ही कामे कडक कायद्यांना भिऊन करून देत असत. हे दगडी प्रचंड रोडरोलर अजूनही कुठे कुठे महामार्गाच्या कडेला पडलेले दिसतात.... स्वातंत्र्याच्या काळात एंजिनांचे रोलर आल्यावर ही प्रथा मागे पडली.

स्वातंत्र्यकाळात मुख्य रस्ते डांबरी होऊ लागले, तसे नवे नवे रस्तेही जन्माला आले. तेही डांबरीच असत. पूर्वी मुख्य रस्त्याच्या आसपास जी गावे आणि खेडी असत त्यांच्याकडे जाण्यासाठी मुख्य रस्त्याला अनेक गाडीवाटा, पायवाटा, पाणंदी, फुटलेल्या दिसत. अर्थातच त्याही कच्च्या असत. आखणी करून त्या आखलेल्या वगैरे नसत. मोकळे माळ, रानांचे बांध, ओसाड जमिनी यांच्यातून सोयीसोयीने माणसे जाऊन-येऊन त्या वेड्यावाकड्या पडलेल्या असत. उन्हाळ्यात वेगळ्या वाटा तर पावसाळ्यात वेगळ्या वाटा असत. उन्हाळ्यात जाणे-येणे तुलनेने सोपे असे. कारण माळ, माळराने, कोरडवाहू म्हणजे फक्त पावसाळ्यात पिकणारी राने उन्हाळ्यात मोकळीच असत. त्यांच्यातून या वाटा 'मळल्या' जात असत.

पावसाळ्यात रानात पेरण्या होत. शिवाय पावसाने चिखल झालेला असे. त्यामुळे माळामाळाने ह्या गावाहून त्या गावाला कामासाठी जावे लागे. अशा या वाटा दूरच्या असत. पावसाळ्यात पांदीत चिखल भरपूर असे. त्यामुळे ती वाट जवळ जवळ बंदच असे. अगदीच अटळ झाले तर तरुण पुरुष फक्त तिथे जाऊन महत्त्वाची कामे करून परत येत. काही खेड्यांना माळ नसे. त्यांच्या सर्व बाजूंनी पिकाऊ राने असत किंवा ती नदीकाठाच्या आसपास असत. त्या खेड्यांना पावसाळ्यात चिखलाने, पिकांनी किंवा नदीच्या पूर-पाण्याने वेढले जाई आणि त्यांचा संबंध आसपासच्या खेड्यांशी पावसाळाभर पूर्ण तुटलेला आसे. निसर्गानेच तो तोडलेला असे.

उन्हाळ्यातही या वाटांनी पायी चालत जाणे, पूर्णपणे माळांनी जाणाऱ्या वाटा असतील तर बैलगाडीने किंवा घोडे शिंगरू यांच्यावर बसून जाणे हेच सोयीचे असे. सायकलीने जाणे सपाट वाटा असतील तरच सोयीचे असे. कारण भरपूर चढउतार, नदी-नाले, खाचखळगे, दगडधोंडे अशा वाटांवर भरपूर असत. काटे-कुटेही असत. त्यामुळे 'सायकल' चालवणे अशक्य असे. शिवाय ती अशा वाटांवर कधी पंक्चर होईल याचा भरवसा नसे म्हणून खेड्यापाड्यांतील लोक हे खेड्यापाड्यांवर जाताना पायी चालत जाणेच पसंत करत असत. पुष्कळ माणसे पंधरापंधरा, वीसवीस मैलांचा टप्पा (म्हणजे आजच्या भाषेत पंचवीस-तीस किलोमीटर) पायी चालत जात असत. त्याचं त्यांना काही वाटत नसे. मी स्वत: अशा रीतीने अनेक

गावांना पायी गेलेलो आहे. एका दिवसात जाऊन-येऊन तीसतीस किलोमीटर चाललो आहे. ग्रामजीवनावर याचा परिणाम असा होई की आत्यंतिक, तातडीची, महत्त्वाची कामे असतील तरच प्रवास घडे. त्यामुळे पाहुण्यांच्या घरी जाणे ही गोष्ट दुर्मिळ, अपूर्वाईची असे. 'पाहुणा येणे' हे कौतुकाचे, आनंदाचे वाटत असे. त्याच्या येण्याने घरात सणासारखे जेवण, वातावरण हे आकाराला येई. मुलांच्या दृष्टीने तो गल्लीत सांगण्याचा विषय असे. सारांश, खेडे आपआपल्यात रमून गेलेले असे. बाहेर गावी जाणे क्वचित होई. पंढरपूर, काशी इकडे जाणे तर फार थोड्या लोकांच्या, श्रीमंतांच्या वाट्यालाच फक्त येई... स्वातंत्र्यपूर्व काळात माझे आईवडील आसपासच्या बारापंधरा मैलातच कामानिमित्ताने गेले होते. आमचे गणगोत तेवढ्याच परिसरात होते. कारण यापेक्षा लांबच्या गावी मुलामुलींच्या सोयरिकीच्या निमित्ताने पाहुणे जोडणे गैरसोयीचे असे. मुला-मुलींना किंवा त्यांना न्यायला - आणायला येणाऱ्यांना पायी एवढेच अंतर चालणे शक्य असे. त्यामुळे सामान्य ग्रामीण माणसांचे पैपाहुणे पंचक्रोशीतच असत.

पावसाळ्यात गाव सोडून जाणे जवळ जवळ अशक्य असल्याने आणि दवाखाने, डॉक्टर मोठ्या गावी किंवा तालुक्याला असल्याने मृग नक्षत्रानंतरच्या काळात, थंडी-पावसात गावातली अनेक म्हातारी माणसं नाना प्रकारच्या रोगांनी काळाच्या पडद्याआड जात. जनावरेही या काळात जास्त मरत. या काळात 'नवे पाणी' नवी नवी रोगराई घेऊन येई. तेच नदी-ओढ्याचे, तळ्या-वाहाळांचे पाणी प्याल्याने रोगराई लगेच फैलावे. ती फैलावू नये म्हणून करावयाचे पूर्व-उपाय काहीच नसत. बोलावणे आल्यासारखी सामान्य खेडूत माणसे मरणाच्या वाटेने खेचली जात. त्यांना दुसरी वाट ठाऊकच नसे.

मात्र त्या गावातील इनामदार, देसाई, कुलकर्णी, जमीनदार यांची घरे शेजारच्या मोठ्या गावी अगोदरच बांधून ठेवलेली असत. तिथं ही बडी मंडळी राहत आणि खेड्यावरची शेती करत. ती खंडानं, भागानं किंवा फाळ्यानं तिथल्या सामान्य कष्टकरी शेतकऱ्याला लावत. पुष्कळ वेळा उन्हाळाभर गावी आणि पावसाळ्यात 'मोठ्या गावी' अशीही त्यांची बिऱ्हाडे असत. सामान्य खेडुताला आणि शेतावर राबणाऱ्याला हे शक्य नसे. त्यामुळे खेडे हे जीवन-व्यवहाराच्या दृष्टीने स्वयंभू, एखाद्या मोठ्या संयुक्त कुटुंबासारखे असे. त्याचा कायमचा प्रमुख पाटील - इनामदार हाच असे. तोच सर्व गावातील सामाजिक, सांस्कृतिक व्यवहारांचा नियंता असे. गावातल्या गावातच आर्थिक व्यवहार, अडीनडी, रोजगार, देणेघेणे यांच्यावर वडीलधारी नजर ठेवणे, कुणाची फसवणूक कुणी करणार नाही याची दक्षता घेणे इत्यादी ही कारभारी मंडळीच करत असत. गावच्या खास प्रथा-परंपरा, रूढी यांचा नियंता, रक्षणकर्ता पाटील-इनामदारच असे. आजवर वाटा-पायवाटा मोठ्या,

बारमाही नसल्याचा हाही एक परिणाम होता, असेच मानावे लागते.

स्वातंत्र्यानंतरच्या पहिल्या बारा-चौदा वर्षांत मुख्य रस्ते डांबरी झाले. या रस्त्यांना अनेक नवे रस्ते खेड्यापाड्यांतून येऊन अधिकृतपणे मिळाले. त्यामुळे तालुका, जिल्हा यांची ठिकाणे किंवा मोठमोठी उद्योग-केंद्रे यांच्याशी खेड्यापाड्यांचा संबंध जोडला गेला. खेडी अलग, एकटी एकटी, सुटी सुटी होती ती सलग, एकमेकांना जोडलेली किंवा माळेतील मण्यासारखी, गुच्छातील फुलांसारखी एकमेकांना भिडून, जोडून, सहधारणेनं जगू लागली. त्यामुळे त्यांचे स्वरूप अंतर्बाह्य बदलत गेले.

स्वातंत्र्यपूर्व काळात खेडी जेव्हा अलग, स्वायत्त होती तेव्हा त्या खेड्यात पिकणारे अन्नधान्य, अल्पकाळ टिकणाऱ्या वस्तू, नाशवंत माल, फळ-फळावळ, भाजीपाला, दूध, दही, ताक इत्यादी वस्तू त्या त्या खेड्यातच प्रामुख्याने वापरल्या जात असत. उन्हाळ्यात त्या 'मोठ्या गावी' नेता येणे शक्य असे, पण पावसाळ्यात त्या सामान्य जनांना गावातल्या गावात ऊर्वरित वस्तू दान दिल्या जात असत. गोरगरीब त्या खाऊन दात्याला दुवा देत असे. माझ्या लहानपणी 'ताक' हे दान दिले जात असे; विकले जात नसे. लहान मुलाला दूध पिण्यासाठी हवे असेल तर तसेच दिले जात असे. ऊर्वरित ताकाची 'आंबील' करून वाटसरूला वाटेवर डेरा ठेवून पिण्यासाठी दिली जात असे. उन्हाळ्यात काही चांगले गुराढोरांचे शेतकरी हा दानधर्म आवर्जून करत असत. हा दानधर्म काही केवळ संतमहात्म्याच्या वृत्तीने किंवा आध्यात्मिक पातळीवरचा नसे. तो परंपरागत, गतानुगतिक श्रद्धेचा भाग असे. आपल्या घरातील नाशवंत वस्तू तशाच ठेवल्याने काही काळानंतर निरुपयोगी होणार असतील किंवा वाया जाणार असतील तर त्या गरजूंना दान कराव्यात, त्यांना त्याचा उपयोग होतो; आपल्यालाही मनःशांती मिळते, सहजतया पुण्य लाभते, अशी त्या पाठीमागे भावना असते. ही भावना जोपासण्यास किंवा तिचे पोषण होण्यास खेड्यातील स्वातंत्र्यपूर्वकाळातील नैसर्गिक स्थितीही कारणीभूत होती. त्या त्या क्षेत्रातील भौगोलिक स्थितीही संस्कृतीवर नियंत्रण ठेवते किंवा संस्कृती जन्माला घालत असते. याचा प्रत्यय इथे येतो. पावसाळ्यात दळणवळण शक्य नसल्याचा, रस्ते नसल्याचाही तो परिणाम होता हे उघड आहे... रस्ते नव्हते तेव्हा १९५० साली कागल आणि कोल्हापुरातील दुधाच्या भावात दीड ते पावणेदोनपट फरक होता. आज रस्तेबांधणीमुळे हा फरक नष्ट झाल्यातच जमा आहे.

स्वातंत्र्योत्तर काळात शहरांना जोडणारे रस्ते खेड्यांत आले तेव्हा ग्रामीणांना किती आनंद झाला. हा आनंद इतरांशी जोडला गेल्याचा, खेड्यात आता सुधारणा आणायला सुलभ झाले, आपण आता शहरातील नागरिकांसारखे सुधारणार याचा

होता. आपल्या वस्तू शहरात जाऊन विकता येतील, तिथल्या सुधारित, आकर्षक वस्तू आणि सुखे इकडे आणता येतील, याचा स्वप्नाळू आनंद तो होता. थोडक्यात खेड्याचा आर्थिक आणि सामाजिक विकास होईल, खेडे सुखी, संपन्न, आधुनिक होईल अशी अपेक्षा या रस्ते बांधणीतून निर्माण झाली.

पहिली काही वर्षे या अपेक्षेची परिपूर्ती होईल अशी काही चिन्हे दिसत होती. आज स्वातंत्र्य मिळाल्यानंतरच्या पन्नास वर्षांनी काय चित्र दिसते? - या नव्या रस्तेबांधणीतून खेड्यापाड्यात खूप काही आले. शेती सुधारली, वीज-पाणी आले, धान्यांचे उत्पादन वाढले, सहकारातून साखर, दूध, इतर अनेक उद्योग निर्माण झाले. ते या रस्त्यावरूनच खेड्यात आले. या रस्त्यावरून एस.टी. आली, तसे ट्रक्स, टेंपो, ट्रॉली आल्या. त्यांतून खेड्यांत पिकणारे सर्व काही शहरांकडे, परदेशांकडे चालले. त्यामुळे खेडी सुखी, समृद्ध समाधानी झाली का?

तसे काही न होता तेथील सामान्य माणूस, छोटा शेतकरी, कामकरी, रोजगारी आपले स्वत्व हरवून अधिकाधिक कंगाल होत गेला. असे का झाले? ... या रस्त्यांवरून खेड्यात अनेक नवे प्रश्न, नव्या समस्या आल्या. त्यांनी खेड्यात विपरीत स्थिती निर्माण केली. जुनी कालबाह्य झालेली ग्रामसंस्कृती उखडली, पण तिच्या ठिकाणी नवी, आधुनिक, समृद्ध ग्रामसंस्कृती उभी राहू शकली नाही. पन्नास वर्षांत नवे राजकारणी, व्यापारी, सरकारी अधिकारी, उद्योजक यांनी अडाणी, असंघटित खेडुतांच्या अडाणीपणाचे, त्यांच्या शेतीमालाचे, त्यांना द्यावयाच्या कर्जांचे, न्यायाचे, त्यांच्या श्रमशक्तीचे अनेक प्रकारांनी शोषण केले. तेथील सर्व प्रकारची साधन-संपत्ती शहरांकडे नेली आणि खेडी पोखरून काढली. त्यामुळे स्वातंत्र्याच्या काळात खेड्यांच्या संदर्भात यशापेक्षा अपयशाचेच गाठोडे मोठे झाले.

□

बिकट प्रश्नाची सोडवणूक

परंपरागत ग्रामसंस्कृतीतील अस्पृश्यतेचा बिकट प्रश्न स्वातंत्र्योत्तर काळात सुटण्याच्या मार्गी लागला. भारताला स्वातंत्र्य मिळाले. प्रजासत्ताक लोकशाही स्थापन झाली. स्वतंत्र भारताची 'घटना' निर्माण केली. 'घटनेत' समान नागरी कायदा आला. सर्व भारतीय नागरिक समान मानले गेले. प्रत्येकाला मतस्वातंत्र्य, विचार स्वातंत्र्य, कलास्वातंत्र्य, कोणतेही शिक्षण घेण्याचे स्वातंत्र्य मिळाले. त्यामुळे स्वतंत्र देशात समता, स्वातंत्र्य, बंधुता या मूल्यांना मान्यता मिळाली आणि प्रतिष्ठा प्राप्त झाली. प्रत्येकाला समतेचा हक्क मिळाला. आजवर उपेक्षित असलेल्या जनजाती आणि त्यांचे समाजगट यांना जागृतीची वाचा फुटली.

वैदिकोत्तर काळापासून आपल्या संस्कृतीत वर्ण-जातींची भक्कम व्यवस्था अस्तित्वात होती. या व्यवस्थेने अतिशूद्र किंवा अस्पृश्य ठरविलेल्या अगदी तळातील अनेक जाती-जमाती होत्या. सबंध भारतात या जाती पाचशेच्या आसपास आहेत. महाराष्ट्रात या जातींची संख्या सत्तर ऐंशीच्या आसपास आहे. महाराष्ट्राच्या लोकसंख्येच्या पाच सहा टक्के या जातींची लोकसंख्या महाराष्ट्रात आहे. त्यात पुन्हा महार, मांग, चांभार, ढोर या जातींची संख्या अधिक आहे.

केवळ सवर्णांच्या सेवेसाठी या जाती आहेत, असे सनातन हिंदू संस्कृती सांगत होती. हजारो वर्षे या जातींकडे हिंदू संस्कृतीने पराकोटीचे दुर्लक्ष केले. पशुपातळीवर या जाती युगानुयुगे जगत आल्या.

महाराष्ट्राच्या खेड्यापाड्यात या जातींची वस्ती गावकुसाच्या बाहेर वसलेली असे. ग्रामसमाज व्यवस्थेत मांग जातीला केकताडाच्या (फड्याच्या) पानांपासून वाख तयार करता येतो. त्याची मोठमोठी जाड पाने पाण्यात काही दिवस कुजवत ठेवावी लागतात. ती कुजली की ती बडवून त्यांच्यापासून वाखाचे धागे काढता येतात. हा वाख दोऱ्या, चऱ्हाटे, कासरे, दावी, काढण्या-वडण्या, सोंदूर, नाडे, इत्यादी दोरखंड करण्यासाठी अति उपयुक्त असे. शेतकऱ्याला या साधनांची गरज असे. तसेच सुंभ वळणे, बाजली विणून देणे, शिंदीच्या पानांपासून झाडू, साळुते,

बोरे तयार करणे आणि ते विकणे इत्यादी उद्योग ही जात खेड्यात करत असे. चांभार जातीत प्रामुख्याने चामड्याचे सर्व उद्योग घरी बसून केले जात. ढोर जातींमध्ये मेलेल्या ढोरांचे काढलेले चमडे विकत घेऊन त्यांचे कमावलेले कातडे तयार केले जाई. काही ढोर मंडळी मोटा, घोड्याला लागणाऱ्या वस्तू तयार करत. महाराकडे मेलेल्या जनावरांचे चमडे सोलणे, मेलेली ढोरे गावाबाहेर टाकणे, प्रसंगी त्यांचे मांस खाणे, ते महारवाड्यात इतरांना विकणे असे उद्योग असत. त्यांच्या स्त्रियांना आणि पुरुषांनाही ग्रामपंचायतीत गावचे रस्ते लोटण्यासाठी, गटारी साफ करण्यासाठी चाकऱ्या मिळत असत. महार मंडळी जळणासाठी लागणारी लाकडे फोडून देत. खोदाईची कामे करून देत. गुऱ्हाळात चुलाणात जळण घालण्याचे (म्हणजे चुलव्याचे) काम त्यांना मिळे. पण प्रामुख्याने चावडीवरचा नोकर, गावात सादवण्याचे काम, चावडीवर एखाद्याला बोलावून आणण्याचे काम, गावच्या जमिनींच्या मोजमापाचे काम हे त्यांचे इनामी काम असे. त्यासाठी त्यांना 'वतने' लावून दिलेली असत.

ग्रामसंस्कृतीत या कष्टाळू जाती म्हणून ओळखल्या जात. शेतावरची अनेक प्रकारची कामे करण्यासाठी या जाती शेतमजूर म्हणून राबत असत. शेतावर सालगडी म्हणून या समाजातील तरुण कामे करत असत.

आत्यंतिक दारिद्र्यामुळे महारवाडे, चांभारवाडे, मांगवाडे, ढोर-वस्ती बकाल असे. रात्रीच्या वेळी या वस्त्यांत भजने, गाणी, लावण्या, लोकगीते माणसे एका जागी बसून म्हणत असत. अनेक प्रकारची लोकवाद्ये वाजवण्यात विशेषतः महार मांग मंडळी तयार असत. तमाशे, जलसे करण्यात पटाईत असत. दारिद्र्यामुळे गावात किंवा शेतातील पिकांच्या भुरट्या चोऱ्या करत असत. प्रसंगी धनगर मंडळींच्या शेळ्या-मेंढ्या, करडे, कोकरे, क्वचित एखादा बैल, म्हैस हेही महार-मांग चोरत व लांब कुठेतरी नेऊन विकून टाकत वा हे प्राणी कापून पोटाला खात असत. त्यांना गावच्या देवळात जायला परवानगी नसे. देवळाच्या दारातूनच ते देवाचे दर्शन घेत असत. शेतकऱ्याच्या सोप्यात ही मंडळी येत असत. आपण तयार केलेल्या वस्तू दाखवत असत. विकत असत.

खेड्यातील सामान्य माणूस व दलित यांच्यामध्ये शिवाशिव असे, पण ती कडक नसे. कारण महाराने फोडलेली लाकडे चुलीपर्यंत जात असत. मांगाने दिलेला 'साळुता' घरभर घर स्वच्छ करत गृहिणी घेऊन हिंडत असे. त्यानेच सुंभ तयार करून त्यानेच विणलेल्या बाजेवर स्त्रियांचा बाळंतपणाचा काळ जात असे. एरवी वस्तीवर बाजेशिवाय एकही रात्र शेतकऱ्याची निघत नसे. चांभाराने तर कुणाच्या पायाचे माप आपल्या हातांनी घेतल्याशिवाय, आपल्या हातांनी नवे पायताण घेणाऱ्याच्या पायात नीटपणे चढवल्याशिवाय कुणाचे भागतच नसे.

सालगडी असला तर त्याचा स्पर्श सर्वत्र होत असे. त्याने मोटक्या होऊन मारलेल्या मोटांचे पाणी जन्मभर शेतकरी पीत असे. चांभार, ढोर यांनी तयार केलेल्या जनावरांच्या कातड्यांच्या मोटांतून पाटात येणारे पाणीच तो ओंजळींनी तोंडात, पोटात घालत असे. ज्वारी, बाजरी यांची कापणी, शेंगा काढणे यासारखे उद्योग शेतकऱ्याला यांच्या हातूनच करावे लागत असत... माझ्या लहानपणी माझे मित्र प्रामुख्याने मांग समाजातले असत. कारण आमचे घर मांगवाड्याशेजारीच होतं. त्यामुळे शिवाशिव पाळणे परवडण्यासारखे नव्हते.... सामान्य खेडुताला आणि शेतकऱ्याला शिवाशिव परवड्यासारखी नसे. कारण अनेक कष्टाची कामे दोघांना एकत्रच करावी लागत असत. मग फार तर जेवणाच्या वेळी दुसऱ्या कोणाकडून अंगावर पाण्याचे चार थेंब उडवले की, गेली शिवाशिव, अशी त्यांची धारणा असे.

कडक शिवाशिव असे ती फक्त ब्राह्मणाच्या घरी, पाटील, वतनदार, शिकलेले म्हणजे तथाकथित 'मोठ्या' माणसांच्या घरी. तरीही दलित मंडळींचा आपण होऊन कुणालाही न शिवणे, जपून वागणे हा स्वभाव होऊन गेलेला असे. शेतकऱ्याच्या म्हणजे बलुत्याच्या घरी येऊन भाकरी, कोरड्यास, ताक, सणासुदीचं जेवण मागणे हा बलुतेदारांचा विशेषत: या अस्पृश्य जातींचा अधिकार मानला जात असे. असे असले तरी धर्माने, जातीने, अस्पृश्यतेने बंदिस्त केलेले हे जिणे लाजिरवाणे होते. गावकुसाच्या आत अनेक घराघरात गावकुसाबाहेरच्या लोकांइतकेच दारिद्र्य भरलेले असे. तरीही तो स्पृश्य असल्याने गावात वर मानेने हिंडू शकत असे. त्याला निराधार वाटत नसे. पण कुसवाबाहेरचे एखाद्या दलिताचे जिणे खाऊन पिऊन सुखी असले तरी ते केविलवाणे, दीनवाणेच वाटे. कारण गावात 'खाली मानेनेच' हिंडावे लागे.

या मंडळींना गावातल्या सर्वसामान्य माणसांपेक्षा तथाकथित प्रतिष्ठित माणसांचाच अधिक जाच होत असे. ही प्रतिष्ठित माणसे आपल्या अधिकाराचा, सत्तेचा, खानदानाचा आपल्या सोवळ्या आचरणाचा, कर्मठ धर्माचा अस्पृश्यांसाठी अवाजवी उपयोग करून ऐट मिरवीत असत. पेशवेकाळातील पुण्यामध्ये शहराच्या हद्दीत सकाळ-संध्याकाळ झाली की अस्पृश्यांना येण्यास बंदी असे. त्यांच्या सावल्या लांब पडत असत. त्या स्पृश्य, प्रतिष्ठितांच्या अंगावर पडून त्यांना विटाळ होईल, यासाठी ती दक्षता घेतली जाई. अस्पृश्यांना रस्त्यात थुंकण्यास मनाई, त्यासाठी त्यांना गळ्यात मडकी बांधून वापरावे लागणे, त्यांची पावले रस्त्यावर उमटू नयेत म्हणून त्यांच्या पायांना झाडू बांधणे, त्यांनी पादत्राणे न वापरणे, सोन्या-चांदीचे दागिने न घालणे, छत्री न वापरणे इत्यादी मजकूर प्रथम वाचनात आल्यावर माझ्या मनाला दगडाखाली घालून चेचल्यागत झाले... भारताच्या वेगवेगळ्या प्रदेशांत तर अस्पृश्यांना याहून घोर प्रथांना युगानुयुगे तोंड द्यावे लागत होते. दक्षिणेत अस्पृश्यांच्या बाबतीत अतिशय कडकपणे विटाळ पाळत.

हे शेकडो वर्षे चालत आले होते. ह्या निर्घृण विटाळाच्या विरोधात प्राचीन काळी अनेक धर्म-पंथांनी बंड केले. पण त्याचा परिणाम हिंदू संस्कृतीवर झाला नाही. परिणाम फक्त नवे धर्म आणि पंथ जन्माला येण्यात झाला. ब्रिटिशपूर्व काळात मुस्लीम धर्मप्रसारकांनी आणि ब्रिटिश काळात ख्रिश्चन धर्मप्रसारकांनी याचा धार्मिक फायदा घेतला. भारतात मुस्लीम व ख्रिश्चन हे भारताबाहेरील धर्म रुजण्यास ही हिंदू जात संस्कृतीच प्रत्यक्षाप्रत्यक्ष कारणीभूत ठरली. हिंदू धर्मात इतर धर्मांच्या अनुयायांना धर्मांतर करुन प्रवेश मिळत नसे. त्याचाही परिणाम मुस्लीम, ख्रिश्चन हे धर्म भारतात स्थिर व्हायला मदत होण्यातच झाला. त्याची फळे आज आपण भोगतो आहोत.

प्राचीन काळात अस्पृश्यता नष्ट करण्याचे प्रयत्न जसे बौद्ध, जैन, शीख धर्मप्रसारकांनी भारतीय सामाजिक, सांस्कृतिक चौकटीत राहूनच आपल्या परीने केले तसे प्रयत्न आधुनिक काळातही अनेक भारतीयांनी केले. महाराष्ट्रात प्रथम ते महात्मा जोतिबा फुले यांनी, त्यांच्या सत्यशोधक समाज-संघटकांनी शंभर वर्षांपूर्वी केले. महाराष्ट्रात आधुनिक युगाच्या प्रबोधनाचा हा प्रारंभकाळ होता.

या काळात अस्पृश्यता-निवारणाच्या कार्याला आधुनिक युगाशी सुसंगत अशी चालना मिळाली. प्रबोधनाच्या या काळात समता, स्वातंत्र्य, बंधुता इत्यादी नव-मूल्यांचा उदय झाला होता, प्राचीन काळात जन्माला आलेल्या सर्व धर्मांच्या मर्यादा स्पष्ट झाल्या होत्या, वैज्ञानिक दृष्टिकोनाला आणि बुद्धिवादाला अनन्य साधारण महत्त्व प्राप्त झाले होते, भौतिकवादी दृष्टी महत्त्व पावली होती, समाजविकासाच्या कल्पना बदलल्या होत्या. त्यामुळे आधुनिक युगात धर्म स्वीकारावयाचाच असेल तर त्यात काळाशी सुसंगत सुधारणा आणि बदल झाले पाहिजेत, या दृष्टीला मान्यता मिळत चालली होती. तिच्या प्रभावामुळे मराठी समाजांतर्गत आणि हिंदू धर्मान्तर्गत अनेक सुधारणांना व बदलांना चालना मिळाली होती. अस्पृश्यता-निवारणाच्या प्रश्नाला महात्मा जोतिबा फुले यांनी अशी प्रथम सक्रिय चालना दिली. फुल्यांच्या बरोबर त्यांचे अनेक अनुयायी त्या कार्यात सामील झाले होते. याच परंपरेतील महर्षी विठ्ठल रामजी शिंदे यांनी नंतर १९०६ साली 'डिप्रेस्ड क्लासेस मिशन' ही संस्था स्थापन करून अस्पृश्यता निवारणाच्या आणि अस्पृश्यांच्या शिक्षणाच्या कार्याला स्वत:ला जन्मभर वाहून घेतले. स्वातंत्र्यवीर सावरकरांनी अत्यंत प्रभावी भाषेत आणि आधुनिक युगाच्या बुध्दिनिष्ठ दृष्टीने हिंदू धर्माची, त्याच्यातील खुळचट चालीरीतींची, अस्पृश्यतेच्या निर्दय आणि मूर्ख परंपरेची परखड भाषेत मीमांसा केली. महात्मा गांधींनी अस्पृश्यता हा हिंदू धर्मावरील कलंक मानला. परिणामी 'हरिजन सेवक संघाची' निर्मिती झाली. विविध उपक्रम चालू केले गेले.

पण या सर्वांवर कळस झाला तो डॉ. बाबासाहेब आंबेडकर यांनी आरंभलेल्या कार्यामुळे. ते स्वत:च तथाकथित एका अस्पृश्य जातीत जन्मले होते. स्वत: पंडित,

राजनीति-तज्ञ, अर्थशास्त्राचे पदवीधर, समाजशास्त्र आणि सांस्कृतिक इतिहास यांचे स्वतंत्र वृत्तीचे अभ्यासक, तर्कनिष्ठ विचारांचे परखड उपासक होते. अस्पृश्यतेविषयीचे कटू अनुभव त्यांनी बालपणी जसे भोगले तसेच परदेशाहून पदवीधर होऊन आल्यावरही आरंभीच्या काळात भोगले. त्यांचा परिणाम त्यांच्या मनावर सखोल झाला होता. मुंबईला कॉलेजमध्ये अर्थशास्त्राच्या प्राध्यापकाची नोकरी पत्करल्यावर त्यांनी समाजकार्याला वाहून घेतले.

१९२० साली त्यांनी 'मूकनायक' पाक्षिक सुरू केले. त्यातून दलित समाजाचे प्रश्न ते मांडू लागले. स्वतःच्या परखड अभ्यासाचे निष्कर्ष मांडू लागले. अस्पृश्यांमध्ये जागृती निर्माण करू लागले. त्यांचे प्रश्न सोडविण्यासाठी त्यांच्यामधूनच कार्यकर्ते निर्माण करू लागले. हे त्यांचे वेगळेपण होते. आतापर्यंतची अस्पृश्यता-चळवळ ही सवर्णांनी चालविलेली चळवळ होती. या चळवळीत अस्पृश्यांची भूमिका प्रामुख्याने मूक-जनांची होती. त्यांची भूमिका फक्त श्रद्धाळू अनुयायांची होती. ही चळवळ सवर्णांच्या दयाबुद्धीचा, प्रगाढ सहानुभूतीचा आविष्कार करणारी होती. या चळवळीने व चळवळीतील अनेकांच्या कार्यभागामुळे निश्चितपणे विकासाचा, सुधारणांचा एक विशिष्ट टप्पा साधलेला होता. पण त्या पाठीमागे स्वभावतःच सुप्त स्वरूपात निर्माण होणारी एक सवर्णांच्या उपकाराची भावना होती.

डॉ. आंबेडकरांच्या अस्तित्वामुळे व कार्यामुळे दलित चळवळीला त्यांच्या ज्ञातीचा, स्वत: कटू अनुभव भोगलेला नेता मिळाला. त्यामुळे दलितांना स्वत्वाची जाणीव झाली. त्यांची अस्मिता फुलून आली. त्यांच्या जाणिवांतून भारतीय पातळीवर एका व्यापक पक्षाचा आणि दलित चळवळीचा जन्म झाला. दलितांच्या सक्रियतेला जोराची चालना मिळाली. त्यांनी स्वतःच्या शिक्षण संस्था स्थापन केल्या, भारतीय समाज व्यवस्थेत, राजकारणात, अर्थकारणात ते स्वतःचे स्वतंत्र स्थान मागू लागले. त्यासाठी त्यांनी धडाडीचे अनेक उपक्रम आक्रमकपणे राबवून सर्व समाजाचे अस्पृश्यतेच्या घोर समस्येकडे लक्ष खेचून घेतले.

देशाला स्वातंत्र्य मिळाल्यावर भारतीय संविधानात अनेक कलमे घालून अस्पृश्यता कायद्याने नष्ट केली. सर्व धर्म, जात, वंश, पंथ यातील माणसांमध्ये कायद्याने समता आणली. अस्पृश्यता पाळणाऱ्यास गुन्हेगार मानले. त्यासाठी शिक्षेची तरतूद केली. अस्पृश्यवर्गाला संरक्षण देऊन त्याचा दर्जा उंचावण्याचे यशस्वी उपक्रम योजून दिले. १९२० ते १९५६ या काळात अशा रीतीने डॉ. आंबेडकर यांनी भारतीय समाज-संस्कृतीत युगान्तर सदृश क्रांती घडवून आणली. स्वातंत्र्योत्तर काळात दलित जातींना तिची फळे चाखण्यास मिळाली.

स्वातंत्र्योत्तर गेल्या पन्नास वर्षांत खास शैक्षणिक सवलतींमुळे व सरकारी सेवाक्षेत्रांतील नोकऱ्यांच्या राखीव जागांमुळे (रिझर्वेशन मुळे) दलित समाजातील

अनेक सुशिक्षित तरुणांना त्यांचा फायदा मिळाला. त्यांची आर्थिक, सामाजिक, सांस्कृतिक स्थिती सुधारली. महाराष्ट्रातील अनेक खेड्यापाड्यांतील दलित तरुण सुशिक्षित होऊन विविध क्षेत्रांतील नोकऱ्यांत शिरले. डॉ. आंबेडकर ज्या जातीत जन्मले त्या महार समाजातील तरुणांना लौकर जागृती आली. त्यामुळे इतर दलित जातींपेक्षा या जातींत तुलनेने सुशिक्षितांचे प्रमाण अधिक आहे. परिणामी सरकारी नोकऱ्यांतही त्यांचे प्रमाण अधिक वाढले. तुलनेने इतर दलित जाती-जमातींचे प्रमाण कमी आहे. इतर दलित जातीजमातींची दृष्टी महार दलित जातींपेक्षा उद्योग व्यवसायाकडे अधिक प्रमाणात वळलेली दिसते. अर्थात नोकरीच्या क्षेत्रातही त्यांचे अनेक तरुण आहेतच.

डॉ. आंबेडकराच्या नेतृत्वाखाली प्रामुख्याने त्यांच्या जातीतील अनेक तरुण राजकारणाकडे वळलेले जाणवतात. पण डॉ. आंबेडकराच्या इतके पांडित्य, प्रतिभा, ज्ञानासाठी परिश्रम या तरुणांकडे आढळत नाही. भारतीय राजकारणाला शापवत ठरलेले अंतर्गत हेवेदावे, कलह, जातीयवादी दृष्टी, व्यक्ति केंद्रित अहंकार, सखोल अभ्यासाचा अभाव या तरुणांच्या संघटनांत आणि वृत्ति-प्रवृत्तींतही एका टप्प्यावर जाणवतात. त्यामुळे त्यांची विकासाची दिशा आज कुंठित झालेली जाणवते. या जातींची केवळ नोकऱ्या आणि राजकारण करण्याची वृत्ती प्रबळ असल्याने येथून पुढच्या काळात या जातीचे भवितव्य कठीण दिसते.

आज एकूणच भारतीय आणि राज्यपातळीवर शासकीय नोकरीच्या क्षेत्रात तुंबलेपण (सॅच्युरेशन पॉईंट) आले आहे. त्यामुळे रिझर्वेशनमधील नोकऱ्याही आज पूर्वी इतक्या उपलब्ध नाहीत. सुशिक्षितांवर बेकारीची पाळी आली आहे. आजच्या खाजगीकरणाच्या, मुक्त अर्थव्यवस्थेच्या आणि नवतंत्रवादी भांडवलशाहीच्या धोरणामुळे खाजगी उद्योगधंद्यांचे क्षेत्र वाढत आहे व सरकारी नोकऱ्यांचे क्षेत्र संकोच पावत आहे. म्हणून सर्वच ग्रामीण दलित तरुणांनी स्वतंत्र व्यवसायांचे शिक्षण घेऊन उद्योग-व्यवसायात स्थिर होण्याची आवश्यकता आहे. ग्रामसंस्कृतीला व समाजाला त्यामुळे नवे वळण लागण्याची शक्यता आहे. सुशिक्षितांच्या या प्रवेशामुळे पारंपरिक उद्योग-व्यवसाय अधिक विकसित होतील.

१९८९ -९० पर्यंत समाजवादाचे ध्येयधोरण राबविणाऱ्या केंद्र व राज्य सरकारांच्या सत्ताक्षेत्राखाली नोकऱ्यांची अनेक क्षेत्रे होती. त्यांतून आता सरकारे अंग काढून घेत आहेत. परिणामी खाजगीकरणाचा वेग वाढत आहे. उद्योग-व्यवसायाच्या खाजगी क्षेत्रात तंत्रविशारदांची गरज असते. एवढेच नव्हे तर उत्पादनाचे तंत्र आणि क्षेत्र अधिक विकसित करण्यासाठी अधिकाधिक बुद्धिमान, धाडसी, स्पर्धावृत्तीचे विशेष गुणवान तंत्रविशारद नोकर या क्षेत्राला लागत असतात. त्याशिवाय खाजगी उद्योग व्यवसाय स्पर्धेत टिकू शकत नाहीत. अशा क्षेत्रात हक्काचे रिझर्वेशन

निरुपयोगी व उद्योग-धंद्यांना हानिकारक होणारे असते. त्यामुळे दलित तरुणांनी आपल्या वृत्ती बदलण्याची गरज आहे; तरच त्यांना भवितव्य असेल. केवळ कारकुनी, शिक्षकी किंवा केवळ तहसीलच्या कागदी किंवा दफ्तरी नोकऱ्यांचे दिवस संपुष्टात आलेले आहेत. हा धोका ओळखून आजवरच्या सवलती व राखीव जागा यांच्या आधारे मिळालेल्या पैसा, प्रतिष्ठा व स्थैर्य यांचा फायदा त्यांनी आपल्या मुलाबाळांच्या तरुण पिढीला करून दिला पाहिजे. तिला तंत्रविशारदीचे, स्वतंत्र व्यवसायांचे शिक्षण दिले पाहिजे. एखादा कोर्स नुसताच 'पास' होऊन किंवा एखादी पदवी नुसतीच मिळवून येथून पुढे भागणार नाही. त्यात विशेष नैपुण्य आणि खास गुणवत्ता मिळविली तरच येथून पुढच्या नोकऱ्या मिळणे शक्य आहे. उद्योग-क्षेत्रात सहकारी तत्त्वावर उद्योग व्यवसायांच्या संघटना उभ्या करून चरितार्थाची नवी क्षेत्रे निर्माण केली पाहिजेत. अन्यथा दलित समाजाची विकास-गती कुंठित होईल असे वाटते.

□

नवा रस्ता

स्वातंत्र्य मिळाल्यानंतरच्या पहिल्या दशकात सामान्य शेतकऱ्यासाठी एक चांगली गोष्ट झाली. कूळ-कायदा आला. हा कायदा करण्यामागे शासनाचा हेतू असा होता की, अन्नधान्याची निर्मिती विपुल व्हावी. देशाला जो अन्नधान्याचा तुटवडा पडतो आहे तो पडू नये. परदेशातून धान्य विकत आणण्याची पाळी आली आहे ती येऊ नये.

महाराष्ट्रातील सामान्य शेतकरी मोठ्या प्रमाणात शेतमालकांच्या जमिनी फाळ्याने, भागाने, खंडाने करत असत. त्यासाठी तीन तीन किंवा पाच पाच वर्षांच्या कबुलायती (म्हणजे करारपत्रे) करत असत. यामुळे शेतमालकांना घरबसल्या फाळ्याची ठरलेली रक्कम किंवा अन्नधान्य प्रत्येक वर्षाला मिळत असे. शेत कसणाऱ्या कुळालाही वर्षभर एकाच शेतावर कष्ट करणे आणि उत्पन्न मिळवणे सोयीचे जाई. पण कष्टणारा हा शेतकरी शेताची कायम स्वरूपी निगा करत नसे. शेताची कायम स्वरूपी बांधबंदिस्ती तो करत नसे. जमिनीस खते मुबलक घालत नसे. विहिरीतील गाळ काढत नसे किंवा विहिरी फोडून खोल करत नसे. याचे मूळ कारण करारपत्राचा तीन किंवा पाच वर्षांचा काळ संपला की, त्याला ते शेत किंवा मळा सोडावा लागत असे. त्यामुळे शेतीच्या विकासासाठी कायमस्वरूपी खर्च करण्याची त्याची तयारी नसे. जेवढ्यास तेवढे करून, मोठ्या खर्चाच्या बाबी टाळून मिळेल तेवढे पदरात पाडण्याची त्याची वृत्ती असे. सालभर त्याचे कुटुंब चालावे या हेतूनेच तो त्या शेताच्या उत्पन्नाकडे बघत असे. तेवढे मिळाले की तो समाधानी असे. शेत, मळा हे उद्योग, व्यवसाय किंवा उत्पन्न, प्राप्ती यांचे साधन म्हणून तो शेतीकडे न पाहता, चरितार्थाचे एक तात्पुरते किंवा तात्कालिक साधन म्हणून पाहत असे.

अशा सर्वसामान्य शेतकऱ्याच्या (म्हणजे कुळाच्या) मालकीचीच जमीन झाली तर तो पडीक जमिनी स्वखर्चाने पिकाऊ करील, भरपूर खत घातल्याने जमिनी कायम स्वरूपाच्या सुपीक होतील, बांध-बंदिस्ती कायम स्वरूपी करील. त्यामुळे

त्या जमिनींची धूप थांबेल व त्यांच्यात पिके चांगली येतील. तो विहिरींचा गाळ काढील, त्या फोडून पाण्यांचे मोठे साठे करील. त्यामुळे पिकांना भरपूर पाणी मिळून उन्हाळ्यात व पावसाळ्यात अशी दोन्ही वेळा त्याला पिके घेता येतील. स्वत:च्या मालकीच्या जमिनीवर शेतकरी मुलासारखा प्रेम करतो. रात्रंदिवस तिच्यात राबतो. तिची काळजी घेतो. त्यामुळे निश्चितपणे देशाचे अन्नधान्याचे उत्पन्न वाढेल, अशी धारणा या कूळ-कायद्यामागे होती. ती अतिशय योग्य आणि वास्तव स्वरूपाची होती. काही सरळ मार्गी शेतमालकांच्या उदारमनस्क स्वभावामुळे या कायद्याने अनेक कुळांचा फायदा झाला. त्यांना शेतजमिनी मिळाल्या ही वस्तुस्थिती नाकारता येत नाही.

पण काँग्रेसपक्षामध्ये अगदी आरंभापासूनच व्यापारी, उद्योजक, भांडवलदार, प्रस्थापित, इनामदार, जमीनदार यांचा भरणा भरपूर असल्यामुळे त्यांचा प्रभाव काँग्रेसच्या धेय-धोरणावर आणि त्यातून निर्माण झालेल्या कायदेकानूवर सतत पडलेला दिसतो. स्वातंत्र्योत्तर शासनकर्त्या काँग्रेसमध्ये पं. जवाहरलाल नेहरु पंतप्रधान होते. पक्षाध्यक्षही होते. त्यांचा पुरोगामी, समाजवादी दृष्टीचा एक गट होता. हा गट लोकहिताच्या, जनसामान्यांच्या हितांच्या अनेक योजना मांडत होता. त्यांच्यासाठी कायदेकानू करत होता. पण ते अंतिम स्वरूपात मांडताना वा तयार करताना चर्चा, वादविवाद, विचारविनिमय होऊन त्यांतून प्रस्थापित मंडळी, भांडवलदार स्वत:च्या सोयीच्या अनेक पळवाटा काढणाऱ्या दुरुस्त्या किंवा कलमे सुचवीत असत. त्यामुळे मूळची चांगली योजना किंवा कायदा नाममात्र शिल्लक राही. कूळकायद्याचे असेच झाले. नंतरच्या काळात, 'लँडसीलींग ॲक्ट'चे तेच झाले.

वस्तुस्थिती अशी असल्यामुळे कूळकायद्याच्या काळात प्रामुख्याने सामान्य शेतकरी उद्ध्वस्त झाले. परंपरागत ग्रामसंस्कृती सुधारण्याच्या ऐवजी तिला सुरूंग लागले. जुने गेले आणि नवे आले ते गरिबांना उद्ध्वस्त करणारे ठरले. कूळकायदा लागू झाल्याबरोबर जमीनमालक प्रथम सावध झाले. त्यांनी नाना प्रकारांनी, गोड बोलून, दमबाजी करून, विश्वासघात करून, सामान्य शेतकऱ्यांच्या आर्थिक दुबळेपणाचा, त्यांच्या अडाणीपणाचा, मालकावर अवलंबून राहण्याच्या परंपरागत लाचार परावलंबित्वाचा फायदा घेतला. केलेल्या कबुलायती नाना प्रकारांनी काढून घेतल्या, त्यांच्या ऐवजी कुळाकडून 'नोकर-नामे' लिहून घेतले, कसायला स्वस्तात शेती देण्याच्या बोलीवर त्यांना 'नोकर' म्हणून शेतीवर ठेवले. परंपरागत संबंध बिघडले तर 'उपाशी मरू' या भीतीने सामान्य शेतकरी कुळे मालक म्हणेल त्याप्रमाणे लिहून द्यायला, एकांगी करारपत्रावर सह्या करायला कबूल झाली. त्यामुळे शेतमालकांनी स्वत:च शेती करीत, कसत आहोत असे आभास निर्माण केले. जी कुळे कोर्टात दाद मागण्यासाठी गेली त्यांच्या विरोधात लाचलुचपती देऊन, त्यांच्या वस्त्यांना,

शेतावर आगी लावून, पोट कलमाचा चातुर्याने उपयोग करून त्यांना काढून टाकण्यात आले. अशा कुळांना नंतर त्यांच्या गावात कसायला जमिनीच मिळेनाशा झाल्या. नवे करार होईनासे झाले. त्यामुळे हे सामान्य शेतकरी कायमचे रोजगारी, कामकरी, मजुरी करणारे झाले, परिणामी त्यांचे लोंढे शहरांकडे चालले. नव्या रस्ते-बांधणीमुळे सामान्य शेतकऱ्यांना शहरांकडे जाणे पूर्वीच्या तुलनेत आता सोपे झाले होते. एस.टी.ची खास व्यवस्थाही सरकारने करून ठेवली होती. नव्या रस्त्यांची बांधणी अशा रीतीने सामान्य ग्रामीण जनांना उपयुक्त ठरली.

असे झाले याचे कारण सरकार फक्त कायदे करून मोकळे झाले. शेतमालक आणि त्यांची शेते करणारे शेत-मजूरसदृश सामान्य शेतकरी सरकारने एकाच पारड्यात घालून त्यांचे मोजमाप केले. वास्तविक कूळकायदा लागू करताना अडाणी कुळांना खास संरक्षण देण्याची, कागदी करार नवे न करण्याची, जुने करार शाबूत ठेवण्याची नितान्त गरज होती. शेतमालकांशी कोर्टात तोंड देणे कुळांना अशक्य होते. एक तर ती आर्थिक दृष्टया दुबळी होती. तसेच कोर्ट, जिल्हा कोर्ट, हाय कोर्ट, सुप्रीम कोर्ट असे शेतमालकांबरोबर हेलपाटे घालणे कुळांच्या फाटक्या खिशाला परवडणारे नव्हते. त्यांच्या जीवनशैलीत न बसणारे होते. त्यांची शेतावरची कामे सततची असत. गरजेनुसार ती वेळीच करावी लागत. तिथे रजा, सुट्टी, 'सीकलीव्ह' टाकून भागणारे नसते. जो आर्थिक दृष्टया दुबळा आहे, अडाणी आहे, असहाय आहे त्याच्या बाजूने 'वकील' कधीच नसतो. त्यामुळे कायदाही त्याला अनुकूल करून घेता येत नाही. सरकारने सुधारणांच्या नावाखाली अशा कुळांना वाऱ्यावर सोडले नि त्यांची धूळधाण केली.

शेतीच्या बाबतीत आणखी काही लक्षणीय घटना घडल्या. पाटबंधारे, नवी धरणे, नवे तलाव यांची सरकारी कामे योजना आखून सुरू होत असत. अशा योजनांची माहिती ग्रामीण विभागातील सुशिक्षित, आमदार, खासदार, बडे बागायतदार, प्रस्थापित वर्ग यांना प्रथम लागत असे. या योजनांचा ते सखोल अभ्यास करून स्वतःच्या, वैयक्तिक स्वार्थाच्या स्वतंत्र योजना आखत. विशेषतः ज्या भागात परंपरागत कोरडवाहू शेती आहे आणि तेथून लौकरच पाण्याचे पाट, फाटे, कालवे जाणार असतील तर ते आसपासच्या कोरडवाहू जमिनी छोट्या छोट्या मालक-शेतकऱ्यांकडून स्वस्तात खरेदी करून ठेवत असत. या सामान्य अडाणी शेतकऱ्यांनाही वाटे की, 'नाहीतरी शेतात काही पिकतच नाही. पाऊस कधी पडतो, कधी पडतच नाही. पडला तर पेरलेलं बियाणं पदरात पडण्याइतकं पीक येत नाही. केलेले कष्ट, मशागत, लागवड सगळं वाया जाते. मग गिऱ्हाईक आलंय तर शेती विकावी. दुसरा काही उद्योग त्या पैशाच्या जोरावर स्वतः करावा किंवा तरुण पिढीला काढून द्यावा. नाहीतरी या पडीक जमिनी कोण खरेदी करणार?' – अशी समजूत होऊन

त्याच्याकडून कधी नव्हे ते आलेल्या गिऱ्हाइकाला आजवर असलेली पडीक, बरड, निकृष्ट, पाण्यावाचून पडलेली, दुष्काळी भागातील जमीन विकली जात असे. स्वातंत्र्योतर काळात जमिनींची अशी खरेदी-विक्री मोठ्या प्रमाणात झाली.

सरकारी पाटबंधारे आणि इतर विविध प्रकारच्या पाणी-योजना यथाकाळ प्रत्यक्षात आल्या. त्यावेळी हे नवे शेतजमिनींचे खरेदीदार मोठे बागायतदार झाले. ऊसउत्पादक शेतकरी झाले. त्यातूनच अनेक साखर सम्राट, शुगर फॅक्टरीदार, आमदार, खासदार, राजकीय नेते जन्माला आले.

जन सामान्य, अडाणी, दुबळ्या, भाबड्या शेतकऱ्याला स्वातंत्र्यातील योजनांचे फायदे मिळून तो सुखी व्हावा, हे ग्रामस्वराज्याचे, समाजवादाचे ध्येय होते ते तसेच हवेत विरून गेले. ग्राम संस्कृतीतील सामान्य माणूस या सर्व फायद्यांपासून वंचितच झाला. तो आता त्याच बागायत क्षेत्रावर ऊस तोडणी कामगार, मजूर, रोजगारी, नोकर म्हणून काम करताना दिसतो आहे.

१९८० नंतरच्या काळात आणखी एक घटना खेड्यांमध्ये अधूनमधून घडताना दिसते. शहरातील अनेक भांडवलदार, व्यापारी, उद्योजक, कारखानदार खेड्यांमध्ये येऊन अतिशय चढ्या भावाने शेतजमिनींची खरेदी करताना दिसतात. त्यामुळे त्यांना स्वत:ला 'शेतकरी' म्हणून मिरवता येते. ज्या खेड्यात त्यांची ही जमीन असते, त्या खेड्यातीलच अनेक मजूर ते कामाला लावतात. त्यांतील एखादा विश्वसनीय, प्रामाणिक माणूस कारभारी म्हणून नेमतात. त्याच्या ताब्यात शेतीवरची मालमत्ता दिलेली असते. तो रोजची कामे करून घेतो. आठवड्यातून एकदा-दोनदा तासभर येणाऱ्या मालकाला तो रोजचा वृतांत सांगतो. पिकापाण्याचा, अन्नधान्याचा हिशोब, फळाफुलांचा अंदाज देतो. अशा रीतीने ही शेती चालते. हा नव बागायतदार शेतकरी शहरात गाड्या उडवीत राहतो.

'शेतकरी' म्हणून राहण्यात त्याचे अनेक फायदे असतात. एक तर भारत हा शेतकऱ्यांचा देश आहे, आपणही शेतकरी आहोत; म्हणून तो अनेक गुन्हे सहज लपवू शकतो. शेतीवरील उत्पन्नाला 'कर' नसल्यामुळे शहरातील स्वत:च्या उद्योगधंद्यातील 'फायदा' तो शेतीतून मिळाल्याचे दाखवू शकतो व 'कर' टाळू शकतो. राजकारणात तो ताठ मानेने हिंडू-फिरू शकतो. असा एक नवाच शेतकरी मोठमोठ्या शहरांतून विशेषत: जिल्ह्याच्या मध्यवर्ती शहरांतून जन्माला येताना दिसतो. त्याची शेती 'रिमोट-कंट्रोल' वर चाललेली असते.

१९९० नंतरच्या काळात कोकणातून रेल्वे जाणार असल्याचे ठाम स्वरूपात जाहीर झाले. त्या योजनेचा तपशीलवार कार्यक्रम जाहीर झाला. हा तपशील जाहीर झाल्याबरोबर, जेथून रेल्वे जाणार आहे, तिच्या दोन्ही बाजूंच्या जमिनी गोरगरीब, अडग्या कुणब्यांकडून चढ्या भावांनी धडाधड खरेदी करण्यात आल्या. या खरेदीदारांमध्ये व्यापारी, कारखानदार, भांडवलदार आहेत. त्यातही पुन्हा मद्रासी, गुजराथी, मारवाडी या अमराठी लोकांचा भरणा जास्त आहे, असे कळले... एरवी कोकणातल्या खडकाळ जमिनींना किंमत नव्हती. ती भरपूर येते आहे, असे पाहून अडाणी कोकणी माणसाने जमिनी भराभर विकल्या.

आता या जमिनीवर भरपूर नवनवे धंदे, दुकाने, हॉटेल्स, व्यापार-केंद्रे उभी राहतील. तिथे कोकणातला रामा-गडी डोक्याला टॉवेल गुंडाळून रात्रंदिवस घाम गाळेल. त्यातून हे उद्योगपती भरपूर संपत्ती गोळा करतील आणि गडगंज होतील. त्याची फळे कोकणी माणसाला, महाराष्ट्राला किती मिळणार? ज्या खेड्यापाड्यांनी भरलेल्या कोकणाच्या विकासासाठी ही रेल्वे कोकणात गेली तिथल्या सामान्य ग्रामीण माणसाचा विकास ती कसा करणार आहे?

स्वातंत्र्योत्तर ग्रामसंस्कृती या घडामोडींतून बदलत चालली आहे. सरकारी नव्या सुधारणा आणि कायदे खेड्यात येऊ लागले. त्या सुधारणांचा आणि

कायद्यांचा ज्याला फायदा व्हायला पाहिजे तो सामान्य ग्रामवासीच बाजूला हटवला जातो आहे आणि त्याचे फायदे त्याच समाजातील प्रस्थापित वर्ग किंवा शहरांतील व्यापारी, उद्योजक, भांडवलदार वर्ग साळसूदपणे घेतो आहे. खेडे बाहेरून पाहणाऱ्याला सुधारल्यासारखे दिसते. तिथे नवे रस्ते गेलेले दिसतात, पाटबंधारे, पाणी योजना गेलेल्या दिसतात, हिरवागार ऊस आणि विविध पिके फुलताना दिसतात, वीज, यंत्रे दिसतात, औद्योगिक वसाहती दिसतात... पण हे सगळे संधिसाधूंनी व्यापून टाकले आहे, सामान्य खेडुताला बाजूलाच ठेवले आहे, याची जाणीव खेड्याचा आतून तपशीलवार अभ्यास केल्यावर तीव्रतेने होते. ग्रामाबाहेरील आणि ग्रामातील लोकांची नवी भांडवलशाही ग्रामामध्ये हळूहळू उदयाला येत चालली आहे. तेथील सामान्य जनांतून एक नवा मजूर वर्ग जन्माला येत आहे. तो एके काळी छोटा शेतकरी होता; आता मजुरीशिवाय त्याला तरणोपाय नाही... लोकशाहीचा हा रस्ता नवा आहे. त्याचे बाह्यरूप लोकशाहीचे असले तरी अंतरंग भांडवलशाहीचेच राहिले आहे. तिचा मोहरा खेड्याकडे वळलेला आहे.

देशाच्या विकास-योजनांच्या माध्यमातून ग्रामीण विभागात जाणारे एस.टी. चे धूळ-मार्ग किंवा रेल्वेचे रूळ-मार्ग खेड्यांच्या विकासासाठी न जाता प्रत्यक्षात शोषणासाठीच गेले, ही वस्तुस्थिती नाकारता येत नाही.

□

नवरूपवती नवधान्यवती

स्वातंत्र्यानंतरच्या पहिल्या दहापंधरा वर्षांत शेतीचे अंतरंग बदलू लागले. सुधारलेली बी-बियाणे आणि पिके घेण्याच्या सुधारलेल्या पद्धती आल्या. पूर्वीच्या महाराष्ट्रात फक्त पुण्यालाच एकुलते एक शेतकी कॉलेज होते. तिकडे १९६०पूर्वी फार कमी विद्यार्थी जात असत. स्वातंत्र्याच्या काळात भारत सरकारचे धोरण बदलले. त्याचा परिणाम होऊन महाराष्ट्र राज्य सरकारचे धोरणही बदलले. महाराष्ट्राच्या निरनिराळ्या प्रदेशांत १९६० नंतर कृषिविद्यापीठांची निर्मिती झाली. शेतीविषयी शास्त्रीय संशोधन होऊ लागले. त्यातून नवी बियाणे, नव्या लागवड-पध्दती, नव्या नव्या पाणी देण्याच्या तऱ्हा, मशागतीच्या नव्या रीती यांचा जन्म झाला. १९५५ पूर्वी फक्त मुंबईला आकाशवाणी केंद्र होतं. त्या नंतरच्या काळात अनेक रेडिओ केंद्रे, उपकेंद्रे महाराष्ट्रात जन्माला आली आणि त्यांच्या द्वारा शेतीसाठी विविध माहितीपर कार्यक्रम ध्वनिक्षेपित आणि सहक्षेपित होऊ लागले. गावोगावच्या ग्रामपंचायतीत नभोवाणी शेतकरी मंडळे स्थापन झाली आणि ती नवी माहिती त्यांना मिळू लागली. नव्या पालटामुळे विविध प्रश्न आणि समस्या शेतीक्षेत्रात निर्माण होऊ लागल्या. त्यांनाही आकाशवाणीवरून उत्तरे देण्याची व्यवस्था करण्यात आली. या सर्वांचा हेतू अन्नधान्याचे उत्पन्न वाढावे, शेती समृध्द व्हावी, देशाला अन्नधान्याचा तुटवडा पडू नये हाच होता. परिणामी शेतीचे अंतरंग पालटत चालले. ती 'आधुनिक शेती' म्हणून नावारूपाला येऊ लागली.

कशाचेही अंतरंग सहेतुक पालटत असताना येणारे नवे रूप अधिक सुखावह, अधिक फायद्याचे, अधिक काही देणारे असते, ही गोष्ट खरीच. पण त्याच्या बदल्यात जुने काही चांगले असलेले गमावलेही जाते. हे गमावल्याशिवाय नवे मिळवताही येत नाही. या काळात नवी ग्रामसंस्कृती जन्माला येत गेली तीही या सूत्राला अपवाद नव्हती.

महाराष्ट्राच्या मातीत ज्वारी, बाजरी, भुईमूग, खपली, ऊस, मका, वाटाणा हरबरा, उडीद, मूग, कापूस, भात ही प्रामुख्याने घेतली जाणारी अन्नधान्ये. शेतकरी

ही पिके घेतानाच त्यांचा ठसठशीत, चांगला पोसलेला दाणा बियाणे म्हणून जपून ठेवत असे. या अन्नधान्यांना कीड लागू नये म्हणून ती सुरक्षितपणे ठेवण्याच्या परंपरागत अनेक रीती होत्या. पेरणीचे दिवस आल्यावरच या बियाणांना हात घातला जात असे. आपणांस किती बियाणे लागणार आहे, याचा अंदाज घेऊनच बियाणे ठेवले जात असे. पेरणीच्या वेळी ते सहसा विकत आणावे लागत नसे. एखाद्या शेतकऱ्याला कमी पडलेच तर दिडी-दुपटीच्या बोलीने दिले जात असे. बियाणे विकणे प्रशस्त मानले जात नसे. अशी वृत्ती असल्याने ऐनपेरणीच्या मोसमात बियाणे मिळालेच नाही, सोन्याचे मोल देऊन विकत आणलेले बियाणे खोटेच निघाले, ते उगवलेच नाही, विक्रेत्यांनी शेतकऱ्याला खोटी बियाणे दिली, त्याला फसवले इत्यादी घटना ज्या गेल्या पंधरा-वीस वर्षांत ऐकायला मिळतात त्या पूर्वी घडण्याची मुळी शक्यताच नव्हती. आजच्या नव्या व्यापारी, लुटारू वृत्तीच्या संस्कृतीमध्ये हे वरचेवर घडते आहे आणि शेतकऱ्याचे अतोनात नुकसान फार थोड्या उक्त्या फायद्यासाठी विक्रेते करताना दिसतात... त्यामुळे नव्या संस्कृतीत अडाणी, दुबळा, सामान्य शेतकरी हवालदिल होऊन बियाणे विकत घेतो. ती त्याला शेतावर तयार करता येत नाहीत. कारण ही नव्या सुधारलेल्या जातींची बियाणे त्या त्या धान्यांचा तांत्रिक व शास्त्रीय पध्दतीने संकर करून तयार केली जातात. या बाबतीत पूर्वीसारखा शेतकरी स्वतंत्र राहिलेला नाही; तो पूर्ण परावलंबी झालेला आहे. आजकाल अडाणी, असंघटित, दुबळ्या व्यक्तींना नाना प्रकारांनी लुबाडले, लुटले जाते, त्याचा शेतकरीही बळी होतो आहे. त्याच्या हातातून शेतीतील सर्जनाचा आत्माच काढून घेतल्यासारखी त्याची असहाय्य अवस्था करून टाकली आहे.

सुधारलेल्या बियाणांमुळे अन्नधान्यांचे प्रमाण वाढले, हे कुणीही नाकारू शकत नाही. कारण ही बियाणे पूर्वीच्या त्याच प्रकारच्या धान्यापेक्षा लौकर परिपक्व होतात. उदाहरणार्थ, जोंधळा हे पीक पेरल्यानंतर पूर्वी पाच-साडेपाच महिन्यांनी परिपक्व होत असे. पण नव्या प्रकारची हायब्रीड ज्वारी तीन महिन्यांतच परिपक्व होते. त्यामुळे तिला पूर्वीच्या जोंधळ्याच्या तुलनेने पाणी कमी लागते. त्यामुळे पाणी वाचते. खुरपणी, भांगलणी कमी कराव्या लागतात. त्यामुळे मानवी कष्ट आणि खर्च कमी होतो. तीन महिन्यांनी जमीन मोकळी झाल्याने तिच्यात लगेच गहू, हरभऱ्यासारखे लौकर येणारे दुसरे पीकही घेता येते. शिवाय जुन्या जोंधळ्याच्या कणसापेक्षा नव्या हायब्रीड ज्वारीचे कणीस मोठे असल्याने धान्याचे प्रमाणही वाढते. हा मोठा फायदा झाला.

पण पूर्वी जोंधळ्याच्या भाकरीला एक गुळचट चव होती. या जोंधळ्याचा दुधाळ हुरडा खाताना तोंडाला पाणी सुटत असे. लहान मुले नुसतीच ताजी भाकरी

बिस्किटासारखी कोरडी खात खात खेळत असत. नव्या ज्वारीची भाकरी गोड नाही. ती बेचव असते. नुसती खाववत नाही. खाल्ली तर तोंडात कोरडी कोरडी राहते. गिळताना जाचते. जुना जोंधळा आणि नवी ज्वारी या दोहोंचा कडबा किंवा बाटूक जनावरांसमोर जरी टाकले तरी जनावरांना जुन्या जोंधळ्याचा कडबा किंवा बाटूक अधिक रुचकर लागते. ती प्रथम तेच खातात. नाइलाज झाला तर नव्या ज्वारीचा कडबा खातात. आता जुना जोंधळा नामशेष झाला. तो नुसता पाहायलाही मिळत नाही.

देशी मक्याच्या बाबतीतही हेच झाले. या मक्याचे कणसांत असलेले दाणे पांढरेशुभ्र असत. या मक्याची कणसे भाजून किंवा कच्ची खायलाही मजा येत असे. कारण या मक्याच्या दाण्यांची साल पातळ असे. आतील 'दूध' गुळचट आणि टंच भरलेले असे. अशी कच्ची कणसे खाताना त्या दुधाच्या चिळकांड्या किंवा शिंतोडे उडत. या देशी मक्याची कणसं हा रानमेव्याचा महत्त्वाचा घटक असे. नवा मका हा रंगाने पिवळसर, त्याची साल राठ, चरबरीत. त्याच्यात दुधाचे प्रमाण अगदी बेताचे. शिवाय ती कणसे खायला पूर्वीच्या तुलनेत बेचव, कमी गोडीची. खाताना तोंडात भुसकट तयार करणारी. पण देशी मक्यापेक्षा ही कणसे मोठी आणि उंच होतात. त्यांना थोडे कमी पाणी दिले तरी चालते. या मक्याने प्रमाण वाढले पण चव गेली. धान्य वाढले पण त्याचा कस, सत्त्व कमी होऊन भुसकट जास्त जन्मले.

देशी भुईमूगही असाच 'काजू' सारखा चवीला असे. खायला अतिशय उत्तम; पण 'तेला'ला कमी. त्यामुळे तेल जास्त देणारा आणि चवीला कमी असलेला 'लाल दाणा' भुईमूग जास्त पिकवला जातो. खपली गव्हाची पोळी किंवा चपाती ओठांनी तोडावी इतकी मऊलूस पण त्याचे पिकण्याचे प्रमाण कमी. कारण त्यांच्या लोंबीत गहू कमी. उलट नवा गहू हा टणक टरफलाचा, एखादे पाणी कमी दिले तरी तगणारा, खपली गव्हापेक्षा अधिक रोगप्रतिकारक आणि मोठी लोंबी असणारा पण चवीला कमी.

देशी ऊस तर कधीच बेपत्ता झाला. त्याला पुंड्या ऊस असेही म्हटले जात असे. मुलेबाळे तो ऊस सहजपणे दातांनी सोलून खात असत. पाणिदार आणि गोड असे. त्याचा गूळ फार वेगळ्या चवीचा, मऊ असे. त्याच्या ठिकाणी आता नवा अति टणक 'शुगर-मिल' ऊस विविध प्रकारांत आला आहे. तो खाताना 'दात' सांभाळावे लागतात. या उसात साखरेचे प्रमाण जास्त आहे. पाणी देशी उसाच्या तुलनेने कमी द्यावे लागते. फायदा जास्त... वाटाणा, हरभरा, कापूस, भात यांचीही नवी बियाणे आली. त्यामुळेही धान्यांचे प्रमाण वाढायला मदत झाली... पण देशी धान्ये बेपत्ता झाली. नमुन्यासाठी तरी ती जतन करून ठेवली पाहिजे होती, असे वाटते. काही झाले तरी पिकांचे स्वरूप बदलले. त्यांच्यामुळे अन्नधान्याचे प्रमाण

वाढले. भारतासारख्या भरपूर लोकसंख्या पिकणाऱ्या आणि दरिद्री लोकांचे प्रचंड प्रमाण असलेल्या विकसनशील देशात अन्नधान्ये बेचव असली तरी, कमी कसाची, चरबट असली तरी चालतील पण ती सामान्य जनांना चार घास देण्याइतकी पिकली पाहिजेत, हे सूत्र नव्या शेतीसंस्कृतीत पक्के केलेले आहे. चवीचे अन्न हा पुढच्या शतकातला प्रश्न असणार आहे. तूर्त मसाले घालूनच चव आणणे सोयीचे आहे...

महाराष्ट्रात कोयनेची वीज निर्माण होऊ लागली आणि तिने ग्रामसंस्कृतीचे अंतरंग बदलण्यास आणखी वेग आणला. तोवर शेतांतील पिकांना पाणी देण्यासाठी मोटा किंवा क्रूड ऑईलवर चालणारी छोटी इंजिने वापरली जात असत. त्यातही इंजिने जरा उशीरा आली. दुसरे महायुद्ध होऊन गेल्यावर ती अधिक वापरली जाऊ लागली. दुसरे महायुद्ध होईपर्यंत बागायती शेती करण्यासाठी प्रामुख्याने मोटांचे पाणी वापरले जात असे. पावसाळ्याचे तीन साडेतीन महिने सोडल्यास उरलेले आठ नऊ महिने मळ्यातील तो महत्त्वाचा दैनंदिन कामाचा भाग असे. विहिरीत पाण्याचा ऐवज किती, त्यावर किती बागायती पीक घेता येईल याचा शेतकऱ्यास अंदाज असे. त्यानुसार तो बागायती शेती करत असे. मळ्यांवर मोटांचा आवाज कायम घुमत असे. त्यामुळे मळा जिवंत झाल्यासारखा वाटे.

मोटा पहाटे उठून धराव्या लागत. मोटा ओढणारे बैल तगडे, तरुण असावे लागतात. त्यांना वेळच्या वेळी वैरणी-पाणी, चंदी-भरडा, देखभाल करावी लागते; तरच ते तगून राहतात. पहाटे सहाच्या आसपास मोट धरली की, ती साधारणपणे अकरा-बारा वाजेपर्यंत चाले. मधे अर्धा तास न्याहारीसाठी थांबे. बैलांनाही विश्रांती मिळे. बारा ते दोन-अडीच अशी उन्हाच्या वेळी मोट सोडली जाते. त्यावेळात बैलांना चारा-पाणी आणि विश्रांती दिली जाते. पुन्हा तीनच्या आसपास धरली जाते ती दीस बुडेपर्यंत म्हणजे सहा पर्यंत चालत असते... मोट मारणाऱ्या मोटक्याला मोटेबरोबरच तंगावे लागते. तोही अंगात ताकद व तग असणारा माणूस असावा लागतो. तोच मोटेच्या बैलांची रात्रंदिवस काळजी घेत असतो. त्या देखभालीमध्ये खंड पडून उपयोगाचा नसतो.

पाणी ओढण्याच्या दृष्टीने मोटेला अनेक मर्यादा पडतात. साधारणपणे एक मोट ओतली की पुन्हा बैल मागे सारून मोट विहिरीत बुडवावी लागते. ती भरण्याचे एक तंत्र असते. त्या तंत्राने भरण्यास थोडा वेळ जातो. ती गच्च भरली की बैलांना ती ओढण्यासाठी सूचना द्यावी लागते. पुन्हा बैल धावेच्या शेंड्यापर्यंत मोट ओढत जातात. शेवटी मोट पुन्हा डोणग्यात किंवा वाफ्यात ओतली जाते. त्यामुळे साधारणपणे दोन मोटांच्या मधे एक ते दीड मिनिटांचा वेळ जातो. त्यामुळे पाटाला फार मोठे पाणी जाऊ शकत नाही. पाटाने झुळझुळ बारीक वाहणारे ते पाणी सरीत,

वाकुऱ्यात किंवा वाफ्यात सोडले जाते. पाणी क्षीण स्वरूपात वाहत असेल तर सरीत, वाकुऱ्यात भरण्यासाठी वेळ लागतो. म्हणजे पिकांना भराभर पाणी पाजता येत नाही. विहिरीत पाणी खोल गेले असेल तर मोटा ओतण्यास आणखी वेळ जातो. बैल थकत जातात. त्यांची ओढण्याची गती कमी होत जाते. किती केले तरी बैल हा एक जीवमात्र आहे. त्यांच्या कलानेच त्यांच्याकडून कामे करून घ्यावी लागतात. त्यामुळे मोटेला आणि मोटेच्या पाण्याला मर्यादा पडतात.

इंजिनाचे तसे नसते. त्याच्या विश्रांतीचा प्रश्न जिवंत प्राण्यासारखा नसतो. मोटा सोडून बैलांना जे चारापाणी करावे लागते, रोजच्या रोज त्यांची देखभाल करावी लागते, त्यांना हिरवा चारा, कसाची वैरण भरपूर घालावी लागते, तसा इंजिनाचा प्रश्न नसतो. उलट ते चालू आहे तोवरच ठरावीक क्रूडॉईल किंवा डिझेल खाते. दिवस-रात्र अखंडपणे चालू ठेवता येते, ते अखंडपणे संतत-धार पाणी खेचू शकते, पाणी कितीही खोल असले तरी खेचण्याचे प्रमाण कमी होऊ शकत नाही. 'इंधन' विकत आणून ठेवले की त्याच्या पोटापाण्याचा प्रश्न सुटतो. शिवाय ते नदीवर, ओढ्यावर, विहिरीवर, तळ्यावर कुठेही लावता येते, त्यासाठी मोटेची धाव, मोटवण, चाक-कणा, नाडा-सोंदूर इत्यादी काही लागत नाही... अशा अनेक प्रकारच्या सोयी इंजिनाच्या पाणी ओढण्यात असतात. त्यामुळे त्याच्यावरची बागायती ही अधिक सोयीची आणि अधिक फलदायी होते.

कोयनेची वीज महाराष्ट्राच्या ग्रामीण विभागात पसरल्यावर बागायती शेती करणं आणखी सोयीचं गेलं. इंजिन जडशीळ असते. ते सोयीप्रमाणे विहिरीवरून नदीवर, नदीवरून कालव्यावर किंवा पाण्याच्या फाट्यावर, तळ्यावर पटापट हलविता येत नाही. दुसरे असे की मळ्याच्या मऊ मातीतून त्याचा गाडा ओढणे बैलांना हैराण करते. टणक वाटेवर तो ओढणे सोयीचे पडते. शिवाय अधेमधे उंचसखल, ओघळ-ओढा, नाला असला तर ते पलिकडे नेणे कष्टाचे होऊन बसते. तसेच त्यांची यांत्रिक मोडतोड झाली तर ते दुरुस्त करणे शेतकऱ्याला जागच्या जागी कित्येक वेळा कठीण जाते. मग जाणकाराला बोलवावे लागते, त्याला वेळ नसेल किंवा जमत नसेल तर ते उचलून तालुक्याला किंवा मोठ्या गावी (जिथे त्याचे तज्ज्ञ असतील, वर्कशॉप असतील तिथे) न्यावे लागते. त्याच्या तुलनेत विजेवर चालणारा पंप हलका असतो. तो सहजपणे इकडून-तिकडे नेता येतो. त्याची दुरुस्ती इंजिनाइतकी गुंतागुंतीची नसते. ती सोपी असते. ती समजून घेतली की ती करता येते. परिणामी पिकांना पाणी सातत्याने पाजण्यात इंजिनापेक्षा विद्युत पंपाने अधिक शक्य होते. मात्र त्याला विजेचा पुरवठा विना व्यत्यय व सातत्याने असावा लागतो. विजेचा दाब स्थिर असावा लागतो.

स्वातंत्र्यानंतरच्या पहिल्या दहापंधरा वर्षांतच शेतीसंस्कृतीत ट्रॅक्टरचा प्रवेश

झाला. त्यामुळे रानाच्या मशागतीत मोठी क्रांती झाली. जे बैलांना औतऔजारांना अति कठीण काम असे ते ट्रॅक्टरमुळे सहज शक्य झाले. नांगरट खोलवर करता येऊ लागली. त्यामुळे खालची कसाची माती सहजपणे वरती येऊ लागली. उसाच्या रानातील मोठमोठी आणि अतिचिवट ढेकळे सहजपणे फोडता येऊ लागली. रानाची पातळी (लेवल) करणे सहज शक्य होऊ लागले. त्याची कुळवट, सरी सोडणे, बांध-बोद तयार करणे इत्यादी कामे सोपी जाऊ लागली. एवढेच काय उसाची, खताची, अन्नधान्याची इतर शेतमालाची इकडे-तिकडे, परगावी ने-आण करणेही सहज सुलभ झाले.

याच काळात मळणीयंत्र आले. त्यामुळे पूर्वी दीर्घकाळ चालणारी पिकांची मळणी आता झपाट्याने होऊ लागली. त्यासाठी जाणारा शेतकऱ्याचा वेळ किती तरी वाचला. मळणीकामांच्या माणसांची संख्या किती तरी कमी झाली. अधल्यामधल्या कराव्या लागणाऱ्या बऱ्याच छोट्यामोठ्या कामांना 'छाट' बसली. पूर्वी मळणी हा एक महत्त्वाचा विधी असे. आता ते फक्त वर्षाला नित्य येणारे यांत्रिक काम झाले.

पिकाची वाढ उत्तम रीतीने आणि योग्य प्रमाणात होण्यासाठी नवनव्या प्रकारची रासायनिक खते याच काळात जन्मली. तसेच शेतकऱ्याचे हमखास शत्रू म्हणजे पिकावर पडणाऱ्या अनेक प्रकारच्या किडी आणि रोग होत. त्यांचा नायनाट करणारी रोगनाशके, कीडनाशके यांचा जन्म याच काळात झाला. त्यामुळे ग्रामसंस्कृतीचा गाभा असलेली शेती अंतर्बाह्य सुधारली. तिच्यावरील पिकांचे प्रमाण भरपूर वाढले. मध्ययुगीन शेतीसंस्कृतीचा अशा रीतीने कायाकल्प होऊन स्वातंत्र्योत्तर पहिल्याच दहापंधरा वर्षांत तिला 'आधुनिकता' प्राप्त झाली. परिणामी भारत देश अन्नधान्याच्या बाबतीत लौकरच स्वावलंबी होत गेला. ग्रामसंस्कृतीचं देशाला लाभलेलं हे योगदान अतिशय महत्त्वाचे आहे. शेतीमाता नवरूपवती, नवधान्यवती झाली.

□

जुन्यातून नव्याकडे

शेतीला आणि खेड्याला नवे रूप प्राप्त होऊ लागले त्याला कारणे आहेत. महाराष्ट्रात कोयनेची वीज आली. धरणे, कालवे, पाटबंधारे यांच्या द्वारा पाणी आले. ते उपसण्यासाठी नवी साधने आली. जोडीला नवी बियाणे आणि नवी अवजारे आली. सर्व खेडी, तालुके, जिल्हे, शहरे जोडणारे रस्ते आणि दळणवळणाची साधने आली. - त्याचा परिणाम शेतीवर जसा झाला तसा खेड्याचे अंतरंग पालटण्यासाठी झाला. या नव्या काळात अर्थव्यवहार गतिमान झाला. नव्या उद्योगधंद्यांचे व्यापारी दळणवळण खेड्यांशी सुरू झाले. ग्रामीण राजकारणामुळे, ग्रामीण नवशिक्षणामुळे, पैसा येऊ जाऊ लागल्यामुळे शहरांशी ग्रामीण माणसांचा संपर्क वाढला. ती शहरांतील माणसांच्या संपर्कात घनिष्ठपणे येऊ लागली. शहरी राहणी, शहरी घरे, शहरी कुटुंबे, शहरी पोशाख, शहरी रीतिरिवाज, शहरी झगमगाट पाहू लागली.... आपणही तसंच व्हावं, 'आपलं सर्व सर्व तसं व्हावं' असं त्यांनाही वाटू लागलं.

स्वातंत्र्योत्तर पहिल्या वीसपंचवीस वर्षांत काँग्रेस पक्षाचा निरंकुश प्रभाव खेड्यांवर होता. या काळात दुसऱ्या कोणत्याही पक्षाचे खेड्यात काही चालत नव्हते. त्याचा दृश्य परिणाम असा झाला की, स्वातंत्र्यपूर्व काळात काँग्रेसच्या खादीचा जेवढा प्रभाव होता त्याच्यापेक्षा कितीतरी पटींनी स्वातंत्र्योत्तर काळात 'पक्षीय पोशाखा'च्या निमित्ताने पडला. फेटे, मांजरपाटाचे कपडे गेले. गांधी टोप्या, खादीचे नेहरू-सदरे आले. धोतरे कमी कमी होत गेली आणि पांढऱ्या विजारींचे प्रमाण वाढले. गोधड्या, घोंगड्या कमी झाल्या आणि चादरी, शाली येऊ लागल्या. वस्तीला जातानाचे काठी-कंदील जाऊ लागले आणि 'सेल' च्या बॅटऱ्या येऊ लागल्या. तिकटीवरचे ग्रामपंचायतीचे कंदील गेले आणि रस्त्यावर विजेचे बल्ब, ट्युबलाइट्स आले. घरातही विजेचे दिवे आले. त्यामुळे खेडे अंधारातून प्रकाशात आले. पूर्वी रात्रीचा प्रवास करताना प्रामुख्याने बैलगाड्या वापरत. त्यांच्या घोडीला कंदील बांधले जात असत. त्यांच्या लुकलुकत्या उजेडात कच्च्या गाडीवाटेने प्रवास

होई. भोवताली सगळा गडद अंधार दिसे. आता खेड्यात वीज आल्याने दूरची खेडी विजेच्या दिव्यांची झगमगणारी तोरणे बांधल्या सारखी दिसू लागली. बैलगाड्या जाऊन मोटार-सायकली सारखी दुचाकी वाहने प्रकाशाचे झोत टाकत धावू लागली. पहाटेच्या नीरव शांततेत बैलगाडीच्या खडखडीऐवजी मोटारसायकलींच्या फटफटी ऐकू येऊ लागल्या.

विजेचा आणि यांत्रिक अवजारांचा शेतीवर मोठ्या प्रमाणात वापर होऊ लागल्यामुळे औती जनावरांची शेतीवरची संख्या खूपच कमी झाली. त्यांचे गोठे पूर्वी निरनिराळ्या रंगांच्या, वयाच्या, वृत्तीच्या जनावरांनी भरलेले दिसत. ते भरलेले गोठे शेतीचे जितेजागते वैभव वाटत. पण ते हळूहळू ओस पडू लागले. हे गोठे पूर्वी सेंद्रियखतांचे जणू कारखाने होते. बांध, कुरणे, ओढे यांच्यावर आलेले गवत, तुरीचा कोंडा, भुईमुगाचा वेल, कडबा, मक्याची धाटे, उसाचे वाडे, कणसांच्या पिशा इत्यादी शेतकऱ्याला निरूपयोगी झालेल्या वस्तू जनावरे चारा, खाद्य म्हणून खात असत. त्यावरच ती जगत आणि कष्ट करत असत. त्यातूनच शेणखत उत्तमपैकी तयार होत असे. उत्तम पिके येण्यासाठी ते फार चांगले होते. फुकट मिळणारे ते खत गोठ्याच्या बरोबर गेले आणि मातीला निकस करणारी विकतची रासायनिक खते आली. त्यामुळे राने नि:सत्त्व होऊ लागली. नैसर्गिक जीवनचक्रापासून शेती दूर जाऊ लागली.

त्या गोठ्यांच्या सावलीत आता ट्रॅक्टर, मळणी-यंत्रे, मोटार-सायकली, लोखंडी सामान दिसू लागले. विविध प्रकारचे जिवंत सूर काढणाऱ्या मोटा गेल्या. मोटा चालणाऱ्या धावा ओस पडू लागल्या. विहिरींत डोकावणाऱ्या मोटवणांच्या ऐटबाज खुणा गेल्या. त्यांचे जळण झाले. विहिरींवरची माणसांची गजबज मोटांमुळे विशेष असे; ती गेली. विहिरी आणि धावा मुक्या झाल्या. मेल्यागत वाटू लागल्या. विहिरींचे पाणी पूर्वी मोटांनी उपसले जात असल्याने पाण्यावर पडलेला पालापाचोळा मोटांतून आपोआप वर येत असे. त्यामुळे पाणी स्वच्छ राहत असे. मोटा पाण्यात बुडताना, भरलेली मोट झटक्याने वर जाताना, तिच्यातून वर जाणारे पाणी थोडेथोडे विहिरींत पडताना, विहिरीतील पाणी ढवळून निघत असे. त्यामुळे विहिरींच्या दरडीवरचे शेवाळ सुटून पाण्यात येई. किंबहुना ते दरडीवर तयारच होत नसे. त्यामुळे पाणी स्वच्छ राही. पण आता पंप आणि इंजिने आल्याने विहिरींच्या पाण्यात पडलेला पालापाचोळा पाण्यातच राहू लागला आणि तो कुजून विहिरीचे पाणी बिघडू लागले. ते पिण्यायोग्य राहिनासे झाले. त्यावर शेवाळ माजू लागले. इंजिनाचे ऑईलचा तवंग पुष्कळ वेळा पाण्यावर साचू लागला. त्याच्या वासाने गुरे पाणी पिईनाशी झाली.

साखरेमुळे शेतावरची गुऱ्हाळे बंद झाली. जनावरांनी, माणसांनी करावयाची

मळणी बंद झाली. मळणी-यंत्रे आली. बलुतेदारी हळूहळू अनेक कारणांनी मोडत चालली होती; तिच्या मोडकळीला या काळात झपाट्याने गती आली. शेतकरी बलुतेदारांच्या सहकार्याने शेती करत असे; आता तो यंत्राच्या आणि सुधारलेल्या अवजारांच्या साहाय्याने एकटा एकटा शेती करू लागला. फार तर एखादा साथीदार त्याला पुरेसा पडू लागला. माणसांचा शेतावरचा वावर कमी झाला.

शेती जशी बदलत गेली तशी गावेही बदलत गेली. १९६० पूर्वी खेड्यात दगड, विटा, माती यांची घरे असत. वरच्या छपरांसाठी बांबू, कठीण आणि टणक स्वरूपाचे लाकूड, त्याच्याच तुळया, अडसारे, खांब, मेढी, फळ्या इत्यादींचा वापर घरे, गोठे, सावल्या देणारे मांडव (शेड्स) यांच्यासाठी केला जात असे. श्रीमंतांची घरे, वाडे हे दगड-विटांचे असत. गरिबांची घरे मातीच्या कच्च्या (उन्हात वाळवलेल्या) विटांची, बिन घडवलेल्या दगडांची आणि साध्या चार भिंतीची असत. त्यांना मजला वगैरे काही नसे. साध्या जमिनीवर ती पाया खोदून बांधली जात असत. जागा मिळेल तशी बांधली जात असल्याने गावाला आकार, रूप वगैरे नसे. तो एक घरांचा समूह असे. त्यांतून जायला वेडा-वाकडा कसाही रस्ता असे. घरांची तोंडे, दारे मालकाच्या सोयीनुसार कुणीकडेही असत... अशी खेडी अगदी १९६० पर्यंत अस्तित्वात होती.

१९६०नंतर हळूहळू ती बदलत गेली. नव्या अधिकारांच्या ग्रामपंचायती आल्या. खेड्यांना रूप, आकार, हळूहळू प्राप्त होऊ लागले. हळूहळू सिमेंट काँक्रीटची घरं, श्रीमंत, पैसेवाले, बागायतदार लोक बांधू लागले. शहरांचं अनुकरण करू लागले.

शहरांचं पाहून विवाह-पद्धतीतही हळूहळू फरक पडू लागला. सामान्यतः लग्न असलं तर ते दारात मांडव घालून केलं जाई. एका मुहूर्तावर लग्न मंडपाची मेढ रोवली जाई. लग्नानंतर लगेच मांडव काढला तरी मुहूर्तमेढ अनेक दिवस दारात असे. नवरानवरीचे सोपस्कार, लग्नोत्तर विधी, वावर-जत्रा, कुलदेवतांना जाऊन येणे इत्यादी झाल्यावरच ही मेढ विधिपूर्वक काढली जाई.

हळूहळू शहरांत 'मंगल कार्यालये' आली. अगदी आरंभी शहरे सोडली तर मंगल कार्यालयात लग्न करणे कमीपणाचे मानले जाई. 'मंगल कार्यालये म्हणजे लग्नाचे खरकटे मांडव. अशा उसट्या मांडवात मुला-मुलीचे लग्न करणार नाही. जमीन सोज्वळ करून, साफसूफ, स्वच्छ करून, मुहूर्तावर मेढ रोवून, खास तेवढ्या लग्नासाठीच सोवळा मांडव घालून आणि नंतर तो लगेच काढून मंगल कार्याची परिपूर्ती करायची असते.' असं बोलणारी माणसं आरंभीच्या मंगल कार्यालयांच्या काळात मोठमोठ्या गावात होती. ती पिढी गेल्यानंतरच्या आणि मंगल कार्यालय-संस्कृती प्रस्थापित झाल्यावरच्या काळात 'मंगल कार्यालये' घेऊन लग्न लावणे

मोठेपणाचं समजलं जाऊ लागलं. त्या संस्कृतीमुळे 'मुहूर्तमेढ' अंतर्धान पावली आणि आंब्याचे डहाळे, केळीचे खांब, नारळीच्या झावळ्या यांनी सजलेले शेतीसंस्कृतीचे लग्नाचे मांडवही गेले.

स्वातंत्र्योत्तर पहिल्या पंधराएक वर्षांत तरी जुन्याच प्रथा रूढ होत्या. गोरगरीब खेडूतही अगदी छोटा का असेना पण दारात मांडव घालूनच लग्न करीत असे. अगदीच बिकट अवस्था असेल तर गावातल्या देवळात, देवाच्या साक्षीनं लग्नं पार पडत असत. ताशा, सनई, ढोलकं आणि भाँ (एक वाद्य) ही चार वाद्ये हमखास असत. त्यांना मंगलवाद्ये असंच संबोधलं जाई. तत्कालीन अधस्तरीय जाती-जमातींमध्ये त्यांची त्यांची खास वाद्ये असत. त्या त्या जातींचे ते वाद्य लग्नात वाजलेच पाहिजे, असा आग्रह धरला जात असे. गावात ते वाजताना केवळ त्यांचा नाद ऐकून कोणत्या जातीच्या लोकांचे लग्न आहे, हे सांगता येत असे.

१९६० नंतरच्या काळात बँड-बाजा प्रतिष्ठा पावत गेला. त्याचे ताफे सर्वत्र तयार होऊ लागले. कागलमध्ये मातंग आणि कैकाडी (कोरवी) समाजाने हे ताफे प्रथम निर्माण केले. जुनी वाद्ये कालौघात मागे पडली. त्यांची प्रतिष्ठा गेली. त्याचबरोबर जातिनिहाय वाद्यांची प्रथाही नाहीशी झाली. कुणीही कोणतीही मंगलवाद्ये वाजवू लागले.

डॉ. बाबासाहेब आंबेडकरांच्या बरोबर अनेकांनी नवबौद्ध धर्म स्वीकारला. त्यानंतरच्या काळात लौकरच म्हणजे १९६० च्या आसपास नव्या बौद्ध पद्धतीने लग्ने होऊ लागली. ती हिंदू पद्धतीपेक्षा वेगळी पद्धत आहे. मुस्लिम, ख्रिश्चन मंडळींची लग्ने त्यांच्या त्यांच्या पद्धतीनेच होत होती. आजही त्यांच्यात काही फरक पडलेला दिसत नाही. पण बहुजनांची लग्नपद्धती बदलून गेली.

खेड्यात मराठी माणसांच्या लग्नात पूर्वी 'खीर' हे पक्वान्न खास असे. गहू दोन दिवस भिजवत ठेवून त्यांची खीर गूळ घालून केली जात असे. भात, आमटी, खीर, पुरणपोळी, गुळवणी हे पदार्थ सर्वमान्य होते. क्वचित बुंदीचे लाडू किंवा त्याच्या कळ्या (बुंदी) थोड्या थोड्या वाढल्या जात असत. नंतरच्या काळात अन्नपदार्थ मुक्तपणे येऊ लागले. खीर, पुरणपोळी, गुळवणी, येळवणीची आमटी हे पदार्थ जवळजवळ लग्नाच्या पंक्तीतून गायब झाले. गरिबांच्या लग्नांतून 'पंक्तीच' गायब झाल्या. सध्या खेड्यातील अति गरीब मंडळी आता 'यादीपे शादी' नावाचा एक नवा प्रकार हाताळू लागले आहेत. एकमेकांचा मुलगा-मुलगी पाहून झाले की याद्या करायच्या आणि दोन चार दिवसांत किंवा एखाद्या आठवड्यांत कुठल्या तरी गावच्या देवळात जाऊन नातेवाईकांनी नवरा-नवरीवर अक्षता टाकायच्या, चहा-फराळ करायचा आणि आपआपल्या गावी जायचं. झालं लग्न. वाद्ये, वाजंत्री, वऱ्हाड, पाहुणे-रावळे, हळद, आंघोळी, इत्यादी काही नाही. वरात नाही नि

मिरवणूक नाही. चार दिवसांत आपआपल्या पोटापाण्याच्या उद्योगाला उभयतांनी लागायचं.

ग्रामीण भागात मोठ्या शेतकऱ्यांची, बागायतदारांची लग्नं आता धुमधडाक्यात होतात. मोठे दिमाखदार मंडप, लाऊडस्पीकर, मोठे बँड, गाड्या, पक्वान्ने यांची गर्दी भरपूर असते. राजकीय पुढारी येतात. नवरदेवासारखे त्यांचे आगत-स्वागत होते. लग्नकार्य हा आता लग्नसमारंभ झाला आहे. त्यातील धार्मिक पावित्र्याला फारसे स्थान उरलेले नाही. लग्नाला उत्सवी स्वरूप प्राप्त झाले आहे. नवरा-नवरीला आशीर्वाद आता लाऊड स्पीकरवर छोटेसे भाषण करून राजकीय कार्यकर्ते देत असतात. गावभोजनाची जबाबदारी पूर्वी प्रतिष्ठित व्यक्तीला मोठ्या सन्मानाची वाटे. गावचे लोकही त्याला कृतज्ञतापूर्वक दुवा देत. आता ते पाठीमागे पडले. राजकीय कार्यकर्ते आता राजकीय पक्षाच्या लोकांना मोठ्या संख्येने बोलावतात. त्यांच्या पंगती झडतात. गाव त्या बघून घेतं. आपआपल्या घरी जेवून मोकळं होतं. दिमाखात गाड्या येतात आणि दिमाखात जेवून जातात... संस्कृती बदलली आहे. लग्नापाठीमागची मानसिकताही बदलली आहे. धार्मिक आणि नैतिक निष्ठा बदलल्या आहेत. मनापासून त्या सांभाळल्या जात नाहीत. सांभाळल्याचा देखावा मात्र केला जातो. आचारविचारात सात्त्विक वृत्तीपेक्षा हिशोबी वृत्ती विशेष वाढलेली आहे. अर्थवादी दृष्टीचा हा परिणाम आहे; तसा भोगवादी, चंगळवादी दृष्टीचाही प्रभाव आहे. त्यामुळे ग्रामीण संस्कृतीचे अंतरंग झपाट्याने बदलत गेले आहे.

१९६० नंतर खेड्यातील कुटुंबसंस्था बदलली. मुख्य म्हणजे शेतकऱ्याला शेती कसण्यासाठी संयुक्त कुटुंब पद्धती उपयुक्त ठरत असे; पण तिचे रूपांतर आता एकेरी कुटुंबपद्धतीत होऊ लागले. त्याला अनेक कारणे आहेत. लोकशाही आली. प्रत्येक जण आपल्या हक्काविषयी जागरुक राहू लागला. शिक्षण प्रसारामुळे आधुनिक मूल्यांचा परिचय झाला. व्यक्तिस्वातंत्र्याच्या कल्पना दृढमूल होऊ लागल्या. लोकसंख्या झपाट्याने वाढली. त्यागापेक्षा, कौटुंबिक सौख्यापेक्षा स्वत:चे सुख पाहण्याकडे, ज्याचे सुख त्याने पाहावे, याकडे ओढा लागला. परिणामी संयुक्त कुटुंबपद्धतीचे तुकडे झाले. त्याबरोबर वाटण्या होऊन शेतीचेही अनेक तुकडे झाले. त्याचे शेतीव्यवस्थेवर काही दुष्परिणाम झाले, सामान्यजनांत दारिद्र्य वाढू लागले... या सर्वांचा एकत्रित परिणाम होऊन खेडुताच्या मानसिकतेतही बदल होऊ लागला. त्यानुसार चालीरीती बदलत गेल्या. प्रपंचातील चीजवस्तू बदलत गेल्या. जर्मन, पितळ, तांबे यांची भांडी आणि उपकरणे जाऊन प्रामुख्याने स्टेनलेस स्टील आणि प्लॅस्टिकची साधने वाढली. गॅस आणि गॅसच्या शेगड्या खेड्यापाड्यापर्यंत जाऊन पोचल्या. रॉकेलच्या स्टोव्हचा वापर मोठ्या प्रमाणात सुरू झाला... १९६० पूर्वी उंच डोंगर, माळ, शेते यांच्यावर उभे राहून दुरून खेड्यावर सूर्योदयापूर्वी नजर

टाकली की, घराघरांतून पेटलेल्या चुलींच्या धुरांच्या लपेटदार रेषा मंदगतीने आकाशात जाताना कोवळ्या प्रकाशात दिसत. घराघरातून खेडं जागं झाल्याची ती खूण असे. वळसे घेत वरवर जाणाऱ्या या रेषांच्या अबोल हालचालींचे हे जिवंत शोभाचित्र, नेहमी पहाटे दिसत असे. आता ते दिसत नाही. लाकडं, शिरी, धाटं, गोवऱ्या यांच्या जळणाचा वापर कमी झाल्याचा हा परिणाम आहे.

मनोरंजनाची साधनं बदलली. स्वातंत्र्यपूर्व काळात पोवाडे, तमाशे, जलशे, लावण्या यांचे कार्यक्रम मनोरंजनासाठी होत. त्यांनीच स्वातंत्र्याची चळवळ जागवली होती. अनेक शाहीर, तमासगीर, लावणीकार या काळात जन्माला आले. नाव कमवून प्रतिष्ठा मिळवून गेले. त्यांची शेवटची पिढी आता वृद्धावस्थेला पोचली आहे. समाजातून त्यांची नवी पिढी निर्माण होईल असे वाटत नाही. कारण या कला इतिहासजमा झाल्यासारख्या नि:सत्त्व अवस्थेला पोचल्या आहेत. आता सिनेमा, नाटके अधिक लोकप्रिय आहेत. ट्रँझिस्टर, रेडिओ, दूरदर्शन, निरनिराळ्या गाण्या-सिनेमांच्या फिती खेड्यापाड्यापर्यंत पोचल्या आहेत. लोक त्यात रमतात. शेतावर कामे करताना स्वत: गाणे गाण्यापेक्षा सहज उपलब्ध असलेला ट्रँझिस्टर, शेतात, माळावर, नदीकाठी, डोंगर कपारीत कुठेही लावतात आणि कामे करतात, मन रमवतात. या माध्यमातून विज्ञान खेड्यापाड्यापर्यंत जाऊन पोचले आहे. कागलच्या माळावर दसरा-दिवाळीच्या दरम्यान गोसाव्यांची पालं ठोकली जातात. दोन वर्षांपूर्वी कागलला गेलो होतो. बालपणाच्या आठवणी झाल्या म्हणून माळावर फिरायला गेलो तर ट्रँझिस्टरवर छानदार गाण्याच्या लहरी पालातून ऐकू येऊ लागल्या. आता ही वस्तू कुणाच्याही हातातील खेळण्यासारखी वापरली जाते आहे. बसल्या जागी मनोरंजन करते आहे.

कुतूहलानं क्षणभर उभा राहिलो तर थोड्याच वेळात बातम्या सुरू झाल्या. जगात काय चाललं आहे त्याचं निवेदन जणू त्या गोसाव्यांसाठी फोंड्या माळावर निवेदक काळजीपूर्वक बातम्यांतून करत होता....

जग किती जवळ आलं आहे. तंत्राच्या प्रगतीचा आणि विज्ञानाचा हा परिणाम. या परिणामापासून खेडी आणि तेथील संस्कृती आता दूर राहणे अशक्य. ती आधुनिक युगाला आणि जगाला जोडली जात आहेत.

□

रस निघून गेलेला ऊस

१९९४ मध्ये काही कामानिमित्त कराडहून कोयनानगरला चाललो होतो. बरोबर मित्र आणि त्यांची गाडी होती. दोन्ही बाजूंना उसाची राने लागली. बघता बघता एका शेतात उसाचं गुऱ्हाळ चाललेलं दिसलं. माझा माझ्या डोळ्यांवर विश्वासच बसेना. उसाची समृद्धी असलेल्या महाराष्ट्रात मी तीस वर्षांपूर्वी गुऱ्हाळं पाहिली होती. त्यानंतर गुऱ्हाळ उंबराच्या फुलासारखं दुर्मिळ होत गेलेलं. आज महाराष्ट्रातील गुऱ्हाळं जवळजवळ बंद झालेली आहेत. १९६५ नंतर हळूहळू त्यांच्या नरडीला नखं लागली आणि ती ठार बंद झाली.

तत्पूर्वी गावात गुऱ्हाळांची सुगी असे. दिवाळी संपली की गुऱ्हाळं सुरू होत आणि त्यांची सुगी जवळ जवळ दोन अडीच महिने चाले. त्यावेळी पंधरावीस गावांच्या परिसरात एखाद्या मोठ्या गावी कुणीतरी एखादा बऱ्यापैकी उद्योजक असे. गुऱ्हाळाचं साहित्य पुरवणं, गूळ तयार करून देणं हा त्याचा उद्योग असे.

आमच्या एकाच गावी असे दोनतीन उद्योजक होते. प्रत्येकाकडे १५ ते २० इंजिनं होती. तेवढेच रस काढणारे चरक होते. घाणा हे त्यांचं स्थानिक नाव. हा घाणा इंजिनावर चालवला जाई. त्याचा रस भुईत पुरलेल्या एका मंदानात प्रथम साठवला जाई. हे मंदान भुईत एवढ्यासाठी पुरलेले असे की, चरकातून त्याच्या तळात गोळा होणारा रस या मंदानात आपोआप जावा. हे मंदान भरले की चुलाणाजवळ उंचावर ठेवलेल्या छोट्या काहिलीत तो रस पंपाने उडवून सोडला जाई. अशी दोन मंदाने रस त्या काहिलीत सोडला की एक 'पारूका' (एक आवर्तन) पूर्ण होई. ही छोटी काहील चुलाणावरच्या (प्रादेशिक शब्द 'चूलवाण') काहिलीशेजारी उंचावर असे. चुलाणावरच्या काहिलीत रस शिजवला जात असे. त्यासाठी चुलाणात सतत जळण टाकत राहावे लागत असे. हे जळण टाकणाऱ्याला, म्हणजे 'चूल' पेटती ठेवणाऱ्याला 'चुलव्या' म्हणत. तो सतत चुलीसमोर उघड्याने काम करीत असे. हे थंडीचे दिवस असले तरी तो घामाने थबथबलेला असे. एक काहील शिजून तिचा गूळ तयार व्हायला अडीच तास लागत. तेवढा वेळ तो

कायम धगीसमोर राही. एक काहील चुलीवरून उतरली की दुसऱ्या काहिलीच्या वेळी दुसरा 'चुलव्या' असे. असे दोन चुलवे गुऱ्हाळात नेहमी आलटूनपालटून काम करत असत. काहील उतरून प्रथम थोडी थंड होऊ दिली जात असे. तिच्यात गुळव्या सतत गुळाचे फावडे फिरवत राही. त्यामुळे हळूहळू पातळ गूळ घट्ट होण्याची प्रक्रिया सुरू होई. ही प्रक्रिया एका टप्प्यावर आली की, काहिलीतील गूळ 'डोणीत' ओतला जाई. पुन्हा तो डोणीत रांधला जात असे. तो पुरेसा आळला की त्या टप्प्यावर तो घम्यात भरला जाई. घम्यात पूर्ण आळला की घम्याच्या आकाराची तयार गुळाची ढेप आकाराला येई. ही ढेप तीन दिवसांनी घम्यातून काढली जात असे. ही प्रक्रिया सांगायला सोपी असली तरी अतिकष्टाची आणि जीवघेणी असते. सतत सतर्क राहून प्रत्येकाला आपली कामे करावी लागतात. काहील येईपर्यंत म्हणजे रसाचे रूपांतर गुळात होईपर्यंत कामात जराही खंड पडून भागत नाही. जळण सतत टाकावे लागते. जाळाचे प्रमाण एकसारखे ठेवावे लागते. शिजणाऱ्या काहिलीतील रसावर 'मळ' येत असते. ती दोन्ही बाजूंनी झाऱ्याने सतत काढावी लागते. ती काढण्यात कसूर झाली की गूळ काळा पडतो. गूळ काळा पडला की त्याची बाजारातील किंमत कमी होते. म्हणून शेतकरी अडंसोड्यांवर (मळ काढणाऱ्यावर) संतापतो. याला जबाबदार गुळव्याला (गूळ तयार करणाऱ्या इसमाला) धरले जाते. कारण तो तिथे कारभारी असतो. त्याला सर्वांत जास्त पगार असतो. चांगला गूळ तयार करणारे गुळवे या सुगीत दुर्मिळ होतात. त्यांना जास्तीत जास्त रोजचा पगार देऊन आणले जाते. चुलाणावरचा काहिलीतील गूळ तयार होण्याच्या आत दोन मंदाने भरून रस तयार करावा लागतो. म्हणून चरकात ऊस घालणारा, उसाची चिपाडं सतत भरत राहणारा आणि ती मोकळ्या रानात हाऱ्याने (मोठी पाटी) भरून नेऊन टाकणारा यांना कामात खंड पाडता येत नाही. कित्येक वेळी ऊस चांगला पोसलेला नसेल तर रस कमी पडतो. त्यामुळे ऊस गाळण्याचे प्रमाण वाढवावे लागते. अशा उसाच्या चिपाडाचे ढीग जास्त वाढतात. ते भरून नेऊन दूरवर सतत टाकावे लागतात. त्यामुळे काम वाढते. तरी ते वेळेच्या आतच करावे लागते. त्यामुळे कामे करणाऱ्यावर वाढत्या कामांचा ताण सतत पडतो. उसाबरोबर सगळेच पिळून निघत असतात.

चिपाडे रानभर पसरून वाळवण्याचे कामही त्याचबरोबर चाललेले असते. हे काम दिवसभर चारपाच बायका मिळून करत असतात. ही चिपाडे तीनचार दिवस वाळवावी लागतात. ती वाळली की त्यांचा चुलाणासाठी जळण म्हणून वापर केला जातो. म्हणजे पसरलेली चिपाडे वाळली की पुन्हा गोळा करून ती चुलाणापाशी (हगऱ्याजवळ) नेऊन ढीग करून ठेवावी लागतात. तीही कामे करणारे पुरुष वेगळे असतात.

उसाच्या फडातील ऊस प्रथम तोडून त्यांचे 'इकाल' (व्यवस्थित ढीग) केले जातात.

ऊस कोयत्यांनी किंवा कुऱ्हाडींनी तोडले जातात. इकाल पूर्ण झाले की तोडणी थांबवली जाते आणि उसाचे वाडे (शेंड्याकडचा भाग) तोडले जाते. उसाच्या मोळ्या केल्या जातात. त्या नेऊन घाणवडीवर चरकाशेजारी टाकाव्या लागतात. हे सर्व काम फडकरी (ऊस तोडणी कामगार) करत असतात. त्यांना फडकरी आणि उसाचे गाळप व रसाचा गूळ करणारे यांना घाणकरी म्हटले जाते. फडकऱ्यांचा ताफा आठजणांचा आणि घाणकऱ्यांचा ताफाही आठजणांचा असतो. चिपाडे

वाळवणाऱ्या स्त्रिया चार-पाच व वाळलेली चिपाडे पुन्हा हगऱ्यापाशी नेऊन टाकणारे तीन-चार जण असतात. अशा रीतीने एका गुऱ्हाळात चोवीस-पंचवीस जण एका वेळी कामे करत असतात. असे प्रत्येक गुऱ्हाळावर चाललेले असते. त्यामुळे गुऱ्हाळाच्या सुगीत गावात कामाला माणसे मिळत नाहीत. चढ्या पगाराने ती आणावी लागतात.

गुऱ्हाळात कामे करणाऱ्या प्रत्येक माणसाला हक्काने थोडा थोडा गूळ, रोज घराकडं नेण्यासाठी एक एक ऊस, तांब्याभर रस, शेवटच्या दिवशी सर्वांना थोडी-थोडी काकवी द्यावी लागते. बलुतेदार या गुऱ्हाळात येऊन गूळ, काकवी, रस, ऊस हक्काने नेत असतात.

या सुगीत गावातली लहान पोरं-टारं नेहमी ऊस खातात. त्याच्या चिमक्या गावभर पडलेल्या असतात. फडकरी वाड्याचा एक एक बिंडा आपल्या गाई-म्हशीसाठी दररोज नेत असतात. गुरं ते वाडं आवडीने खातात. पावशेर दूध अधिक देतात. ताजा ताजा चवदार गूळ माणसं भाकरीबरोबरही खातात. गुऱ्हाळाच्या सुगीत गावभर ताज्या गुळाचा, त्याच्या शिजण्याचा गंध पसरलेला असतो. हा गंध मनाला धुंद करतो. गुऱ्हाळाकडे लोकांना आकृष्ट करतो. शिष्ट, नागर, शिक्षित मंडळी यामुळे गुऱ्हाळावर रस, ऊस, ताजा गूळ खायला जात असतात. अशा रीतीने त्या त्या परिसरात पिकणारा ऊस आणि त्याची प्रसाद-फळे गावातील सगळ्या लोकांना मिळत असत. शेतकऱ्याच्या राज्यात अशा रीतीने पिकणाऱ्या प्रत्येक पिकात सगळे गाव समाविष्ट केले जात असे. परिसरातील भूमीवर पिकणाऱ्या पिकांचा प्रसाद सर्वांना मिळे. सगळे गाव या सुगीत उद्योगमग्न असे. अनेक गोरगरिबांच्या घरी वर्षभर पुरेल एवढा गूळ आणि काकवी साठत असे.

गुऱ्हाळ सुरू करण्याच्या आदल्या दिवशी शेतकरी 'घाणदेवीची' जत्रा करत असे. या देवीच्या जत्रेत छोटा शेतकरी कोंबडे, मोठा शेतकरी बकरे कापून तर काही जैन-लिंगायत किंवा सात्त्विक शेतकरी गोडे जेवण घाणकरी, फडकरी आणि गुऱ्हाळात काम करणाऱ्या इतर बायका-माणसे यांना घालत असे. याच वेळी शेतकऱ्याचे गणगोत, ओळखीपाळखीचे लोकही त्यात सामील होत असत. हे जेवण जेवण्यापूर्वी त्याचा नैवेद्य ताईबाई-म्हसोबाला, तोडल्या जाणाऱ्या फडाला, पाणी देणाऱ्या विहिरीला, शेजारून वाहणाऱ्या ओढ्याला विधिपूर्वक दिला जात असे. मोट ओढणाऱ्या बैलांना उसाची गोड कांडी त्यावेळी चारली जात असे. या सर्व विधीला 'परड्या सोडणे' असा शब्दप्रयोग असे. अशा रीतीने पंचमहाभूतांना 'थंड' करून मगच गुऱ्हाळ सुरू होई. गुऱ्हाळात गाळलेला पहिला रस गावच्या देवळातील निरनिराळ्या देव-देवतांना थोडा-थोडा प्रथम नेऊन दिला जात असे. मग तो रस शेतकरी चाखत असे, त्याच्या घरची मुलंबाळं चाखत असत. यातून

निसर्गाचे, भूमातेचे, तिच्या पंचशक्तींचे हे दान आहे याचा कृतज्ञभाव जागविला जात असे. शेतकरी यालाच 'देवाचे दान' म्हणत असत. त्या भावनेने तो ते स्वीकारत असे.

गुऱ्हाळ संपले की नव्या रानात उसाची लावणी सुरू होई. त्यासाठी नांगरणी, सऱ्या-सोडणी, उसाचे बी सोलणे, ते पसरणे, त्यांना वेळीच सरीत गाडणे इत्यादी कामे या ऊसलावणीत असतात. ती वेळीच करावी लागतात नाही तर उसाचे बी सुकून, वाळून जाते आणि मग ऊस उगवत नाही, बियाला डोळा फुटत नाही. त्यासाठी रोजगारी माणसे भरपूर लागतात. या सुगीत गावातल्या लोकांना उसंत अशी नसतेच. सगळ्यांनी मिळूनच ही शेती करावी लागे. जिल्ह्याच्या ठिकाणी गूळ विकून शेतकऱ्याच्या हातात थोडा थोडा पैसा आलेला असे. तो या ऊसलावणीत पुन्हा रोजगाऱ्यांना वाटला जात असे. उसाला लागवड म्हणून खत, सल्फेट यांत खर्च केला जात असे. याच काळात एखाद्या पोराचे, किंवा पोरीचे 'लगीन' असे. त्यात पुन्हा तो थोडाबहुत खर्चावा लागत असे. घरचे धान्य या निमित्ताने थोडे थोडे लग्नातल्या 'पंगती' साठी वेचावे लागत असे.

१९६५ पूर्वीच्या या काळात गूळ साखरेपेक्षा किती तरी स्वस्त होता. गुळापेक्षा साखर दुप्पट ते अडीचपट महाग होती. गोरगरीब नेहमी गूळच वापरत असत. दुसऱ्या महायुद्धाच्या काळात रेशनिंगवर मिळणारी स्वस्त साखर माझी आई प्रतिष्ठितांना बाजारभावापेक्षा थोडी स्वस्त विकत असे आणि आलेल्या वरचढ पैशांतून तेवढाच गूळ विकत आणत असे. कारण घरात साखरेचा चहा कुणालाच आवडत नसे. गुळाचा चहा सर्वांना हवाहवासा वाटे. सकाळी कित्येक वेळा अशा चहाबरोबर शिळी भाकरी आम्ही खात असू. तोंडाला गोड बिस्किटं खाल्ल्याची त्यामुळे चव येई. गुऱ्हाळाच्या वेळीच चुरमुऱ्याचे गूळ-लाडू बांधले जात. काकवी काढून ठेवली जाई. सायीच्या वड्या काढून ठेवल्या जात. पुढे वर्षभर जेवणातून काकवी खायला मिळे. ती सध्याच्या 'गुलाबजाम'च्या 'स्वीटडीश' सारखी लागत असे. गुरे राखताना फडक्यात बांधून आणलेल्या ओंजळभर भुईमुगाच्या शेंगा आणि गुळाच्या सायीचा तुकडा खाताना तोंडाला झकास चव येई. सध्याची लोणावळ्याची शेंगदाणा चिक्की खाताना त्या काळचा 'शेंगा-गूळ' आठवल्याशिवाय राहत नाही. तो मनमुराद खाता येई. आजही शहरातील वास्तव्यात माझ्यासारख्याला सणाला होणाऱ्या पुरणपोळीत साखरेऐवजी गूळ घालण्याचाच आग्रह धरावा लागतो. गुळाची पुरणपोळी साखरेच्या पुरणपोळीपेक्षा कितीतरी चवदार लागते. दूध-गूळ-भात खाण्याची बालपणीची माझी आवड आजही साठी ओलांडली तरी कमी झालेली नाही. शेवटचा भात दूधगुळासह असला तरच जेवल्याचे समाधान मिळते. हे भोजन 'फाईव स्टार' मध्येही मिळत नसल्याचे मला सांगण्यात आले... डॉक्टरही

साखर खाण्याऐवजी गूळ खाणे केव्हाही चांगले, असे सांगतात. मला त्याचे आश्चर्य वाटले.

गूळ देणारी गुऱ्हाळे ग्रामातून आज बंद झाली आहेत. त्यांच्याबरोबर ती गोड ग्रामसंस्कृतीही निघून गेली आहे. गावावर तरंगणारा ताज्या गुळाचा वासही गेला आहे आणि गुऱ्हाळसुगीतले गावाला उत्साहाने चेतवणारे वातावरणही गेले आहे.

शेतकऱ्याचा ऊस आता साखर कारखान्याकडे जातो. साखरकारखाना तो ऊस कोणत्या दिवशी येऊन निश्चितपणे नेईल हे शेतकऱ्याला आता सांगता येत नाही. तो लौकर न्यावा म्हणून शेतकरी कारखान्याच्या अधिकारी लोकांचे पाय धरतो. क्वचित ऊस तोडणी कामगारांचेही पाय धरतो. गरज वाटली तर त्यांना चहापाण्यासाठी चार-पाचशे रुपये देतो. गावातील शेतकऱ्याचा, गावच्या पंचक्रोशीत पिकलेला हा ऊस आता सुगीशिवायच जातो. गावच्या शेतमजुरांना, गोरगरिबांना त्याच्यापासून रस, काकवी, गूळ, ऊस काही मिळत नाही. त्याच्यापासून कोणतेही कामधाम पोटासाठी मिळत नाही. त्याची 'सुगी' सर्वांसाठी होत नाही. उसाच्या सुगीचे रूपांतर आता अचानक होणाऱ्या कत्तलीत झाले आहे.

कारखान्यात उसापासून साखर तयार झाल्यावर उरलेल्या चोथ्याला 'बगॅस' म्हणतात. तिच्यापासून उप-उत्पन्न म्हणून मोठ्या प्रमाणात मद्य काढतात. 'गुऱ्हाळ' लावण्याचा उद्योग नसल्यामुळे ऊसवाला शेतकरीही आता ऊस नेण्याची वाट बघत हात बांधून बसलेला असतो. आता त्याला स्वतःच्या उसाचे दरही ठरवता येत नाहीत आणि गुऱ्हाळही लावता येत नाही. कारखान्याने नेलेल्या उसाचा कधी तरी फुटेल तो दर त्याला थोडा थोडा मिळत जातो. गावातील शेतमजूरही आता पूर्वीपेक्षा अधिक वाढले आहेत. त्यांच्यांत कोठून तरी निराशा शिरलेली असते. शेती खूप पिकवूनही परावलंबी झालेला हताश शेतकरी आणि महागाईच्या चरकात पिळून निघालेला शेतमजूर दोघेही संध्याकाळी दारूगुत्त्यावर एकमेकाला भेटतात. रस निघून गेलेल्या बगॅसपासून तयार होणारी 'स्वदेशी दारू' रसाऐवजी पितात आणि मेंदूला बधीर गुंगी आणतात. खेड्यापाड्यात दारूचे पीक भरपूर पिकते आहे. नव्या ग्रामसंस्कृतीचे ते एक वैशिष्ट्य आहे. तिने दोघांच्याही घरात प्रवेश केला आहे.

१९६५ नंतर उसाकडे पाहण्याची शेतकऱ्याची दृष्टी व्यापारी झाली. पैसे देणारे (नगदी) पीक म्हणून त्याच्याकडे पाहिले जाऊ लागले. पूर्वी सात-आठ एकरांचे शेत असलेला छोटा शेतकरी दोन-अडीच एकर ऊस लावत असे. दोन-अडीच एकरांत गहू, हरभरा, मका, भाजीपाला करत असे. उरलेल्या अडीच-तीन एकरांत ज्वारी, तूर, भुईमूग, बाजरी इत्यादी धान्ये पोटासाठी घेत असे. अर्थात पाणी विहिरीचं असे. वर्षभर केवढ्या रानाला पाणी पुरेल याचा अंदाज घेऊनच ही

सर्व पिकं घेतली जात असत. विहिरीचं पाणी पुरवून पुरवून, काटकसरीने, जाणकार पाणक्याच्या नजरेखाली पिकाला दिले जात असे. कारण ते विहिरीतून मोटेने उपसून पाटातून पिकापर्यंत पोचविण्यासाठी मोट मारणाऱ्या शेतकऱ्याला, त्याच्या मोटेच्या बैलांना कष्ट पडत असत, सर्वांचे कष्ट आणि शेतकामातील महत्त्वाचा वेळ त्यासाठी खर्ची पडत असे. पिकांना पाणी पाजणे हे एका माणसाची शक्ती खाणारे शेतातील महत्त्वाचे काम समजले जाई. ते तसे होतेही.

वर्षभराच्या महत्त्वाच्या आर्थिक खर्चापुरता गूळ व्हावा, भाजीपाल्यावर प्रत्येक आठवड्याचा कौटुंबिक खर्च चालावा, वर्षभर पुरेल इतके धान्य मिळावे, असे त्या शेतकऱ्याचे विविध पिके घेण्यामागे गणित असे. घरादाराला वर्षभर नीटपणे जगता यावे, सालभर खाऊन-पिऊन कष्ट करता यावेत, हीच जगण्याची दृष्टी तेव्हा असे.

१९६५ नंतर या दृष्टीत जाणवण्याइतका बदल झाला. या काळात शेतीत ट्रॅक्टर, इंजिने, विजेचे पाणी पंप, औत-अवजारांची यंत्रे आलेली व पुरेशा परिचयाची झालेली होती. वीज आली, कॅनॉलचे पाणी आले. नद्यांचे भरपूर पाणी वापरण्याचे प्रमाण भरपूर वाढले. साखरकारखान्यांना ऊस जाऊ लागला. उसाला साखर उत्पादनामुळे आरंभी गुळाच्या तुलनेत दरही चांगला मिळू लागला. इतर पिके जवळजवळ बंदच करून शेतकरी जास्तीत जास्त रानात केवळ ऊस लावू लागले. गुऱ्हाळे चालवण्याची दगदग बंद झाली. मोट मारण्याचे कष्टही कमी झाले. पूर्वी मोटेचे पाणी पाणक्याच्या द्वारा उसाला काळजीपूर्वक पाजले जात होते. ती दृष्टी जाऊन आता उसात कॅनॉलचे विनासायास येणारे पाणी, यांत्रिक पंपाने भसाभस उपसले जाणारे नदीचे पाणी भरपूर असल्याने ते उसात गटार सोडावे तसे अनिर्बंध सोडले जाऊ लागले. रानात ते तुंबू लागले. डबक्यात साठावे तसे उसाच्या रानात कायमचे साठू लागले. परिणामी उसाची जमीन कायमची पाणथळ होऊन ओलीने आंबू लागली. आंबलेल्या जमिनीत दुसरे कोणतेच पीक येत नाही. त्या कायमच्या ओल्या जमिनीची नांगरणी, कुळवणी इत्यादी मशागत करता येत नाही. पुष्कळ वेळा नदीचे, कॅनॉलचे पाणी पुष्कळ क्षारयुक्त असतं. ते पाणी जमिनीत मुरल्यावर जमिनीवर क्षार साठून ती 'खार फुटलेली' पांढरी जमीन होते. तिच्यात काहीच पीक येत नाही. कायम साठलेल्या पाण्याच्या आवडाच्या (रानाच्या) आसपासच्या, विशेषत: खालच्या पातळीवरच्या आवडात (रानात) पाणी कायम झिरपते आणि तेही आवड (रान) निकामी होतात. शेजारच्या शेतकऱ्याच्या जमिनीलाही त्याचा त्रास होतो. शेवटी या बेहिशोबी वागण्याने रानेच्या राने पिकाच्या दृष्टीने निरुपयोगी होतात आणि ओस टाकावी लागतात. महाराष्ट्रात अशी राने ओस पडलेली दिसू लागली आहेत. 'अति तेथे माती' चा हा दुष्परिणाम आहे.

बागायत शेतकरी व्यापारी दृष्टीमुळे लोभी झाला. स्वत: रानात कष्ट न करता

जमिनीला गुलामासारखी राबवू लागला. तिची कुवत आणि तिचे आरोग्य न जाणता तिचे रक्त-शोषण करू लागला. स्वत: भोगवादी बनल्याने त्याला भौतिक स्व-विकासाची स्वप्ने पडू लागली. घाईने ती साकार करण्यासाठी त्याच्या वृत्तीत आततायीपणा आला. अलीकडच्या ऊसकारखान्यातील राजकारणामुळे, निवडणुका, सभा, मीटींग्ज, चर्चा, डावपेच, भेदाभेद, संघर्ष इत्यादीमुळे शेतकऱ्याच्या वृत्तीतील सरळपणा, प्रांजळपणा निघून गेला. त्याच्या अडाणीपणामुळे ऊसशेतीचे जसे अतोनात नुकसान होऊ लागले, तसे राजकारण-ग्रस्ततेमुळे तो स्वास्थ्यही गमावून बसला.

या पार्श्वभूमीवर १९९४ साली कराड-कोयनेच्या वाटेवर मला दिसलेलं ते गुऱ्हाळ बोलावू लागलं. मी मित्रांसह काहील उतरेपर्यंत वेड्यासारखा तिथेच थांबलो. रसापासून गुळापर्यंतचा प्रवास पुन्हा एकदा दरवळत्या गूळगंधात अनुभवला. त्या वेळात मित्र रस प्याले. त्यांना मी विविध माहिती दिली. काहील उतरल्यावर उसाचा बुडका बुडवून त्याला कुवार चिकीगूळ माखून घेतला आणि त्याची गुलकंदाहूनही चविष्ट गोडी चाखत पुढचा मार्ग धरला.

◻

बदलती कुटुंबव्यवस्था आणि जात चाललेली जातिव्यवस्था

'कुटुंब' ही संस्था 'समाज' या संस्थेपेक्षा अगोदर जन्माला आलेली आहे. ती नैसर्गिक स्थितीचा परिपाक दिसते. प्राण्यांत, पक्ष्यांत छोटीछोटी कुटुंबे स्वाभाविकपणे दिसून येतात. ती मातृसत्ताक दिसतात. उदाहरणार्थ, एखादी शेळी किंवा एखादी कोंबडी जरी घेतली तरी तिची करडं किंवा पिलं ही तिच्याबरोबर वावरत असतात. तिच्या लेकरांवर संकट आले तर ती धावून जाताना, त्यांचे संरक्षण करताना, त्यांना प्रथम चारा-पाणी खाऊपिऊ देताना दिसते. शेळीचं करडू किंवा कोंबडीचं पिलू स्वतंत्र ठेवण्याचा, अलग करण्याचा प्रयत्न केला तरी ते आपल्या आईसाठी ओरडते, त्या कुटुंबात पळत जाऊन सामील होते. परकी एखादी शेळी, एखादी कोंबडी किंवा एखादं पिलू तिच्या कळपात येऊ दिलं जात नाही. सर्व मिळून त्याला हुसकावून लावतात. कुटुंबात नैसर्गिक संरक्षण प्रत्येकाला मिळते. प्रत्येकाला जगायला एकमेकांच्या साहाय्याने साधनं, चारापाणी मिळत असते. एकमेकांच्या संगतीनं एकमेकांना मोठे होता येते. तसेच नैसर्गिक रीत्या वंशावळ निर्माण करता येते. झोपतानासुद्धा थंडीपावसात एकमेकांना एकमेकांची ऊब मिळते. जणू ती एकमेकाला आंथरतात, पांघरतात. क्वचित प्रसंगी एकमेकांच्या पिलांना पाजतानाही दिसतात. जगण्यासाठी लागणारे सगळे सराव पशु-पक्ष्यांना आपआपल्या कुटुंबातच मिळतात.

प्राण्यांच्या याच भावनेचा किंवा वृत्तीचा विकास म्हणजे मानवी कुटुंब होय. मानवाने स्थलकाल, संस्कृती, विचार यांच्या सापेक्षतेने किंवा आधाराने 'कुटुंब' ही संकल्पना पुढे विकसित केलेली दिसते. म्हणून काही संस्कृतीत कुटुंबे मातृसत्ताक असतात तर काही संस्कृतीत ती पितृसत्ताक असतात. काळाच्या ओघात मातृसत्ताक कुटुंबपद्धती मागे मागे पडत गेली. पितृसत्ताक कुटुंबपद्धती हळूहळू प्रभावी होत गेली. जगाच्या पाठीवर ती आज मोठ्या प्रमाणात आहे.

मानवी कुटुंब व्यवस्थेचा विकास मातृ-पितृसत्ताक पद्धतींत जसा दिसतो तसा

विविध नातेसंबंधातही दिसून येतो. आई, वडील, मूल, बहीण, भाऊ हे कुटुंबाचे मूलभूत घटक दिसतात. ते पशुपक्ष्यांत आणि मानवी संबंधातही प्रकर्षाने जाणवतात. पण त्यानंतरची विविध नाती ही विकासाच्या विविध टप्प्यांवर मानवी संस्कृतीने मानलेली किंवा कल्पिलेली दिसतात. पती व पत्नी ही नाती संस्कृतिजन्य आहेत. या नंतरची नाती तर काही संस्कृतीत आहेत आणि काही संस्कृतीत नाहीत.

या दृष्टीने विचार करता भारतीय संस्कृतीतील कुटुंब-व्यवस्था ही अधिक विकसित दिसते. जगाच्या पाठीवरील संस्कृतीतील इतर कुठल्याही कुटुंबव्यवस्थेपेक्षा भारतीय कुटुंबव्यवस्थेतील नात्यांची संख्या अधिक आणि वैचित्र्यपूर्ण आहे. त्यामुळे भारतीय कुटुंब हे इतर अभारतीय कुटुंबापेक्षा अधिक विस्तृत वाटते. अभारतीय कुटुंब व्यवस्था एखाद्या डेरेदार वृक्षासारखी तर भारतीय कुटुंबपद्धती वटवृक्षासारखी वाटते. भारतीय ग्रामसंस्कृतीत या विस्तृतपणाचा प्रत्यक्ष अनुभव अगदी इ.स. १९२०-२५ पर्यंत येत होता. या कुटुंबव्यवस्थेला संयुक्त कुटुंब-पद्धती असे म्हटले जाते.

देशाची लोकसंख्या आवाक्यात होती, ग्रामीण विभागात कसण्यासाठी जमीन भरपूर होती, मोठ्या संख्येने एकत्र राहण्याचे खेड्यात आर्थिक, सामाजिक, शैक्षणिक, मानसिक, सांस्कृतिक, भावनात्मक फायदे होते, तोवर ही संयुक्त कुटुंबे टिकून होती. शेती जनावरांच्या आणि माणसांच्या मदतीने केली जात होती. जेवढी शेती मोठी तेवढी माणसे अधिक लागत असत. म्हातारी माणसे नातवंडांना सांभाळत असत, त्यांच्यावर परंपरेने चालत आलेले संस्कार करत. लहानांना नाना प्रकारचे खेळ, करामती, कौशल्ये शिकवत. कहाण्या, लोककथा सांगून दुसऱ्या तिसऱ्या पिढीवर धर्म, संस्कृती, परंपरा यांचे संस्कार करत. घरातल्या बाळंतिणीची, आजाऱ्याची, लुळ्या-पांगळ्यांची, खुळ्या-कावऱ्याची देखभाल, सेवा करत. जुन्या घटना-प्रसंगांचे स्मरण देऊन संस्कृती जपत, जपायला प्रवृत्त करत. घराण्याचे पराक्रम सांगून त्याविषयी अभिमान, आस्था जागती ठेवत, त्यामुळे सांस्कृतिक आणि भावनात्मक ऐक्य संयुक्त कुटुंबात जोपासले जाई. एखाद्याचे पाऊल वाकडे पडले तर त्याला सांभाळून घेत. त्याला सर्वजण एकत्र येऊन परक्यापासून, शत्रूपासून संरक्षण देत. चोऱ्या, दरोडे, मारामाऱ्या, जुनी वैरे यांना तोंड देण्यासाठी भावनिक दृष्ट्या सर्वजण एकत्र येत आणि मुकाबला करत. तरुण स्त्री-पुरुष दिवसभर शेतावर अंगमेहनतीची कामे करून अन्नधान्ये पिकवत आणि सर्व संयुक्त कुटुंबाचा निर्वाह चालवत.

सर्वजण एकत्र राबल्याशिवाय मोठी शेती करता येत नसे. कामांची विभागणी केल्याशिवाय शेती वेळच्या वेळी होत नसे. एकमेकांची कामे एकमेकांना पूरक असल्याने सर्व यंत्रणा सर्वांबरोबर चालत असे. या जुन्या काळात रोगराई भरपूर असे. नैसर्गिक पाणीसाठे पिण्यासाठी तसेच वापरले जात. त्यामुळे माणसांत रोगांचे

प्रमाण जास्त. आरोग्यव्यवस्था जवळजवळ शून्य. संतति-नियमन नसल्याने एकएकाच्या पोटी दहाबारा मुलं सहज असत. औषधांचे उपाय फारसे नसत, तसेच प्रभावी नसलेली, अंदाजाने द्यायची देशी औषधे निष्प्रभ ठरत. रोग आजार अंगावर काढण्याची सवय-स्वभाव जास्त असल्याने माणसांचे मरणांचे प्रमाण आजच्या तुलनेने जास्त. बाळंतरोगात अनेक स्त्रिया मरण पावत. पोषण नीट न झाल्याने लहान मुलांचे मरणाचे प्रमाण जास्त. परिणामी साठीच्या आसपास मोठ्या प्रमाणात माणसे मरत, रोगराई तरुणांना उचलून नेई. पटकी-हगवणी, प्लेग यांचे रोग नेहमी फैलावून मोठ्या प्रमाणात त्या त्या साथीत माणसे मरत आणि लोकसंख्येला आळा बसे. जसा आळा बसे तशी लहान मुले पोरकी होणे, बायका विधवा होणे, तरुणांच्या बायका मेल्याने त्यांची मुलेबाळे सांभाळणे असे अनेक अडथळे संसारात येत. त्यांचा निभाव केवळ संयुक्त कुटुंबातच लागत असे. त्यामुळे कौटुंबिक भावना दृढ असत. शक्य तो स्थानांतर नको. आपला गाव, आपले घर, आपली माणसे भली आणि बरी वाटत. यातूनच संयुक्त कुटुंब-संस्था स्थिर झालेली होती. ग्रामसंस्कृती अशा कुटुंबामुळेच स्वतंत्र, स्वायत्त होती आणि पोटापुरते अन्नधान्य मिळवून सुखाने नांदत होती. सरकारला शेतसारा देत, दुष्काळ, रोगराई, वेळोवेळीची परकी आक्रमणे सोसत जगत होती.

१९२०-२५ नंतर हळूहळू ही संयुक्त कुटुंबे अनेक कारणांनी विघटित होत जाऊ लागली. नैसर्गिकरीत्या बापापासूनची तिसरी पिढी हळूहळू विघटित होत जाते. चुलत भावंडांपर्यंत एकमेकांचे प्रेम एकमेकांवर चिवटपणे असू शकते. पण ते सख्खेपणापेक्षा थोडे पातळ असते. त्यानंतरच्या पिढीत ते आणखी पातळ होते. इस्टेटीच्या वाटण्यांचा प्रश्न तिथे निर्माण होतो. त्याला अनेक कारणे असतात. मग मोठ्या शेतीच्या वाटण्या होतात. त्या शेतीचे अनेक तुकडे पडतात. अशा अनेक तुकडे पडलेल्या मर्यादित शेतीवर जेव्हा एखादे कुटुंब राबत असते आणि त्या कुटुंबातही पहिली, दुसरी, तिसरी पिढी निर्माण होते तेव्हा तिचेही म्हणजे शेतीचे आणि पिढीचेही तुकडे पडतात. उत्पन्न मर्यादित येऊ लागल्याने व खाणारी तोंडे जास्त झाल्याने त्यापैकी काही जणांना गावातच रोजगार करावा लागतो किंवा स्थानांतर करावे लागते. गाव नाइलाजाने सोडून चाकरीसाठी इतरत्र किंवा शहरांत उद्योग-धंद्यांच्या ठिकाणी कामगार म्हणून जावे लागते. त्यामुळे कित्येक वेळा गावातील शेतीचे पुन्हा तुकडे पुन्हा पाडून, प्रसंगी ते विकून अन्यत्र स्थिर व्हावे लागते.

विशेषत: पहिल्या महायुद्धानंतर उद्योगप्रधान संस्कृतीचा प्रवेश भारतातील शहरांतून होऊ लागला. महागाई वाढू लागली. लोकसंख्याही वाढत चालली होती. त्यामुळे खेड्यांतील अनेक लोक पोटांसाठी खेड्यांतून शहरांत येऊन स्थायिक होऊ लागले आणि संयुक्त कुटुंबपद्धती मोडू लागली. बदलत्या समाजव्यवस्थेमुळे ती हळूहळू

गैरसोयीची झाली. लोकसंख्येच्या वाढीमुळे कालबाह्य ठरू लागली. शेतीच्या लहान लहान तुकड्यामुळे तिचे तोटे वाढू लागले. तिच्या विघटनाला जोराची सुरुवात झाली.

स्वातंत्र्य मिळाल्यानंतरच्या पहिल्या पंचवीस वर्षांत म्हणजे १९५० ते १९७५ च्या काळात या विघटनाला जोराची गती मिळाली. आरोग्यव्यवस्था आली. अनेक शोध लागून चांगली औषधे जन्माला आली. शिक्षणप्रसार झपाट्याने झाला. स्वत:च्या हक्काची आणि व्यक्तिस्वातंत्र्याची व व्यक्तिसमतेची जाणीव विशेष झाली आणि रुजली. आध्यात्मिक व त्यागावर आधारलेल्या मूल्यांचा ऱ्हास होऊन भौतिकवादी व भोगवादी मूल्यांची जाणीव झाली. माणसाचे आरोग्य वाढले, रोगशक्तींचे निवारण वाढले. त्याची परिणती माणसे दीर्घायुषी होण्यात झाली. शिक्षणामुळे आरोग्यविषयक जाणिवा व दक्षता वाढल्या. व्यक्तिस्वातंत्र्य आणि समतावादी जाणिवांमुळे वडीलधाऱ्यांचे नियंत्रण कमी झाले किंवा कुटुंब प्रमुखाचे पूर्वीचे नेतृत्वाचे आदरयुक्त स्थान नाहीसे होत गेले. आपआपला संसार, मुले यांना आपआपल्या इच्छा-आकांक्षानुसार शिक्षण देणे, त्यानुसार वाढवणे हे आईवडिलांना तीव्रतेने जाणवू लागले. त्यामुळे संयुक्त कुटुंबातील विघटन वाढले. लोकसंख्या अफाट वाढल्याने जगण्याच्या साधनांचा व सुविधांचा तुटवडा निर्माण झाला आणि ज्याचे त्याने आपआपले संसार आपआपल्या कुवतीनुसार सांभाळावेत किंवा वाढवावेत, हे सूत्र अधिक सक्रिय आणि सर्वमान्य झाले. स्वत: केलेल्या मिळकतीत आपण व आपली पोरेबाळे यांनीच सुखोपभोग घ्यावा, हे मान्य झाले. स्थानांतर वाढले, शहरी राहणीचे भोगवादी आकर्षण वाढले. दळणवळण वाढल्याने शहरांतील आधुनिकतेचे व मोहमयी वातावरणाचे आकर्षण वाढले. त्याचाही परिणाम संयुक्त कुटुंबे विघटित होण्यात व सुटी कुटुंबे अस्तित्वात येण्यात झाला.

संयुक्त कुटुंबात निर्वाहप्रधान दृष्टी होती; कारण शेतीमुळे अखेरपर्यंत निर्वाहाची काळजी नव्हती. ज्याने त्याने राबायचे आणि खायचे, सर्वांनी सर्वांबरोबर चोवीस तास असायचे, एकत्र मिळून कामे करायची, अशी रीत होती. त्यामुळे एकमेकांच्या सहवासाने एकमेका सहाय्य केले जात होते. एकमेकाविषयी जिव्हाळा निर्माण होत होता. एकमेकाला सांभाळून घेतले जात होते. सुख-दुःखात सदैव एकमेक एकमेकांचे होते. नात्याचा हा धागा संयुक्त कुटुंबाचा गाभा होता. तो विघटनामुळे नष्ट झाला. 'माझा मी आणि माझी मुले' एवढ्यापुरताच हा धागा सुट्या कुटुंबात दृढ झाला. १९७५ नंतरच्या वीसपंचवीस वर्षांत तर शहरी राहणीत हळूहळू तरुण पिढीत 'माझा मी' एवढेच मूल्य विशेष प्रभाव टाकू लागले. लोकसंख्येच्या अतिरिक्त वाढीमुळे, नोकऱ्यांच्या मोठ्या प्रमाणातील टंचाईमुळे, स्वतंत्र उद्योग, व्यवसायातील प्रचंड स्पर्धामुळे इथे व्यक्तीला चरितार्थाची साधनेच मिळेनाशी झाली. स्वत:चे पोट कसे भरायचे, स्वत:चे भवितव्य काय, हेच कळेनासे झाले. त्यामुळे तरुण-

तरुणींचा कल एकटे एकटे राहण्याकडे वाढू लागला आहे. त्यांच्या जीवनाची विचित्र कोंडी वाढू लागली आहे. एकमेक एकमेकाला ओळखेनासे झाले आहेत. 'स्वत:ला कुणी समजून घेत नाही.' याची जाणीव वाढीला लागत चालली आहे. तिचे परिणाम चोऱ्या करण्यात, हिंस्र होण्यात, अतिरेकी वर्तन करण्यात, खून-मारामाऱ्या करण्यात, नीतिमूल्यांना पायदळी तुडवण्यात, भ्रष्टाचार करण्यात होऊ लागले आहेत... एकविसाव्या शतकात याचे परिणाम ठळक होतील, जनसागराचीच प्रचंड क्रांती होईल असे वाटते आहे. आजच्या समाजाची स्थिती त्यामुळे आतल्या आत खदखदणाऱ्या ज्वालामुखी सारखी झाली आहे... या वृत्तीची लागण एकविसाव्या शतकातील ग्रामसंस्कृतीला झाल्याशिवाय राहणार नाही, असे वाटते.

पण कुटुंबव्यवस्था संपूर्ण नष्ट होईल, असा त्याचा निष्कर्ष नव्हे. कुटुंबसंस्था संपूर्ण नष्ट होणे शक्य नाही; कारण ती मुळात अतिशय स्वाभाविक आणि नैसर्गिक प्रेरणा आहे. स्त्री-पुरुषांना एकमेकांच्याशिवाय नैसर्गिक परिपूर्णता येऊ शकत नाही. निसर्गचक्र चालण्यासाठीच जणू 'कुटुंब' ही वस्तू जन्माला आलेली आहे. जोपर्यंत मानव प्राणी जिवंत आहे, तोपर्यंत ती नष्ट होणे शक्य नाही. वरील विवेचनातून एवढेच सुचवावयाचे आहे की, मानवनिर्मित आतोनात लोकसंख्येची वाढ, मानवी मूळ स्वभावाचा कोंडमारा करणाऱ्या यंत्रप्रधान संस्कृतीचा अस्वाभाविक विस्तार, या गोष्टी मानवाचे मानवीपणच जणू नष्ट करायला आज सिद्ध झालेल्या दिसतात.

हरणे, वानरे इत्यादी शाकाहारी प्राणी कळप करून राहतात. माणूस हा वानराचा वंशज सामान्यपणे मानला जातो. मानवनिर्मित समाजाचे मूळ त्याच्या कळपवृत्तीत आहे. असे असले तरी 'समाज' ही वस्तू प्रामुख्याने मानवनिर्मित आहे, हे विसरता येत नाही. मुळात ती अखिल मानव जातीच्या कल्याणासाठी जन्माला आलेली आहे. स्थल-काल, पीक-पाणी, वातावरण, धर्मकल्पना, इतिहास, भूगोल इत्यादींना अनुसरून समाज-संघटनेची तत्त्वे जन्माला येतात. त्यामुळे एखाद्या देशातील, प्रदेशातील समाज हा इतर देशाप्रदेशातील समाजापेक्षा काही बाबतीत वेगळा दिसतो. तसाच तो कालौघात बदलत, विकसत जात असतो; नष्ट मात्र होत नाही. भारतीय पर्यायाने महाराष्ट्राच्या ग्रामीण समाजातही अशी स्थित्यंतरे झालेली आहेत.

भारतीय समाज जातिव्यवस्थेमुळे इतर परदेशी समाजापेक्षा वेगळेपणाने उठून दिसतो. फार प्राचीन काळापासून भारतीय समाजात जातिव्यवस्था आहे. या जातींची माणसे मुळात कोणत्या वंशाची होती, जाती कुणी निर्माण केल्या, का निर्माण केल्या इत्यादी विषय सांस्कृतिक इतिहासाचे आहेत; किंवा समाजशास्त्राच्या अभ्यासकाचे आहेत. इथे त्या वादाची चर्चा अप्रस्तुत आहे.

इथे एवढेच प्रस्तुत आहे की, भारतीय समाजात जातींचे आज कालचे स्वरूप कसे दिसते - १९२०-२५ पर्यंत ग्रामीण विभागातील मराठी समाजात प्रत्येक जात

आपआपल्या चौकटीत आपआपली पिढीजात कामे करत होती. ही कामे प्रत्येक जातीला परंपरेने वाटून दिली होती. किंबहुना प्रत्येक काम हे कोणत्या तरी जातीचे ठरलेले काम असे. प्रत्येक जात स्वतंत्र असे. त्या त्या जातीतच विवाहसंबंध असत. अन्य जातींशी विवाह करता येत नसत. केले तरी त्याला वाळीत टाकले जात असे. त्यातून निर्माण होणारी संतती 'कडूची' किंवा कमअस्सल, अक्करमासी मानली जात असे. पुढे पुढे त्यांची पोटजात निर्माण होत असे. प्रत्येक जातीला आपआपल्या जातीचा अभिमान होता. वाटून दिलेल्या पिढीजात कामामुळे त्या त्या जातीची जीवनशैली वेगळेपणाने उठून दिसत असे. त्यांची कामाची साधने, हत्यारे वेगळी असत. ती वापरण्याची रीत वेगळेपणाने उठून दिसे. काहींचे पोशाखही वेगळे असत. त्या त्या जातीतील लहान मुलांना आपोआपच त्यांच्या त्यांच्या घरीच कामाचे शिक्षण सहजपणे मिळे. त्यांच्या जन्मापासूनच ती कामे त्यांच्या डोळ्यासमोर चालत. त्या कामाची साधने, हत्यारे, उत्पादित वस्तू त्यांच्याभोवती चोवीस तास पडलेल्या असत. मुलं त्या सहजपणे हाताळू शकत. इकडची तिकडं ठेवत. मोठ्यांचे अनुकरण करून त्या वस्तूंशी खेळ मांडत असत. यातून त्यांचे स्वाभाविक शिक्षण होत असे. एका जातीचे धंदे दुसऱ्या जातीला करू दिले जात नसत, ते करणे कमीपणाचे मानले जाई. तसेच एक जात दुसऱ्या जातीला स्व-जातीची कामेही शिकवत नसे. प्रत्येक जातीच्या व्यक्तीवर त्या त्या जातपंचायतीचे नियंत्रण असे. त्यांचे त्यांचे नियम, कायदे, शिक्षा, संकेत, रूढी ठरलेल्या असत. त्यांच्याबाहेर जाणे निषिद्ध समजले जाई. प्रत्येक जात आपली साधने, हत्यारे पवित्र मानी. दसऱ्याला त्यांचे पूजन करी. रोजच्या रोज वापरून व्यवस्थित ठेवी. दुसऱ्या दिवशी पुन्हा धार लावून, टोक करून, मूठ व्यवस्थित करून, एकमेकांना जोडून पुन्हा वापरू लागे. नवे हत्यार आणले की त्याची पूजा करूनच ते वापरायला घेतले जाई. एकएकजण एखाद दुसरे साधन किंवा हत्यार वापरण्यात विशेष पटाईत असे. ती त्याची खासीयत असे. त्यासाठी त्याला खास बोलावणे असे. अमुक-तमुक वस्तू अमक्यातमक्या कडूनच तयार करून घ्यावी, असा गावात समज पसरलेला असे. जातीला त्या त्या व्यक्तीचा जाति-अंतर्गत अभिमान असे. त्या त्या कामात त्याला गुरू मानला जात असे. प्रत्येक माणूस आपआपल्या जातीत सुरक्षित असे. परजातीकडून त्याच्यावर आलेले गंडांतर निभावून नेण्याचे किंवा निवारण्याचे काम ती ती जात करत असे. त्या माणसाला संरक्षण देत असे. जाति-अंतर्गत सहकार्याची भावना खोलवर रुजलेली असे. जातिअंतर्गत सांस्कृतिक एकात्मताही सर्वांना भावनिक स्नेहबंधात गुंतवून ठेवत होती.

जात ही धर्मांतर्गत बाब होती. सामान्यपणे तिच्यात श्रेणी व्यवस्था होती. म्हणजे समाजात जातीची उतरंड होती. ब्राह्मण ही सगळ्यात वरची जात, त्याखाली

मराठा जात, त्याखाली बलुतेदार जाती आणि सर्वांत शेवटी अस्पृश्य आणि त्यांच्याही खाली भटक्या विमुक्त जाती होत्या. तरीही प्रत्येक जातीचा अभिमान त्या त्या जातीतील व्यक्तीला असे. सामान्यत: त्या अभिमानाला त्या त्या जातीतील उज्ज्वलतेचा, पराक्रमाचा इतिहास कारणीभूत असे. त्यामुळे त्या त्या जातीचे धार्मिक अधिष्ठान शाबूत राहायला मदत होत असे. इतर जातींना, मानसिक दृष्ट्या शेजार-जातींना 'कमी' मानण्याची प्रवृत्ती त्यातून निर्माण होत असे. त्याचा परिणाम हेव्यादाव्यातही होत असे. त्यामुळे इतर शेजार-जातींचे अन्न व पाणी वर्ज्य मानले जात असे. गावात प्रत्येक जातीच्या गल्ल्या, वस्त्या, मोहल्ले किंवा वाडे-वाड्या असत. विशेषत: ब्राह्मण, मराठा जातींशी इतर जाती नम्रतेने वागत. त्यांचे वागण्याचे संकेत ठरलेले असत. प्रामुख्याने अस्पृश्यांच्या वस्त्या गावकुसाबाहेर असत. त्यांच्यातही एकमेकींशी फटकून वागण्याची, एकमेकींना कमी मानण्याची प्रवृत्ती असे. शिवाशिव मानली जात असे. त्यांचे त्यांचे पाणवठे ठरलेले असत.

जातिव्यवस्थेचे हे स्वरूप इ.स. १९२०-२५ च्या काळात महाराष्ट्रात स्थिर होते. परंपरेने ते चालत आलेले होते. या परंपरेत अनेक दोष शिरले होते. वरच्या जाती विशेषत: ब्राह्मण आणि मराठा या जाती मध्यम जातींना आणि खालच्या अस्पृश्य, भटक्या, विमुक्त जातींना अनेक प्रकारांनी लुबाडत होत्या व त्यांचे शोषण करत होत्या. विशेषत: ब्राह्मण समाजाने ज्ञानाच्या जोरावर आणि धर्माच्या नावाने सगळा समाजच वेठीला धरला होता. अज्ञानात ठेवून आणि धार्मिक भये निर्माण करून ऊर्वरित समाजाचे शोषण सर्व प्रकारांनी चालविले होते. अर्थात ब्राह्मण समाजातही बहुसंख्य लोक परंपरागत रूढींचे आणि कालबाह्य झालेल्या धार्मिक चालीरीतींचे बांधील होतेच. त्यांना फायद्याच्या असलेल्या रूढी आणि चालीरीती ते आपण होऊन नष्ट करत नव्हते. पापाचे भय घालून सांभाळू पाहत होते.

पण १९२०-२५ नंतरच्या काळात जातिव्यवस्थेला ढळ पोचू लागला. १८५० च्या आसपास ब्रिटीश शिक्षणव्यवस्थेनुसार शिक्षण घेणारी एक पिढी ब्राह्मण समाजात तयार झाली होती. युरोपातील आधुनिक युगातील समता, स्वातंत्र्य, बंधुता या मूल्यांचा, एका अनोख्या पण सुधारलेल्या समाज व्यवस्थेचा, फ्रान्सच्या सामाजिक क्रांतीचा, बुद्धिनिष्ठ मानवी विकासाचा, वैज्ञानिक दृष्टिकोनाचा परिचय तिला झाला होता. त्या पार्श्वभूमीवर त्या पिढीतील विचारवंत भारतीय समाजमूल्यांचा आणि कालबाह्य झालेल्या धार्मिक रूढी, परंपरा, जातिव्यवस्था इत्यादींचा विचार करू लागले होते. महाराष्ट्रातील समाजस्थितीला ऐरणीवर घेतले जात होते. यातूनच न्यायमूर्ती रानडे, लोकहितवादी, महात्मा फुले, गो. ग. आगरकर इत्यादी पहिल्या विचारवंत पिढीतील अनेक सुधारकांनी परखड स्वरूपात समाजाची मीमांसा सुरू केली होती. नंतरच्या काळात समाज सुधारकांची लाटच निर्माण झाली.

धर्मावर आणि धर्मातील जातिव्यवस्थेवर अनेकांनी घणाघाती हल्ले केले. महर्षी वि. रा. शिंदे, महात्मा गांधी, स्वातंत्र्यवीर वि. दा. सावरकर, डॉ. बाबासाहेब आंबेडकर यांनी जातिव्यवस्था उद्‌ध्वस्त करण्याच्या दिशेने आणि आधुनिक समाजमूल्ये रुजविण्याच्या दिशेने निकराचे प्रयत्न केले. विशेषत: १८७० ते १९२० च्या आसपास सारा समाज नव्या प्रबोधनयुगाच्या दिशेने वाटचाल करू लागला. या सर्वांचा परिणाम मराठी समाजावर होत होता. हा प्रारंभीचा काळ होता. ब्राह्मण जातिअंतर्गत त्याचा प्रभाव विशेष होता.

१९२०-२५ नंतरच्या काळात महाराष्ट्रातील बहुजन समाजात सामाजिक चळवळींना वेग आला. शिक्षण संस्था, नव्या युगाचा नवा धर्म सांगणाऱ्या धर्मसंस्था निर्माण झाल्या. त्यांचे लोण या काळात खेड्यापाड्यांपर्यंत तुरळक प्रमाणात जाऊन पोचले. मराठी ग्रामीण समाज खेड्यापाड्यांतून विखुरलेला होता, असंघटित होता, अज्ञानी होता, अज्ञानामुळे व आर्थिकदृष्ट्या दुबळा असल्यामुळे त्याच्यात या सामाजिक चळवळी रुजायला आणि कार्यप्रवण व्हायला वेळ लागला. मात्र निश्चितपणे जागृती होत होती.

१९४७ साली दुसऱ्या महायुद्धाच्या पार्श्वभूमीवर भारताला स्वातंत्र्य मिळाले. सगळे जग दोन महायुद्धांमुळे ढवळून निघाले होते. यंत्रयुग, लोकशाही, मार्क्सवाद, गांधीवाद, मानवतावाद, अस्तित्ववाद विशेषत: महात्मा गांधींचा खेड्याविषयीचा दृष्टिकोन, डॉ. आंबेडकरांनी दलित समाजाला एकत्र करून निर्माण केलेला रेटा त्यांनी जातिव्यवस्था खिळखिळी झाली होती. स्वातंत्र्यानंतर महाराष्ट्रात लोकशाही आली आणि नंतरच्या दहापंधरा वर्षांत खेडी खडबडून जागी झाली. ब्राह्मणी नेतृत्व, त्यांची ज्ञानाची, धर्माची आणि सरकारी क्षेत्रातील शासकीय मक्तेदारी जवळजवळ नष्ट झाली. दुसऱ्या बाजूंनी बहुजन समाजाच्या राजकीय आणि सामाजिक चळवळी यांचा रेटा निर्माण झाला.

१९७० नंतर खेड्यापाड्यातील बहुजन समाजातून एक मोठा शिक्षित वर्ग तयार झाला. सगळे जग वैज्ञानिक शोधामुळे आणि बुद्धिनिष्ठ तार्किक दृष्टीमुळे जवळ येऊ लागले. महाराष्ट्रातील शहरात नवे उद्योगधंदे निर्माण झाले. दळणवळण वाढले. खेडी आधुनिक होऊ लागली. लोकसंख्या अफाट वाढल्याने ती खेड्यांतून शहरांकडे रेटली गेली. या सर्वांचा परिणाम होऊन जुनी कुटुंबव्यवस्था आणि जातिनिष्ठ समाजव्यवस्था ढासळली गेली. नवी सुटी कुटुंबे आणि नवी वर्गनिष्ठ समाजव्यवस्था आकाराला येऊ लागली. ग्रामीण समाज आणि त्याची संस्कृती अंतर्बाह्य बदलू लागली.

आज एकविसाव्या शतकाच्या उंबरठ्यावर उभे राहून जातिव्यवस्थेच्या अंगाने ग्रामीण समाजाकडे पाहताना चित्र कसे दिसते? स्वातंत्र्यापूर्वीच्या शेकडो वर्षांत भारतीय आणि मराठी समाजात जे बदल आणि समाजविकास झाला नाही तो

१९४७ नंतरच्या केवळ पन्नास वर्षांत झालेला दिसतो. जातींचे आणि जातिव्यवस्थेचे पूर्वी जे महत्त्व आणि फायदे होते ते आता राहिले नाहीत. पण जाती संपूर्णपणे नष्ट होऊन समाज एकात्म झाला का? - तर तसेही झाले नाही. या संदर्भात आजचे समाजस्वरूप वेगळे पण काहीसे गुंतागुंतीचे झालेले दिसते.

जाती नष्ट झाल्या पाहिजेत, याची तीव्र गरज अस्पृश्य समाजाला वाटत होती आणि ते अतिशय स्वाभाविकही होते. हजारो वर्षे या अतिशूद्र जातींना फार अपमानित अवस्थेत जगावे लागले. जनावरांपेक्षा खालच्या पातळीवर हिंदूसमाजाने आणि धर्माने वागविले. साध्या माणुसकीपासून या जाती वंचित राहिल्या. त्यांना गावकुसाच्या आत कुणालाही स्पर्श करता येत नव्हता. अत्यंत खालचे आणि गलिच्छ धंदे व व्यवसाय त्यांच्या वाट्याला आले होते. ना आरोग्य, ना पाणी, ना अन्न, ना कपडालत्ता अशा अर्ध जनावरी अवस्थेत ती जगत होती. त्यामुळे या जातींना जातिव्यवस्था नष्ट करण्याची निकड वाटणे स्वाभाविक होते.

या जातींची आजची अवस्था कितीतरी सुसह्य आहे. शहरी आधुनिक राहणीत जातीला महत्त्व राहिले नाही. कुणालाही कोणत्याही जातीचा धंदा, व्यवसाय, उद्योग करता येतो. कोणतीही जात आता आपला जातिनिहाय धंदा सोडू शकते आणि कुठेही राहू शकते. बेटी व्यवहाराव्यतिरिक्त 'जात' सांगण्याची आज कुठेही गरज नाही. आज अनेक पूर्वास्पृश्यांनी जातिनिर्देशक असलेली आपली आडनावे सोडून देऊन नवी आडनावे धारण केलेली आहेत. त्या नावांवरून जातींचा बोध होत नाही. मात्र शिक्षणक्षेत्रात आणि सरकारी नोकरीच्या क्षेत्रात मागास जातींना काही खास सवलती ठेवल्या आहेत. त्या मिळविण्यासाठी जातींचा नामनिर्देश करावा लागतो. हा नामनिर्देश अनेक दृष्टींनी फायद्यांचा असल्यामुळे तो करावा लागतो. केवळ गुणवत्तेच्या जोरावर जीवनाच्या स्पर्धेत उतरण्याचे मानसिक सामर्थ्य या मागास जातींजवळ अजून आलेले नाही. म्हणून त्यांना जातींच्याच कुबड्या अजून घ्याव्या लागत आहेत. ज्या तथाकथित मागास जातीत जन्मल्यामुळे हजारो वर्षे ते गावकुसाबाहेर फेकले गेले होते, त्याच मागास जातींत जन्म घेतल्याचा दाखला त्यांना समाजात प्रस्थापित व्हायला आज मदत करत आहे. इतर मागास जातींनाही सरकारने अशाच सवलती ठेवलेल्या आहेत. त्यांचीही अवस्था अशीच आहे.

लोकशाही समाजव्यवस्थेमध्ये संघटनेला महत्त्व असते. संघटितपणे काम केल्यास सरकारकडून काही खास सवलती मिळतात. हे जसे खरे, तसे लोकशाहीमध्ये अनेक प्रकारच्या छोट्या मोठ्या संघटना असतात हेही खरे. आपल्या विशिष्ट जातीची मते आपणांस मिळावीत म्हणून अनेक मध्यम व खालच्या जातींचे पुढारी व कार्यकर्ते आपल्या जातीच्या संघटना तयार करतात. त्यांना वैयक्तिक पातळीवरही या संघटनांचे खूपच फायदे मिळतात. निवडणुकांच्या वेळी वरिष्ठ उमेदवाराकडून

धन मिळते. वरिष्ठालाही माहीत असते की धन दिल्यास विशिष्ट जाति संघटनांकडून एकगठ्ठा मते मिळतात. जातिसंघटनांनाही ती पैसे मिळवण्याची संधी वाटते. तसेच 'निवडून आल्यावर तुमचे प्रश्न सरकार दरबारी मांडतो' असे अभिवचन या संघटनांच्या द्वारा त्या त्या जातींना काही सवलतीही मिळण्याची शक्यता वाटते. म्हणून आजही संघटना होताना दिसतात. म्हणजे फायदे होत असतील तर स्वजाती हव्या असतात असे दिसते. रिपब्लिकन पक्षासारख्या मोठ्या राजकीय पक्षात विशेषत: महाराष्ट्रात एकाच विशिष्ट पूर्वास्पृश्य जातीचा भरणा विशेष असल्याचे दिसते. तसेच त्याच जातीच्या लोकांना त्या पक्षात अधिकार-पदेही मिळताना दिसतात.

राष्ट्रीय स्वयंसेवक संघाच्या परिवारातील विविध राजकीय आणि सामाजिक, सांस्कृतिक संघटनांमध्येही एका विशिष्ट उच्च जातीमधील लोकांचा भरणा विशेष दिसतो. मोक्याची पदे व अधिकार त्याच जातीतील लोकांमध्ये फिरत असल्याचे दिसते. तसेच छोट्या मोठ्या भटक्या जातींच्या व इतरही मध्यम जातींच्या संघटना आहेतच. मराठा महासंघ इत्यादी संस्थाही सामाजिक, सांस्कृतिक आणि जातीय पातळीवरील विवाहविषयक समस्या वगैरे सोडविणाऱ्या संघटनाही आहेतच.

उद्योग-व्यवसायाच्या पातळीवर, शैक्षणिक संस्थातील नोकऱ्यांच्या पातळींवरही जातीय भावना संपूर्णपणे नष्ट झालेली आहे, असे दिसत नाही. मात्र आज कुणीही आपल्याला उघडउघड जातीयवादी मानत नाहीत. माळी समाजातील, ब्राह्मण समाजातील, मराठा व मारवाडी समाजातील त्या त्या मोठमोठ्या उद्योग व्यवसायात त्या त्या जातींचेच लोक अधिक भरलेले दिसतात. ते मोक्याच्या जागी किंवा पदावर असतात. प्रसंगी सिद्धहस्त, असामान्य गुणवत्तेची माणसे मोक्याच्या ठिकाणी इतर जातींतूनही भरली जातात. त्यांचा त्या त्या उद्योगाच्या प्रतिष्ठेसाठी, व्यापकतेसाठी, उत्पादनाच्या दर्जासाठी, परिणामी 'मार्केट व्हॅल्यू' साठी आर्थिक फायदा त्या उद्योगव्यवसायाला होत असतो... 'जातिव्यवस्था नष्ट झाली पाहिजे' अशा सामाजिक चळवळी करणाऱ्यांची मानसिकताही याला अपवाद नाही... आज तरी हे सामाजिक वास्तव आहे. ते नाकारता येत नाही.

सामाजिक मानसशास्त्रीय दृष्ट्या याची मीमांसा अभ्यासूंनी करण्याची गरज आहे - पूर्वीइतकी जातिव्यवस्था कडक राहिली नाही, हे उघड आहे. शिवाशिव नाही की सोवळे ओवळे राहिले नाही. धार्मिक भावनेपेक्षा बुद्धिनिष्ठ, तर्कसुसंगत वर्तनाला महत्त्व आले आहे. ब्राह्मण, लिंगायत, जैन इत्यादी शाकाहारी लोकही आता मांसाहार करतात. सार्वजनिक ठिकाणी धर्माचा, जातीपातीचा विचार न करता हॉटेलात जातात. एकत्र अन्न खातात. आर्थिक, बौद्धिक, सांस्कृतिक दृष्ट्या तुल्यबळ असलेला साथीदार निवडतात, विवाह करतात. त्यामुळे आंतरजातीय विवाहांची संख्या शहरात वाढत आहे. पूर्वीसारख्या पोटजाती, 'कडू' जाती आता निर्माण होत नाहीत. वराची जात हीच

विवाहोत्तर वधूचीही जात आणि होणाऱ्या मुलांचीही जात मानली जाते. अगदी वरच्या जातींपासून अगदी खालच्या जातींपर्यंत अशी आंतरजातीय लग्ने होत आहेत. सुखाने नांदत आहेत. सारांश, जातीचे महत्त्व पूर्वी इतके राहिले नाही, हे उघड आहे.

तरीसुद्धा मानसिक दृष्ट्या सामान्यपणे आपली जात आपल्याला जवळची वाटते. आपल्या जातीत आपण एकाकी नसतो, सुरक्षित असतो, असे वाटते. ही सुरक्षितता जातीबाहेर गेल्यावर खात्रीपूर्वक मिळणार असेल व इतरही जीवनभराच्या सुखाचे फायदे खात्रीने मिळणार असतील तर जात, धर्म, देश सोडण्यास व्यक्ती आताशा तयार होऊ शकते असे दिसते. आंतरजातीय विवाहातील स्त्रीची स्वजात सोडण्याची मानसिकता, ख्रिश्चन धर्म स्वीकारणाऱ्या स्वातंत्र्यपूर्व काळातील अस्पृश्यांची मानसिकता किंवा स्वातंत्र्योत्तर काळातील काही उपेक्षित आदिवासींची स्वधर्म सोडण्याची मानसिकता आणि स्वदेश सोडून नोकरीसाठी परदेशात जाणाऱ्या व तिथेच स्थायिक होणाऱ्या सुशिक्षित तरुणांची मानसिकता, अशीच असते. या उलट 'जाती नष्ट झाल्या पाहिजेत' असे वाटणाऱ्या अनेक जातींना त्या त्या मागास जातींचे सरकारी रिझर्वेशन्सचे किंवा सवलतींचे मिळणारे फायदे हवे असतात. आपली जात समाजात श्रेष्ठ मानली जाते, खानदानी मानली जाते म्हणून ब्राह्मण, मराठा समाजातील अनेक व्यक्तींना ती व तिचा परंपरागत अभिमान व वारसा महत्त्वाचा वाटतो. तिच्या या स्थानाचे फायदे समाजात अनायासे मिळत असतात. या वरच्या जातींचे रूपान्तर आधुनिक समाज व्यवस्थेत प्रामुख्याने वरच्या 'वर्गात' झालेले दिसते. पूर्वीपासून वरच्या जातींना परंपरागत समाजव्यवस्थेत अनेक प्रकारचे आर्थिक, ज्ञानात्मक, सांस्कृतिक, शैक्षणिक फायदे मिळालेले असल्याने त्या जाती नव्या, आधुनिक समाजात लौकर प्रस्थापित होऊ शकल्या आहेत. कुणी उद्योग, व्यवसाय, वैज्ञानिक ज्ञानसंस्था यांच्यात उद्योजक, व्यापारी, इंजिनिअर, डॉक्टर, वकील, प्राध्यापक, तंत्रज्ञ म्हणून प्रस्थापित झाले तर कुणी राजकारणात, सहकारात, शिक्षणसंस्थात आमदार, खासदार, सहकारसम्राट, शिक्षणमहर्षी, बागायतदार, नेते इत्यादी होऊन प्रस्थापित झाले.

मध्यम जातींना जाती असल्या काय आणि नसल्या काय, सगळे समानच वाटते. उलट त्यांचे जातिनिहाय धंदे पूर्वी त्यांनाच करण्याचा अधिकार होता; म्हणून निर्वाहाच्या दृष्टीने त्या काहीशा सुरक्षित होत्या. आता त्यांचे धंदे कुणीही करते. त्यांना जुन्या समाजव्यवस्थेत कष्ट करूनच पोट भरावे लागत होते आणि नव्या समाजव्यवस्थेत तर त्यांचे धंदे इतरही लोक करू लागल्याने त्यांना जगण्यासाठी आता अधिकच संघर्ष करावा लागत आहे. म्हणून मध्यम जातीतील लोक 'जाती' व्यवस्थेबाबत प्रामुख्याने तटस्थ असलेले दिसतात. तरीही या जाती प्रामुख्याने ग्रामवासी असल्याने तेथील बहुजन समाजातील नेतृत्वामागोमाग सामान्यतः जातात.

कारण हे नेतृत्व ग्रामीण विभागातील शेतकरी समाजातून आलेले असते. आणि मध्यम जातींना शेतकरी मानसिक दृष्ट्या अन्नदाता वाटतो. ब्राह्मणवर्गीय नेता त्यांना जवळचा वाटत नाही, कारण त्या वर्गाने त्यांचे पूर्वापार धर्माच्या नावावर शोषणच जास्त केले होते, याची जाणीव त्यांच्या मनातून पुसली जात नाही.

सारांश, जातिव्यवस्थेच्या अंगाने समाज बदलत असला तरी जातीविषयक बाह्य बदल दिसतात म्हणजे जातिनिहाय धंदे, कामे आता राहिली नाहीत. आता कुणीही कोणतीही कामे करावीत. ज्याच्या त्याच्या गुणवत्तेनुसार, कर्तृत्वानुसार, आर्थिक सामर्थ्यानुसार जो तो जगण्यात यशस्वी किंवा अयशस्वी ठरणार आहे. मध्यम आणि खालच्या जातींतील लोकांसमोरच आता मोठी आव्हाने आहेत. वरच्या जाती पूर्वापार धनसंचयामुळे नव्या समाजात वरच्या वर्गात जाऊन प्रस्थापित झाल्या आहेत. त्यांच्या जातींमुळे त्यांचे नुकसान झालेले नाही. म्हणून जातीविषयींची त्यांची मानसिकता वेगळी आहे. मात्र ते आजच्या समाजातील 'जाती' नष्ट झाल्या पाहिजेत असेच मानतात. याचे कारण येथून पुढच्या समाजात जातीला महत्त्व नसून 'वर्गाला' महत्त्व आहे, अर्थप्रधान समाजव्यवस्थेला महत्त्व येणार आहे, तंत्रज्ञान, विज्ञान यांना महत्त्व येणार आहे, हे त्यांनी ओळखले आहे आणि ते सर्व आत्मसात करण्याची आर्थिक व बौद्धिक क्षमता त्यांच्याजवळ आहे. ते आता कोणत्याही जातीचा, कोणताही धंदा आत्मसात करतात, त्याला आधुनिक तंत्राने अद्ययावत करतात आणि व्यापारी वृत्तीने धनसंपदा मिळवतात.

एकविसाव्या शतकात जाती फक्त मानसिक पातळीवरच शिल्लक राहतील आणि आर्थिक वर्ग निश्चित होत जातील, असे वाटते. विद्यमान स्पर्धात्मक जगात एखाद्या जातीचा माणूस त्याच्याच जातीच्या दुबळ्या लोकांचेही आर्थिक शोषण करू शकतो. शहरी जीवनात त्याची भरपूर उदाहरणे सापडतात. उद्याच्या युगातील वर्गीय शोषण हे अधिक भीषण असणार आहे. जाती कालबाह्य आजच ठरलेल्या आहेत. त्यांचा उद्या काही उपयोग नाही. त्या आज बाह्यतः मोडून पडलेल्या आहेतच. भावनिक आणि सांस्कृतिक पातळीवर, काही प्रमाणात त्या त्या जातीच्या सांस्कृतिक एकात्मतेमुळे त्या आज भारतीय मनात सबल स्वरूपात रेंगाळताना दिसतात खऱ्या. एकदोन पिढ्यांनंतर हे रेंगाळणेही संपुष्टात येईल. वर्गीय समाजव्यवस्थेत आर्थिक, शैक्षणिक, ज्ञानात्मक, विज्ञानात्मक, वैयक्तिक गुणवत्ताच महत्त्वाची ठरणार आहे. म्हणून ज्याच्याजवळ अद्ययावत उद्योग प्रधान धंद्याची गुणवत्ता आणि शिक्षण असेल तोच नव्या जातिनिरपेक्ष पण वर्गसापेक्ष व्यवस्थेत टिकेल. अंतिमतः जातिनिष्ठ राखीव जागांचे सरकारी क्षेत्र फायद्याचे नाही. उद्या तेही नष्ट होणार आहे; म्हणून कालसापेक्ष वैयक्तिक गुणवत्ताच वाढवावी लागणार आहे.

□

समृद्ध खेड्यातील कंगालपणा

१९६० नंतर महाराष्ट्राच्या शेतीचं रूप पालटू लागलं आणि त्यामुळे ग्रामसंस्कृतीतही परिवर्तन होऊ लागलं. पहिल्या आणि तिसऱ्या पंचवार्षिक योजनांत शेतीविकासावर दिलेला भर, पाणी योजनांच्या द्वारा निर्माण झालेले पाण्याचे नवे साठे, जाणीवपूर्वक पडीक जमीन लागवडीखाली आणण्याचे प्रयत्न, आलेली यांत्रिक नवी अवजारे, नवनवी खते, नवी सुधारित बीबियाणे, पिकावरील रोग-कीडनाशक नवी औषधे, सहकार तत्त्वाचा उत्साही स्वीकार यांच्यामुळे शेतकीचे स्वरूपच बदलून गेले. नव्या शेतीची नवी शैली निर्माण झाली. ग्रामसंस्कृतीवर तिचा मूलभूत स्वरूपाचा परिणाम झाला.

पुणे-कोल्हापूर साध्या एस.टी.ने प्रवास केला तरी एक गोष्ट सतत डोळ्यांत भरते. क्षितिजापर्यंत नजर गेली की प्रथम डोंगरांच्या रांगा दिसू लागतात. डोंगरांच्या उंचसखल रेषा लपेटदार वळणे घेत जाताना दिसतात. उतारावर समपातळीत् थोडे थोडे जमिनीचे तुकडे तयार केलेले दिसतात. त्यात वरी, नागली, नाचणी, भात यांची पिके दिसतात. रस्त्याच्या पूर्वेला पश्चिमेच्या तुलनेत डोंगर कमी, त्यांची उंची कमी, माथ्यावर पठारे मोठी मोठी होत गेलेली दिसतात. खलाटी, दऱ्या अधूनमधून येत-जात असतात. तांबूळ जमिनीचे प्रमाण मोठे आणि क्वचितच काळ्या जमिनीचे दिसणारे ठिगळ. माळरान भरपूर. मधूनच लागणारे काळेभोर खडक युगपुरुषांसारखे बसलेले. या पट्ट्यात चाळीस इंचाच्या आसपास वर्षभरात पाऊस पडतो. कोकणात भरपूर पाऊस पडतो पण सगळे पाणी डोंगर-दऱ्यांतून वाहून जाते. शिवाय जमीन खडकाळ, तांबडी म्हणजे पाण्याचे साठे करता येत नाहीत. सगळे पाणी वाहून जाते आणि जमिनीचा मोठ्या प्रमाणावर पिकांसाठी उपयोग करून घेता येत नाही. सगळा जोर फळांवर असतो. आंबा, फणस, काजू, नारळ, आमसोल ही झाड-फळे मात्र मिळतात. भातपिकांवर मिळेल त्या खाचरांतून जोर ठेवावा लागतो. त्या खालोखाल समुद्रातील मासळी मिळते.

मराठवाड्याची जमीन काहीशी पिकावू आहे. पण बहुतेक भाग पावसाअभावी

दुष्काळी आहे. म्हणून कोरडवाहू जमिनीचे प्रमाण मोठे. ज्वारी उत्तम पिकते. पण दुष्काळांमुळे तिचे प्रमाण अत्यल्प आहे. म्हणून पोटासाठी स्थानांतराचे मोठे प्रमाण आहे. विदर्भाची जमीनही काळी, पिकावू आहे. पाऊसही थोडा थोडा पडतो. त्यामुळे कापूस, संत्री-मोसंबी यांच्यावर विशेष जोर असतो. महाराष्ट्रात अनेक नद्यांचे उगम आहेत. पण त्या महाराष्ट्राबाहेर मोठ्या होतात. त्यामुळे फार थोड्या नद्यांचे थोडे पाणी महाराष्ट्राला मिळते.

परिस्थिती अशी विषम असल्याने महाराष्ट्रात फक्त २५-३० टक्के जमीन ओलिताखाली येते. या ओलितामध्ये विहिरी, तळी, नद्या, ओढे, नाले, पाट-बंधारे यांचे सर्व पाणी अभिप्रेत आहे. म्हणजे नद्या, पाटबंधारे सोडले तर पाणीपुरवठा सुद्धा वर्षभर नसतो. हंगामी असतो. त्यामुळे बारमाही बागायती फार थोड्या प्रमाणावर करता येते. सारांश, निसर्गावर अवलंबून असलेली फार मोठी शेती महाराष्ट्रात आहे.

त्यात पुन्हा महाराष्ट्रात छोट्या छोट्या शेतकऱ्यांचे प्रमाण एकूण शेतकऱ्यांच्या अर्धे भरेल इतके आहे. अशा छोट्या शेतकऱ्यांना जवळ पैसा, भांडवल, पुरेसे नसल्यामुळे आपल्या शेतीचा विकास करता येत नाही. आहे त्या परिस्थितीत आहे ती शेती जुन्याच पद्धतीने करावी लागते. त्यांना सरकारी योजनांचा फायदाही लहान कुवतीमुळे मिळू शकत नाही. त्यामुळे आहे या स्थितीतच कुचंबत राहतात.

म्हणजे जमीन उत्तम दर्जाची फार नाही. पाऊस सर्वसाधारणपणे तुटपुंजा, छोट्या शेतकऱ्यांचे मोठे प्रमाण, काही ठिकाणी पाऊस भरपूर पडतो पण जमीन पिकावू नाही; शिवाय पाणी डोंगर-दऱ्यात वाहून जाते. काही ठिकाणी जमीन चांगली पिकावू आहे, पण कमी पावसाचा प्रदेश आहे. त्यामुळे बागायती करता येत नाही. नद्यांच्या पाण्याचा मोठ्या प्रमाणात भौगोलिक स्थितीमुळे फायदा घेता येत नाही. त्यामुळे महाराष्ट्र राज्य हे अन्नधान्याच्या बाबतीत तुटीचे राज्य आहे. तरी एकूण पिकावू जमिनीच्या ७० टक्के जमिनीत अन्नधान्याची पिके पिकवली जातात. ज्यांना आपण नगदी पिके (कॅश-क्रॉप्स) म्हणतो ती म्हणजे कापूस, भुईमूग, ऊस, ही पिके अवघ्या २० टक्के क्षेत्रात घेतली जातात. गणिताच्या भाषेत बोलायचे तर साधारणपणे ४ कोटी ५२ लाख एकर जमीन महाराष्ट्रात पिकावू आहे. तिच्यातील फक्त २७ लाख एकर जमीन पाण्याखाली येते. आणि तिच्यातील फक्त साडेचार लाख एकर जमीन उसाखाली येते.

तरी १९६० ते १९९५ च्या काळात एकूण लागवडीखालील जमिनीत ८-९ टक्के वाढ झालेली आहे. या तीसपस्तीस वर्षांच्या काळात पाणी योजनांमुळे बागायती क्षेत्र दुपटीपेक्षा जास्त वाढलेले आहे. भात पिकविण्याचे प्रमाणही जवळजवळ दुप्पट वाढले आहे. मात्र या काळात ज्वारीचे उत्पादन १९६० साली होते

त्याच्यापेक्षाही कमी झाले आहे. इतर अन्नधान्य पिकविण्याच्या प्रमाणातही १९६० च्या तुलनेत फारशी वाढ झालेली नाही. उसाचे क्षेत्र मात्र या काळात दुप्पटी पेक्षाही जास्त वाढलेले आहे.

याचा अर्थ एवढाच होतो की, १९६० ते ९५ च्या काळात जी जमीन नव्याने लागवडीखाली आली तिच्यात प्रामुख्याने ऊस घेण्यात येतो आहे. ज्वारी पिकाची बरीच जमीनही उसाने खाऊन टाकलेली आहे. जे नव्याने पाणीसाठे या तीसभर वर्षांत वाढले ते सर्व उसाच्या पिकासाठी वापरले जातात. बाकीच्या पिकांसाठी त्यांचा फार थोडा किंवा नगण्य वापर केला गेला. दुसऱ्या भाषेत याचा अर्थ असा होतो की, १९६० ते ९५ च्या काळात महाराष्ट्रातील शेतीचा विकास प्रामुख्याने उसाच्या आणि भातपिकाच्या अंगांनीच झालेला आहे. बाकीच्या अन्नधान्यांच्या पिकांच्या उत्पन्नात जी वाढ झालेली आहे ती प्रामुख्याने सुधारलेली बीबियाणे, नवी खते, नवी रोग-कीडनाशक औषधे यांच्यामुळे झालेली आहे. त्यांचे शेती क्षेत्र वाढलेले नाही, किंवा त्या पिकांना पाणी देण्यामुळे वाढ झालेली नाही - याचा परिणाम शेतीसंस्कृतीवर आणि ग्रामसंस्कृतीवर काय झाला? तो अनुकूल झाला का प्रतिकूल झाला? यामुळे खेडी सुधारली की उद्ध्वस्त झाली? असे काही प्रश्न निर्माण होतात.

१९६० नंतर महाराष्ट्राच्या ग्रामसंस्कृतीत 'सहकाराचे' नवे सूत्र प्रविष्ट झाले. तत्पूर्वीपर्यंत म्हणजे स्वातंत्र्यपूर्व काळापासून ते १९६० पर्यंत एका विशिष्ट अर्थाने शेती एकमेकांच्या सहकार्यावरच चालत होती. या सहकार्याचे स्वरूप आजच्या 'सहकारा'सारखे नव्हते. ते फार वेगळे असे. एखाद्या मोठ्या बागायतदाराचा मळा असे. त्यात तो बागायतदार प्रथम स्वतःच्या कुटुंबाच्या पोटापाण्यासाठी अन्नधान्य पिकवीत असे. वर्षभर पुरेल एवढेच अन्नधान्य यावे, या हिशोबाने तो पेरणी करत असे. उरलेल्या रानात प्रामुख्याने ऊस घेत असे. शिवाय वर्षभर खर्चअर्च चालावा म्हणून भाजीपाला पिकवीत असे. हा भाजीपाला जवळच्या मोठ्या गावच्या बाजारात नेऊन विकत असे. शिवाय उसाच्या पालटाणाच्या रानात गहू, हरभरा, मका, जोंधळा यासारखी पिकेही तो कधी पावसाच्या पाण्यावर तर कधी पूरक अशा विहिरीच्या पाण्यावर पिकवीत असे.

एवढे करूनही विहिरीचे पाणी शिल्लक राहत असेल तर शेजारच्या छोट्या शेतकऱ्याला ते पाणी चौथाईने देत असे. म्हणजे पाण्यावर पिकेल त्या उसादी पिकाचा चौथा भाग त्याच्या मालकीचा असे. त्यात दोघाही शेतकऱ्यांचा फायदा असे.

उसाचे गुऱ्हाळ किंवा अन्नधान्याची सुगी ही गावाला पर्वणी असे. गावातील शेतमजूर, रोजगारी माणसे त्यात महिना दोन महिने गुंतत असत. त्यांना मूठपसा धान्य, ऊस, रस, गूळ पोटापुरता तर मिळतच असे, पण रोजची मजुरीही पैशाच्या

स्वरूपात मिळे. अशा रीतीने गावाच्या शेतीत पिकणारे अन्नधान्य गावच्या लोकांनाच निरनिराळ्या स्वरूपात मिळत असे. त्याचा फार थोडा भाग गावाच्या बाहेर जात असे. त्या बाहेर जाण्यातून येणारा पैसाही गावातच येत असे. कारण बागायतदार शेतकरी त्या गावातच राहत असे. त्याची प्रॉपर्टी, इस्टेट किंवा मालमत्ता गावाच्या बाहेर कुठे शहरात किंवा तालुक्याला सहसा केलेली नसे. त्यामुळे बागायतदाराच्या घरातील लग्नकार्यात वगैरे गावजेवण घालून ते अन्नधान्य गावाच्याच पोटात जाईल अशी व्यवस्था रूढीनेच केलेली असे - यात कितीतरी मोठा सहकार्याचा भाग येत होता. शेतकरी आणि गाव यांचे हे सहकार्य होते.

१९६० नंतर गावाची ही शैली हळूहळू बदलत गेली. सहकार्याच्या स्वाभाविक प्रवृत्तीऐवजी 'सहकार' नावाचे नवे राजकीय सूत्र आले. कारण गुळाच्या गुऱ्हाळा ऐवजी साखरेचे कारखाने आले. या कारखान्यांनी नवी भांडवली शैली निर्माण केली. तिचे मूळ उग्र स्वरूप प्रथम कुणालाच जाणवले नाही; कारण वरवर पाहता हे मोहक होते.

स्वातंत्र्यपूर्व काळातील प्रामुख्याने बहुजन समाजातील जमीनदार, इनामदार, सरंजामदार, पाटील, चौगुले, देसाई, माळी, कुलकर्णी, वतनदार हीच मंडळी स्वातंत्र्योत्तर काळातील ऊसवाले बागायतदार म्हणून पुढे आलेली आहेत. स्वातंत्र्योत्तर काळातील ग्रामीण विभागातील ही मंडळी मोठ्या प्रमाणात राजकारणात शिरली, त्याला अनेक कारणे आहेत. हीच मंडळी महाराष्ट्राचे राजकीय नेतृत्व करू लागली. ही मंडळी मुळात बडे बागायतदार शेतकरी आहेत. त्यांच्याच हातात राजकारणाची सूत्रे गेली. त्यांतून पुढे सहकार-सम्राट जन्माला आले.

महाराष्ट्रातील शेतकऱ्यांचे सर्वसाधारण तीन स्तर केले तर चित्र काय दिसते? मोठे, मध्यम आणि छोटे शेतकरी अशा तीन विभागांत विभागणी करता येते. पहिल्या वरच्या थरातील बडे बागायतदार शेतकरी २४-२५ टक्के आहेत. पण त्यांच्या ताब्यात महाराष्ट्राच्या एकूण शेतीची ६२ टक्के जमीन आहे. प्रामुख्याने ती बारमाही पाण्याची बागायत जमीन आहे. दुसऱ्या मध्यम शेतकऱ्यांच्या ताब्यात एकूण शेतीच्या ३० टक्के जमीन आहे. आणि हे शेतकरी फक्त २७ टक्केच आहेत. ही ३० टक्के जमीन प्रामुख्याने बागायतीची आणि काही प्रमाणात अन्नधान्ये पिकविणारी जिराईतीची आहे. एकूण शेतकऱ्यांत ४६ टक्के शेतकरी छोटे, सामान्य शेतकरी आहेत. आणि त्यांच्या ताब्यात एकूण शेतीच्या फक्त ११ टक्के जमीन आहे. तीही फक्त कोरडवाहू, पावसाने पिकणारी जमीन आहे. ही वस्तुस्थिती चक्रावून टाकणारी आहे.

१९६०ते ७० च्या काळात महाराष्ट्रात फक्त पंचवीस सव्वीस साखर कारखाने होते. आज घडीला महाराष्ट्रात शंभरच्या वर कारखाने चालू आहेत.

१९६० च्या आसपास गुळाच्या दुप्पट-सवादोनपट साखर महाग होती. सहकाराचे क्षेत्र नुकतेच सुरू झाले होते. अनेक सरकारी सवलती जाहीर केल्या जात होत्या व अनेक योजना शेतीविकासासाठी आखल्या जात होत्या. अनेक पाणी योजना, कर्ज योजना आखल्या जात होत्या. साखर उद्योगात बाकीच्या कोणत्याही पिकाच्या तुलनेत खूप फायदा आहे, हे बागायतदारांच्या लक्षात येत होते. त्यामुळे ग्रामीणविभागांत त्यांनी शेअर्स गोळा करून अनेक सहकारी साखर कारखाने जन्माला घातले. १९७० च्या आसपास सरकारी आदेश काढून शेतकऱ्यांची 'गुऱ्हाळे' चालू करण्यासाठी जिल्हाअधिकाऱ्यांची परवानगी घेतली पाहिजे, असा नियम केला. हळूहळू गुऱ्हाळांना परवानगी देणे बंद करून बहुतेक सर्व शेतकऱ्यांचा ऊस सक्तीने साखर कारखान्यांकडे वळवला. महाराष्ट्रातली गूळनिर्मिती बंद झाली. गोरगरिबांना गूळ घेणे पूर्वी परवडत असे. चहासाठी, सणासुदीला त्याचा ते वापर सहजपणे करत असत; ते आता थांबले. आज घडीला गूळ आणि साखर यांच्या समान किंमती आहेत. निर्मिती बंद झाल्याने गूळ महाग, आणि कारखान्यात निर्मिती

करावी लागते म्हणून साखर महाग, अशी आजची स्थिती आहे. दोन्हीही वस्तू आता गरिबांना, सामान्यांना खेडेगावात परवडत नाहीत. त्यामुळे गरिबांचे चहा, सण महाग झाले. गुऱ्हाळे बंद झाल्याने गावातली सुगी बंद झाली. गरीब शेतमजुरांना, रोजगारी लोकांना त्याचाही फटका बसला. त्यांचे 'सहकार्य' सक्तीने बंद झाले.

महाराष्ट्रात पाटबंधारे, धरणे यांच्या योजना आखल्या गेल्या त्याचा फायदा अनेक बड्या बागायतदारांनी घेतला. ही मंडळी राजकारणात असल्यामुळे त्यांना या योजनांचा पत्ता अगोदर लागत असे. पाटबंधारे, धरणे कुठे कुठे बांधणार आहेत, त्यांच्या पाण्याचे 'फाटे' कोठून कसे जाणार आहेत यांची माहिती त्यांना प्रथम लागे. ही माहिती लागली की, अनेक बडे बागायतदार त्या क्षेत्रातील छोट्या शेतकऱ्यांच्या जिराईती, छोट्या छोट्या जमिनींचे तुकडे खरेदी करत. थोडा चढा भाव दिला की छोटे शेतकरी खूश होत असत. 'एवढ्या किंमतीला आपल्या दुष्काळी, नापीक, कोरडवाहू जमिनी कुणीच खरीदणार नाही', असे त्यांच्या अडाणी, भोळ्या, उद्याचा पत्ता नसलेल्या मनाला वाटे. परिणामी ते जमिनी विकून मोकळे होत. पुष्कळ वेळा दोन बागायतदारांच्या जमिनींच्या बेचक्यात सापडलेल्या छोट्या शेतकऱ्याच्या जमिनीचे अनेक प्रकारे नुकसान होत असे. त्यांना जमीन विकण्यासाठी प्रेमाची सक्ती केली जाई, दबाव आणला जाई. पूर्वी बागायतदार शेतकरी शेजारच्या छोट्या शेतकऱ्याला चौथाईने 'पाणी' देत असे. ती पद्धत साखर कारखाने आल्यावर बंद झाली. बागायतदार आता त्या जमिनीच खरेदी करून आपल्या रानाला जोडू लागले व बागायतीचे स्वत:चे क्षेत्र वाढवू लागले... या छोट्या छोट्या शेतकऱ्यांचे रूपांतर जमिनी गेल्यामुळे शेतमजूर, रोजगारी यांच्यांत झाले.

बडे बागायतदार एक तर राजकारणात असतात किंवा राजकारणाशी संबंधित असतात. मध्यम बागायतदार या मंडळींशी संबंध ठेवून असतात. प्रामुख्याने ते बड्यांचे 'कार्यकर्ते' सेवक असतात. त्यामुळे यांना सरकारी अनेक योजनांचे फायदे घेता येतात. कर्जे मंजूर करून घेता येतात, तशी कर्जे माफ करून घेता येतात. सरकारी सबसिडीच्या योजना राबवून घेता येतात.

सरकारी, सहकारी योजनांचे कोणतेही फायदे या बड्या आणि मध्यम बागायतदारांना सतत मिळत असतात किंवा ते उचलत असतात; तर उरलेल्या पन्नास टक्के सामान्य किंवा छोट्या शेतकऱ्यांना या योजनांचे कोणतेही फायदे मिळत नाहीत किंवा ते त्यांच्यापर्यंत येऊन पोचतही नाहीत. त्यामुळे हा छोटा शेतकरी बड्या व मध्यम बागायतदारांसमोर सदैव लाचार असतो. बारीकसारीक गोष्टींसाठी त्यांचे उंबरे झिजवत असतो. या छोट्या शेतकऱ्यांच्या जीवनात गेल्या पन्नास वर्षांत काहीही फरक पडलेला नाही. ते पूर्वी होते तसेच आहेत. किंबहुना अधिकच गरीब होऊन कामधंदा शोधत असतात. म्हशी पाळून त्यांचे दूध डेअरीला घालून गुजराण करीत

असतात. शेतमजूर होऊन कामे मिळवत असतात. उपासमारीला कंटाळून आपल्या शेताचे तुकडे बागायतदारांना विकतात. यांत्रिकीकरणापूर्वी असे छोटे शेतकरी एखादी बैलजोडी आणि गाडी ठेवून मोठ्या शेतकऱ्याच्या शेतावर बैलांची नांगरट, कुळवट, पेरणी करून देत. गाडीने परगावी धान्य, कापूस, गूळ नेऊन देत असत व गुजराण करत असत. आता यांत्रिकीकरणामुळे तीही कामे बंद झाली. अन्नधान्यांची सुगीही यांत्रिकीकरणामुळे रोजगारी मंडळींना बंद झाली. दुष्काळ तर चार एक वर्षांनी हमखास येतोच. तो हैराण करून टाकतो. या सर्वांचा परिणाम होऊन ही माणसे आता शहरांकडे पोट भरण्यासाठी धाव घेतात.

शहरांत जाऊन झोपडपट्टीची भर करतात. या झोपडपट्ट्या म्हणजे शहरांतील खेडीच असतात. तीच माणसे सामान्य मराठी माणसांचे प्रतिनिधित्व करत असतात. शहरांतील त्यांची लोकसंख्या एकूण शहरी लोकसंख्येच्या चाळीस-पन्नास टक्क्यांच्या आसपास असते. हळूहळू या शहरांतील झोपडपट्ट्या अधिकाधिक बकाल होत गेल्या आहेत. १९६० ते ७० च्या दरम्यान शहरांतील औद्योगिक विकास होत होता. या विकासासाठी कामगारांची मोठ्या संख्येने गरज होती. जणू ती गरज भागविण्यासाठीच ही माणसे भाकड गुरांचे कळप कत्तलखान्याकडे जावेत तशी शहरांकडे जात होती.

□

आधुनिक ग्रामसंस्कृतीची शोकांतिका

स्वातंत्र्यपूर्व खेड्यातील शेती प्रामुख्याने पाळीव जनावरांच्या साहाय्याने होत असे. १९६० नंतरच्या यांत्रिकीकरणामुळे, शेतात इंजिने, विजेवर चालणारे पाणीपंप, ट्रॅक्टर, इतर यांत्रिक अवजारे आल्यामुळे औती जनावरांची शेतावरची संख्या आपोआप कमी झाली. बैल, रेडे यांना वाढवणे, शेतकामासाठी तयार करणे हे कमी झाले. कर्त्या पुरुषांची जशी काळजी घरातली इतर माणसे घेतात तशी या जनावरांची काळजी पूर्वी घेतली जात असे; ते गेले. ती लुकडी, रोडकी, अल्पायुषी होऊन कत्तलखान्याची बळी होऊ लागली.

क्वचित एखादा मोठा शेतकरी एखादी बैलजोडी बारीकसारीक वरकड शेतकामासाठी आजही ठेवतो. कित्येक वेळा इंजीन, पंप, यंत्रे नादुरुस्त होतात; ती गाडीत घालून दुरुस्तीसाठी इकडे तिकडे न्यावी लागतात. त्यासाठी ही बैलजोडी आवश्यक असते. पण या जनावरांचे शेतकऱ्याच्या घरातील पूर्वीचे प्रतिष्ठेचे स्थान आता गेले. बैल हे शेतकऱ्याच्या घरचे भूषण आणि शेतीचे वैभवशाली प्रतीक होते. लढाई, युद्ध गाजवणारा एखादा सैनिक जसा निवृत्त झाल्यावर नाइलाजाने वॉचमनचे काम करतो, तशी अवस्था या बलिवर्दाची आज शेतीमध्ये झाली आहे. पूर्वी एखाद्या शेतकऱ्याकडे शेतावर किंवा एकूण कष्टासाठी किती बैलजोड्या आहेत यावर त्याची प्रतिष्ठा अवलंबून असे. औती जनावरे हे त्याचे वैभव समजले जाई. सुंदर, देखणे, शक्तिमान बैल त्याच्याकडे असतील तर ग्रामीण माणसे ते कौतुकाने पाहत. उत्तम बैल ठेवण्याची, तसे निर्माण करण्याची हौशी स्पर्धा शेतकऱ्यांमध्ये पूर्वी असे. घरांतील माणसांवर माणूस जसा प्रेम करतो तसे प्रेम, तसे स्थान या बैलांना घरीदारी असे. बेंदराला त्यांची प्रतिष्ठा ठेवून पूजा केली जाई. दसऱ्याला बैलगाडी सोने लुटून परतल्यावर त्यांना गृहिणी कौतुकाने ओवाळत. त्याला गोड घास चारत. एवढेच नव्हे तर या पाळीव जनावरांचे वार्धक्य आणि मृत्यूही सुखावह होत. बैल म्हातारे

झाले की त्यांना विश्रांती दिली जाई. बसून खात राहत. सुखाने दावणीला बसून एक दिवस जीव सोडून निघून जात. आपल्या संस्कृतीत सूर्य-चंद्रांची उपमा पराक्रमी पुरुषांना जशी दिली जाते तशी खोंडाची (तरुण, उद्दाम, शक्तिमान, पराक्रमी बैलाची) उपमाही फार पूर्वीपासून संस्कृत-मराठी साहित्यात दिलेली आढळते. इंद्र, अग्नी, इत्यादी देवतांनाही 'वृषभा'ची विशेषणे लावली जात. माझ्या लहानपणी मी पाहिले की, विवाहसमयी पुरुषांच्या बाशिंगावर बैलाची छोटी मुखे लावत. ही मुखे गणकाट्याची असत. 'बाशिंग' याचा अर्थच भाल-शिंग असा आहे. पुरुष हा बैलाचे प्रतीक समजला जाई. कारण तो 'वीर्यवान' आहे. त्याच्यामुळे संसार फळणार, फुलणार आहे असे ते चिन्ह सुचवते. 'माडिया' आदिवासी समाजात तर बैलांच्या शिंगांचे शिरोभूषण असते. त्या त्या घराण्याचा जणू तो राजमुकुट असतो. ते शिरोभूषण समारंभाच्या वेळी हे माडिया लोक विधिपूर्वक डोक्यावर अजूनही धारण करतात. ते घराण्याचे प्रतीक म्हणून फार काळजीपूर्वक सांभाळतात. सारांश, गाई, बैल यांना ग्रामसंस्कृतीत फार पूर्वीपासून मानाचे व महत्त्वाचे स्थान आहे. आधुनिक यंत्र-संस्कृतीमुळे ते नष्ट झाले.

आधुनिक यंत्रसंस्कृतीत प्रामुख्याने बैलांचा उपयोग संपल्याने ते कत्तलखान्याकडे पाठवतात. पुण्यात १९७० ते १९८० च्या काळात पुणे-बंगलोर रस्त्याने रोज बैलांचे, गायींचे प्रचंड खिंडार कत्तलखान्याकडे जाताना मी पाहिले. या काळात त्यांचे चमडे प्रचंड प्रमाणात परदेशी निर्यात झाले. लाखो पाळीव जनावरे या काळात प्राणास मुकली. गाई, बैल, म्हशी, शेरडे, मेंढरे यांना 'धन-संपदा' म्हणूनच पूर्वी ग्रामसंस्कृतीत ओळखले जाई. शेतावर पिकवणाऱ्या पिकाचे धान्य काढून घेतले की, उरलेला कडबा, उसाचे वाडे, भुईमुगाचे वाळलेले वेल, तुरीचा कोंडा, बांधावरचे गवत, शेवरी, कडवळ, बाटूक हे जनावरांचे अन्न असे. पिकांचे हे उर्वरित भाग खाऊनच जनावरे जगत असत. या अन्नाचा परिणाम लेंडी, शेण यांच्या द्वारा सेंद्रिय खत मिळण्यात होई. पिके पिकवण्यासाठी आजही हे उत्तम खत मानले जाते. पण जनावरांची संख्या कमी झाल्याने आज ते पिकावू रानांना मिळेनासे झाले आहे. पर्यायी व्यवस्था म्हणून रासायनिक खतांचा आजच्या ग्रामसंस्कृतीत मोठ्या प्रमाणात वापर केला जात आहे. या खतांमुळे पिकावू जमिनी काही काळाने टाकाऊ, निकृष्ट, नापीक होताना दिसतात. शेत जमिनींचे त्यामुळे मोठे नुकसान होत आहे. आणखी काही वर्षांनी या रासायनिक खतांचे भीषण परिणाम दिसून येणार आहेत. मुक्या जनावरांवरचे प्रेम हा भारतीय ग्रामसंस्कृतीचा महत्त्वाचा भाग होता; आजच्या ग्रामसंस्कृतीत तो नाहीसा होत चालला आहे. निदान खतासाठी तरी जनावरांवर प्रेम केले पाहिजे. खत हे मातीचे अन्न आहे. तेच आपण हरवून बसणार आहोत.

यांत्रिकीकरणामुळे शेतीवरची माणसांची संख्याही कमी होत गेली. एकटे पाच-सहा हॉर्सपॉवरचे इंजीन किंवा पंप दोन-तीन मोटांचे पाणी एकदम उपसू शकते. त्यामुळे तीन मोटके कमी होतात. शेतीवरच्या जनावरांसाठी गवत कापण्यासाठी, उसाचा हिरवा पाला काढण्यासाठी किंवा कडवळ काढण्यासाठी एका बैल जोडीसाठी एक माणूस असावा लागतो. तोही कमी झाला. पूर्वी पिकाची कापणी करण्यासाठी, मळणी करण्यासाठी अनेक माणसे लागत असत. तीही यंत्राच्या कापणी-मळणी तंत्रामुळे कमी झाली. मुख्य म्हणजे ट्रॅक्टरमुळे अनेकांची कामे गेली. बांधबंदिस्तीची कामे, नांगरणी, कुळवणी, ढेकळे फोडणे यासारखी कामे करण्यास माणसे लागत असत. त्यांची कामे आता ट्रॅक्टरच करू लागला. शेतीसाठी बलुतेदार जी कामे करत असत; ती बंद झाली. पाणी ओढण्यासाठी मोट लागे. बैल जुंपण्यासाठी जुंपण्या लागत. बैलांना म्होरक्या लागत, सापत्या लागत. ही सर्व साधने चांभार पुरवत असे. आता बैल आणि मोटच गेल्यामुळे चर्मकाराचे कामच राहिले नाही. मोटेसाठीच नाडा-सोंदूर लागे, बैलांना कासरा-दावी लागत. भरलेली गाडी आवळण्यासाठी दोर, काढण्या लागत; आता बैलांबरोबर गाडीही गेली, मोटही गेली, त्यामुळे चऱ्हाटे पुरवणाऱ्या मातंग बलुतेदाराला कायमची सुटी मिळाली. सगळ्यांचे यांत्रिकीकरण झाल्याने लोहाराचे महत्त्वाचे लोखंडी कामाचे बलुते संपले. कोणत्याही इंजिनाची वस्तू त्याला निर्माण करता येत नाही की, त्याची दुरुस्तीही करता येत नाही. खुरपी, कुऱ्हाडी, कोयते, कुदळी तो करू शकतो. पण ही किरकोळ कामे करण्यासाठी कायमचा बलुतेदार लोहार, ठेवण्याची आवश्यकता नसते.

१९६० नंतरच्या काळात प्लॅस्टिक आले. या प्लॅस्टिकने गोर-गरिबांचे संसार अतिस्वस्तात सजवले. पाण्याची व इतर वापरातील अनेक रंगीबेरंगी भांडी आणि वस्तू प्लॅस्टिक जन्माला घालू लागले. खेडेगावात गरिबांचे संसार गाडग्यामडक्यांचे असत. गाडगी-मडकी मातीची असल्याने नाजूक असत. लौकर फुटत किंवा चुकून धक्का लागला तरी ती भांडी फुटत. कुंभार जेवणासाठी परळ, झाकण्यासुद्धा करून देत असे. पण या मातीच्याच वस्तू मोठ्या प्रमाणात खेड्यातून प्लॅस्टिकने हटविल्या. त्यामुळे कुंभाराचे पारंपरिक बलुत्याचे धंदे संपुष्टात आले. बुरूड, कैकाडी मंडळी पाट्या, दुरड्या, शिबडी, कुरका तयार करून देत असत. त्याही प्लॅस्टिकच्या येऊ लागल्या. शिवाय या प्लॅस्टिकमध्ये आकर्षक रंग आणि आकारही असत. त्यामुळे बुरूड, कैकाडी यांचेही ग्रामीण विभागातील धंदे बसले. चामड्याच्या वहाणा महाग झाल्या. रबरी स्वस्त वहाणा आल्या. वाखाच्या दोऱ्यांची जागा नायलॉनच्या दोऱ्यांनी घेतली. साळी-कोष्ट्यांचे धंदे कापडगिरण्यातील सुधारित, देखण्या कृत्रिम धाग्यांच्या कापडांनी बंद करून टाकले. बैलगाड्यांच्या जागी ट्रॅक्टर, ट्रॉली, ट्रक्स

आले. सुतारांचे तेही धंदे गेले. अशा रीतीने सुधारलेल्या यांत्रिक शेतीमुळे बलुतेदारांचे धंदे जसे बुडाले तशा सुधारक, नागरी नवनव्या ग्रामउत्पादनांमुळेही खेड्यातील बलुतेदारांचे धंदे कालबाह्य होऊन बुडाले. त्यामुळे १९६०-७० पर्यंत कशीबशी टिकलेली बलुतेदारी नंतरच्या काळात पूर्णपणे बंद झाली. एवढेच नव्हे तर काहींचे धंदे कायमचे बुडाले आणि ही सर्व मंडळी कायमचे 'रोजगार' करणारी, पडेल ते कामे करणारी मजूर झाली.

सारांश, खेड्यातला सामान्य माणूस शेतावरच्या कामांवर जगत होता. त्याची हक्काची कामे मोठ्या प्रमाणात कमी झाली. बलुतेदारांचे परंपरागत धंदे बुडाले. त्यामुळे खेडेगावात मोठ्या प्रमाणात या काळात बेकारी निर्माण झाली. गोरगरिबांच्या हातातली कामे गेली. त्यांची अगोदरच असलेली हलाखीची स्थिती या काळात अधिकच हलाखीची झाली. १९७०-७२ मध्ये महाराष्ट्रात मोठा दुष्काळ पडला. त्यामुळे आणखी हलाखी निर्माण झाली. या काळात दुष्काळी कामे, रस्ताबांधणीची कामे सरकारने बेकारांसाठी काढली. पण आकाशच फाटले होते, त्याला कुठे आणि किती ठिगळे लावणार आणि सरकारचा तुटका-मोडका सुई-दोरा तरी किती दिवस पुरणार? ...खेड्यातील बहुसंख्य असलेला सामान्य माणूस अशा अनेक कारणांनी कंगाल होत गेला. एका बाजूला यांत्रिक शेती विपुल पिकवून शेतमालक, मोठे जमीनदार, बागायतदार अधिक धान्यनिर्मिती करत होते तर दुसऱ्या बाजूला सामान्य माणसांचे कंगालपण अधिकाधिक वाढत होते. याचा परिणाम होऊन खेड्यातील नव्याने कंगाल झालेला माणूस शहराकडे पोट भरण्यासाठी धाव घेऊ लागला. त्यामुळे या काळात झोपडपट्ट्यांची वाढ शहरांत मोठ्या प्रमाणात झाली. शहरांची लोकसंख्या झपाट्याने वाढू लागली. तिथे गर्दी अतोनात होऊ लागली. याच काळात शहरांत नवेनवे उद्योगधंदे जन्माला येत होते. त्यांचा विस्तार होत होता. या उद्योगधंद्यासाठी कामगार लागत होते. तिकडे खेड्यातील कंगाल माणूस धावू लागला. नवी कारखानदारी व उद्योगधंदे, लोकसंख्येत वाढ, कंगाल माणसाच्या प्रमाणात वाढ, नवनव्या झोपडपट्ट्या, त्यामुळे शहरांच्या आरोग्य, पाणी, जागा यांच्यावर पडणारा ताण असह्य होऊन शहरेही पूर्वीसारखी सुबद्ध न राहता अस्ताव्यस्त वाढू लागली व तीही बकाल होऊ लागली म्हणजे खेडे कंगाल आणि शहरे बकाल होण्याची प्रक्रिया एकदम सुरू झाली.

यांत्रिकीकरणपूर्वकाळात खेडे स्वायत्त होते. शेतावर जे पिकत असे ते त्याच खेड्यात शेतकरी, कष्टकरी, रोजगारी, बलुतेदार यांच्यातच प्रामुख्याने विभागले जात होते - ही स्वायत्तता ग्रामीण जीवनशैलीचे प्रमुख सूत्र होती. पण यांत्रिकीकरणानंतरच्या काळात शेती भरपूर पिकत असली तरी स्वायत्तता गेली. एका नव्या प्रकारची परावलंबितता आली.

शेतकामासाठी जी इंजिनं, पंप, ट्रॅक्टर आदी यंत्रे लागतात; ती खेड्यात निर्माण करता येत नाहीत. ती शहरात मोठमोठ्या कारखान्यांत तयार होतात. मोठमोठे पगार असलेले अधिकारी, कामगार ती निर्माण करत असतात. त्यामुळे त्या प्रमाणात त्या यंत्रांच्या किंमती ठरविल्या जात असतात. त्या किंमती ग्रामीण शेतकऱ्याला परवडणाऱ्या नसल्या तरी 'एकदा किंमत देऊन यंत्र आणले की मग बघू. तेच यंत्र त्याची किंमत पिकाच्या दुप्पटीच्या निर्मितीमुळे लौकरच वसूल करील' अशी शेतकऱ्याची अडाणी धारणा असते. म्हणून तो ती यंत्रे खरेदी करतो. त्यासाठी इतर वस्तू, शेतीसाधने विकून, बँकेतून कर्ज काढून यंत्रेखरेदी करतो. बहुतेक शेतकरी याच चाकोरीतून जातात. म्हणजे यंत्रखरेदीसाठी पैसा खेड्यातून बाहेर, शहरात, कारखानदाराकडे जातो, पुढे यंत्राची मोडतोड, दुरुस्ती असतेच. तीही खेड्यात होऊ शकत नाही. त्याचे 'स्पेअर पार्ट्स' गावातील लोहाराला बनवता येत नाहीत. त्यांच्यासाठी यंत्राच्या मूळ कंपनीकडेच खरेदीला जावे लागते. त्याच्यासाठीही खेड्यात पिकणारा पैसा खेड्याबाहेर जातो. यंत्रासाठी लागणारे 'इंधन' बाहेरूनच आणावे लागते. मळ्यातला चारा यंत्रांना निरुपयोगी असतो. या इंधनाच्या किंमतीही शेतकऱ्याच्या एकूण राहणीमान आणि उत्पादन-प्रमाण यांना परवडणाऱ्या नसतात. विजेची बिलेही सरकारी तिजोरीत जातात. अशा रीतीने यंत्रखरेदी, त्यांची दुरुस्ती, त्यांचे इंधन, वीजबिले यांच्या द्वारा शेतकऱ्याचे धन शहरी भांडवली व्यवस्थेत जाऊन जमा होताना दिसते. हे धन त्या खेड्यातील मजूर, कष्टकरी, रोजगारी लोक यांची कामे बंद करून शहराकडे पाठविले जाते. पर्यायाने ते खेड्यातील लोकांची उपासमार आणि शोषण करून शहरातील लोकांचे, भांडवलदारांचे पोषण करते.

आणखी असेही होते की यंत्र-दुरुस्ती अमुक एका दिवशी होईल याची निश्चिती नसते. त्यामुळे शेतातील कामे खोळंबून राहतात. स्पेअर पार्ट नाही मिळाला तर यंत्र चालू करता येत नाही. त्यामुळेही कामे खोळंबून राहतात. इंधन संपले रे संपले की पैसे जमवून बाहेरून आणावेच लागते. त्यासाठी परगावी, तालुक्याच्या गावी जावेच लागते. स्टॉकिस्टकडेही ते संपले असेल तर कधी मिळेल सांगता येत नाही. वीज गेली की ऐनवेळी खोळंबा होतो. ती कधी येईल सांगता येत नाही. आणि शेतीतील कामे ही कारखान्यातील जड किंवा मृत वस्तूशी संबंधित नसतात. ती पिका-पाण्याशी संबंधित असतात. पेरणी, खुरपणी, कोळपणी, खत घालणी, फवारणी, कापणी, मळणी, पाणी देणे यासारखी कामे वेळच्या वेळीच केली तर ठीक असते; नाहीतर शेतकऱ्याचे मोठे नुकसान होत असते. पण यंत्राला, इंधनाला, विजेला त्याची पर्वा नसते. त्यांच्या स्वाधीन शेतकरी झाल्याने तो मानसिक दृष्ट्या परस्वाधीन असल्यासारखा वागतो. ऑक्सिजनवर ठेवलेल्या आजाऱ्यासारखी त्याची स्थिती होते.

आधुनिक पद्धतीने आणि यंत्रांचा वापर करून शेती करणाऱ्या आजच्या शेतकऱ्याचे मुख्य परावलंबन म्हणजे त्याने स्वतःच्या शेतात निर्माण केलेल्या मालाची किंमत त्याला स्वत:ला निश्चित करता येत नाही. मात्र तो कंपन्यांनी ठरविलेली कीटकनाशके, खते, तयार केलेली बीबियाणे यांची किंमत, कारखानदारांनी ठरविलेली यंत्राची किंमत, व्यापाऱ्यांनी ठरविलेली इंधनाची किंमत, सरकारने ठरविलेली विजेची किंमत त्याला परवडो अथवा न परवडो पण त्याला मुकाटपणे द्यावीच लागते. त्यामुळे तो जिवापाड कष्ट करूनही आज नुकसानीत येऊ लागला आहे. त्याच्या शेतमालाची किंमत बाजारातील अडते, दलाल, व्यापारी आणि शहरी भांडवलदार आपल्या स्वतःच्या सोयीने ठरवितात.

परिणामी शेतकऱ्याच्या रात्रंदिवस केलेल्या कष्टाच्या मोबदल्यात या मधल्या मंडळींची चंगळ होत असते. पर्यायाने स्वतंत्र भारतात भारतीय जीवनाचा गाभा असलेली शेती आणि ती जिथे पिकते ती खेडी शहर-केंद्री व्यापारी, उद्योजक, भांडवलदार यांच्या शोषणाचे प्रमुख केंद्र होऊन बसली आहेत. खेड्यांतून कंगाल होऊन शहरात येणाऱ्या कामगारांच्या जोरावरच शेतीसाठी लागणारी यंत्रे, अवजारे, उपकरणे, खते, औषधे तयार करून घेऊन पुन्हा ती त्यांच्याच खेड्यांतील शेतकऱ्यांना विकून हे शोषणाचे चक्र पुरे केले जाते. आधुनिक भारतीय ग्रामसंस्कृतीची ही शोकांतिका आहे.

□

ग्रामीण कला आणि देवधर्म

ग्रामीण माणसाचं मन हे ग्रामीण निसर्गाचं अपत्य असतं. या मनाचा नैतिक आविष्कारातून ग्रामीण समाजाची आणि संस्कृतीची निर्मिती होत असते. भावनात्मक श्रद्धाळू मनातून ग्रामीण कला व देव-धर्म निर्मिलेले असतात. एकाच मनातून समाज, संस्कृती, कला आणि धर्म जन्मले असल्यामुळे परस्परसंबंध असतो. अर्थातच हे संबंध परस्परपूरक आणि पोषक असतात. तेथील विशिष्ट निसर्गाशी व पर्यावरणाशी हे घटक घनिष्टपणे संबंधित असल्याने, स्वत:ला केंद्रस्थानी ठेवून विचार करणाऱ्या आणि स्वहिताच्या अंगांनी ग्रामजीवनाविषयीच्या सुधारणांची मांडणी करणाऱ्या शहरवासी विचारवंतांना बंदिस्त अभ्यासिकेत बसून ते सहसा कळणारे नसतात. त्यासाठी प्रथम स्वकेंद्रितता विसरून ग्रामीण समाज-संस्कृतीत निदान वर्षभर तरी मिशनरी वृत्तीने राहावे. त्यांचे होऊन स्वत: जगावे. असे तन्मय झाले तरच त्या विचारवंतांच्या ग्रामीण समाजविषयक विचारांना व सुधारणांना अर्थपूर्णता प्राप्त होऊ शकेल.

शेतकऱ्यांची घरे-अवजारे, शेतीविषयक उद्योग हे तर निसर्गघटकांतून जन्माला आलेले असतातच, पण त्याच्या कला, देवधर्म हेही निसर्गघटकांतूनच रचलेले किंवा निर्मिलेले असतात.

ग्रामीण जीवनात गारुडी, माकडवाले, अस्वलवाले, नंदीबैलवाले हे जनावरे घेऊन त्यांची कसरत कला दाखविणारे कलावंत असतात. याशिवाय डोंबारी, कोल्हाटी, बहुरूपी यासारखे भटके लोकही आपआपल्या अंगमोड कलांनी ग्रामवासींना चकित करत असतात. गोंधळी, जोगतिणी, वाघ्यामुरळी, भुत्ये, तमासगीर, प्रवचनकार, कीर्तनकार ही मंडळी मुळातील कथनकरी कलाकारच असतात. प्राचीन इतिहासातील किंवा पुराणातील घटना, प्रसंग, कथानके, प्रसिद्ध व्यक्ती घेऊन; तुणतुणे, डफ, हलगी, ढोलकी, चौंडकं, वीणा, टाळ, मृदुंग, चिपळ्या इत्यादींच्या लयतालांवर गात, कथन करत, विनोद करत, अभिनय करत, नाट्य निर्माण करत, आणि त्यांच्याद्वारा लोकांचे उदबोधन-प्रबोधन, मनोरंजन करत रात्रभर ते आपल्या कला

सादर करत असतात. भटके कलाकार गल्लीत, गल्लीच्या तिकटीवर, चौकात आपले खेळ दिवसा सादर करतात. स्थानिक मंडळी रात्रीच्या वेळी गोंधळ, प्रवचन, भजन, कीर्तन देवळासमोर किंवा देवळाच्या अंगणात सादर करतात. या सर्व कला स्त्रीपुरुष, मुले यांना पाहता, अनुभवता येतात. तमाशा मात्र फक्त प्रौढ पुरुषांसाठी असतो. तो रात्री बंदिस्त कनातीत सादर केला जातो. या सर्व कला लोकाभिमुख आहेत. आपआपली वैशिष्ट्ये आणि सादरीकरणाच्या तऱ्हा घेऊन त्या लोकांसमोर आविष्कृत होत असतात. या कलावंतांना निर्वाहापुरते धान्य किंवा धनदक्षिणा मिळाली की ते खुश असतात. 'तमाशा' ही कला सोडली तर बहुतेक सर्व कला पैसे न घेता सर्व रसिकांना मुक्त प्रवेश देतात. हे कलाकार जे खुशीने मिळेल त्यात समाधानी असतात. निर्वाह चालावा एवढाच त्यांचा हेतू असतो. या कलांचा सहसा कुणी धंदा करत नाही.

वरील कला लोकाभिमुख, लोकांसाठी, समाजासाठी असतात; तर मोटेवरचे गाणे, औत हकतानाचे गाणे, कामे करतानाची लोकगीते, उखाणे, तसेच गौरीपंचमीतील विविध गाणी, प्रासंगिक पोवाडे, जात्यावरच्या ओव्या ही सामान्यपणे आत्माविष्कारासाठी, स्वतःस बरे वाटावे म्हणून, स्वतःची हुन्नर लोकांना दिसावी आणि त्यांनी आपले कौतुक करावे म्हणून म्हटली जातात किंवा दाखवली जातात. लोकगीते, ओव्या म्हणताना सासुरवासिणीचे दुःख हलके होते; तर मायमाऊलीचे मन तीच लोकगीते, ओव्या म्हणताना उदात्त, वत्सल होते. कथा-कहाण्या सांगताना कथनकाराच्या कल्पकतेला बहर येतो.

स्वातंत्र्यपूर्व काळात या सर्व कला गावाच्या आश्रयानं आविष्कृत होत होत्या. यांतील काही कला मंदिराच्या, धर्माच्या खास आश्रयानंही वाढत होत्या. विशेषतः गोंधळ, भजने, जोगतिणींची गाणी, प्रवचन-कीर्तने, जागर यांना धार्मिक संदर्भ विशेष होते. त्यांची गाणी त्यांच्या त्यांच्या देवांची असत. अर्थात आज या सर्वांचा सुशिक्षित लोक 'कला' म्हणून उल्लेख करत असले तरी मुळात त्यांना त्यांच्या विशिष्ट नावांनीच ग्रामीण लोक ओळखत. उदा. 'आज तमाशा आहे', 'आज भजन आहे', 'आज वाघ्यामुरळीचा जागर आहे.' असेच म्हटले जात असे. स्थानिक पातळीवर या विविध कलांमध्ये विशिष्ट भरही पडत असे. काही कलाकार काही गावांत असतात आणि काही गावांत नसतात. शारीरिक आणि मौखिक परंपरांनी या कला एका पिढीकडून दुसऱ्या पिढीकडे जात असत. हे होताना निर्मितीचा काही भाग गळत असे, काही भागात त्या त्या पिढीच्या हुन्नरीनुसार अधिक भर पडत असे.

सामान्यपणे १९६० पर्यंत या ग्रामकला त्या त्या ग्रामात, भागात-विभागात जतन केल्या जात होत्या. पण १९६० नंतर आधुनिकतेचे आणि सुधारणांचे वारे ग्रामीण भागात जोरात वाहू लागले. पारंपरिक ग्रामीण जीवनाची मोडतोड सुरू

झाली. आधुनिकतेमुळे, सुधारणांमुळे आणि अतोनात वाढणाऱ्या लोकसंख्यमुळे नवे प्रश्न, नव्या समस्या निर्माण झाल्या. बरेचसे जुने टाकून द्यावे लागले. नवे स्वीकारावे लागले. खेडे सोडून लोकांना चरितार्थासाठी शहराकडे जावे लागले. नवे उद्योग, धंदे, वृत्ति-प्रवृत्ती, नवी शिक्षणव्यवस्था स्वीकारावी लागली. त्यात जुन्या पारंपरिक कला मागे पडल्या. त्या स्पर्धात्मक जगात सांभाळणे सामान्य माणसाला परवडेनासे झाले. नाइलाजाने त्याने त्या सोडून दिल्या. कलेची, मनोरंजनाची नवी साधने आली. रेडिओ, ट्रँझिस्टर, दूरदर्शन, टेपरेकॉर्डर, ध्वनिफिती, चित्रफिती आल्या आणि नव्या, शहरी कला घरबसल्या डोळ्यांसमोर नाचू-गाऊ लागल्या. मनोरंजनाबरोबर वासनाविकार चाळवू लागल्या, दिवास्वप्नात नेऊ लागल्या. सोबतीच्या जाहिरातींमधून शहरांतील झगमगाटी विश्व दाखवू लागल्या. ते पाहताना भोवतालच्या खेड्याचा, घराचा, समाजाचा बकालपणा मनात जागा होऊ लागला. विरोधी विचारांनी मन शहराच्या स्वप्निल विश्वांकडे आणि तेथील चमकदार, हुशार, मायावी कलाविष्काराकडे खेचले जाऊ लागले. शरीरातल्या, मनातल्या आणि हातातल्या ग्रामकला खाली पडू लागल्या. धूळ खाऊ लागल्या. आज विसाव्या शतकाच्या अखेरीला त्यांतील बहुतेक कला काळाच्या पडद्याआड गेलेल्या दिसतात. ज्या काही सबल, निर्जीव स्वरूपात दिसतात त्यांची मूळची रया गेली आहे. त्यांच्यावर शहरी कलांचा उथळ प्रभाव पडला आहे. त्याही स्वत्व गमावून कळाहीन झालेल्या आहेत.

प्रभावाची ही प्रक्रिया घडण्याचे मानसिक कारण आहे. ग्राम कलाकारांनी या कलांना 'आधुनिक' करण्याच्या धडपडीतून, काळाशी सुसंगत करण्याच्या प्रयत्नांतून ही प्रक्रिया सुरू केलेली असावी. पण नवी साधने, माध्यमे आत्मसात करण्यासाठी आधुनिक जगात हातात पैसा असावा लागतो. तो ग्रामीण कलाकाराजवळ नसल्याने या कला शहरी, साधनसमृद्ध कलांच्या तुलनेत निष्प्रभ ठरत गेलेल्या दिसतात.

या निष्प्रभतेचा परिणाम ग्रामकलांना लोकाश्रय देणाऱ्या रसिकाच्या मनावरही झाला. सामान्य ग्रामीण रसिक माणूस या कलांपासून दूर जाऊ लागला आणि शहरी कलांच्या मोहजालात सापडू लागला. दुसरे असे की ग्रामकलेला प्रतिसाद म्हणून ग्रामीण कलाकाराच्या झोळीत ओंजळभर, सूपभर धान्यदान किंवा भिक्षा घालण्याची, बऱ्यापैकी जुने कपडे, पागोटे देण्याची, कमरेचे चार पैसे देण्याची जी प्रथा होती तिला आधुनिक युगात, नव्या समाजरचनेत, अभावग्रस्त नव्या जीवनात आळा बसला. ती वृत्ती जवळजवळ नष्ट झाली. परिणामी ग्रामीण कलाकाराचा चरितार्थही चालेनासा झाला. त्यामुळे कलेकडे त्यांचे दुर्लक्ष होऊ लागले आणि ग्रामकला बव्हंशी नष्ट झाल्या. काही प्रमाणात लोकगीते, कहाण्या, उखाणे, सण-उत्सवांची गाणी काही अभ्यासकांनी गोळा करून ग्रंथ-पुस्तक रूपांनी संग्रहीत केलेली दिसतात.

पण त्यांना लाभणारी ग्रामीण भाषेच्या उच्चारांनी कळा, ढंग, लयताल, ठेका हे हरवून गेले आहे. ही गाणी-गीते शहरी स्त्रीपुरुषांच्या मुखांतून अनेक सांस्कृतिक कार्यक्रमांत, बोलपट-नाटकांत मी जेव्हा ऐकतो तेव्हा त्यांच्या या हरवलेल्या चैतन्याची जाणीव तीव्रतेने होते.

१९६० नंतर खेडी आधुनिक होऊ लागली. शहरांना अनेक प्रकारांनी जोडली गेली. १८७० सालानंतर जसा महाराष्ट्रीय समाजजीवनात आधुनिक मराठी साहित्याला प्रारंभ झाला व त्यातून तत्कालीन विद्यमान नागर समाजाचा आणि साहित्याचा मानसिक संबंध निर्माण झाला, तसाच शंभर वर्षांनंतर म्हणजे १९७० सालापासून महाराष्ट्राच्या खेड्यापाड्यातील ग्रामीण, दलित, आदिवासी, भटक्या समाजात जागृती होऊन त्यांच्या आधुनिक साहित्यनिर्मितीला प्रारंभ झाला. नंतरच्या तीस वर्षांत आधुनिक स्वरूपाचे विपुल ग्रामीण, आदिवासी, जनवादी साहित्य ग्रामीण समाजात निर्माण झाले. ग्रामीण समाजाला या आधुनिक साहित्यकलेचा नवा सांस्कृतिक संदर्भ प्राप्त झाला. व्यापक पातळीवरचे ग्रामीण जीवन त्यात प्रतिबिंबित होताना दिसते. अशा रीतीने ग्रामसंस्कृतीही साहित्यकलेच्या अंगाने आधुनिक काळाकडे वाटचाल करू लागलेली दिसते.

शहरापासून दूर एकान्तात असलेल्या एखाद्या खेड्याकडे एकटेच पायी जाताना मला लहानपणी ऐनविशीपर्यंत एक अनुभव सातत्याने येत गेला. गावाकडे जाणाऱ्या पायवाटेवर आपण एकटे एकटे आहोत. आसपास निर्मनुष्य माळरान दूरवर पसरलेलं आहे. अशा वेळी आपल्या गळ्यातली सोन्याची पेटी, कमरेचा चांदीचा कटदोरा, खिशातले ओवाळणीनंतर बहिणीला देण्यासाठी ठेवलेले पैसे कुणी चोर-भामट्याने मला मार देऊन नेले तर आपण काय करणार? कुणीच आपल्या मदतीला या फोंड्या माळावर येणार नाही. अचानक त्या डोंगरातनं वाघ, अस्वल किंवा एखादा लांडगा आला तर आणि आपल्या पाठी लागला तर आपण किती पळणार? पळून, फेसाटून पडल्यावर त्यानं आपल्याला ठार मारून खाल्लं तर आपण काय करणार? कुणीही मदतीला धावून येणार नाही. ओढा ओलांडताना पाण्यात पडलो तर? निवांतपणे भटकणारा भला मोठा साप पायाला चावला तर? डोईवरचं गाठोडं झाडीतल्या वानरानं हिसकावून घेतलं तर? समोरचा डोंगर कसा राक्षस आडवा पडल्यागत दिसतोय! लांबच्या त्या भल्या मोठ्या पिंपळावर भुतं तर नसतील? मेसाची बेटं कशी अंगात भूत आल्यागत वाऱ्यानं हलायला लागली आहेत... त्यांच्यातला वारा भुतागतच घुमतोय! असे विचार सतत मनात येत. धिप्पाड पहाड बघून मन दडपलं जाई. काही खसफसलं की काळजात लक् होई. एखाद्या पक्ष्याचा अपरिचित विचित्र आवाज ऐकायला आला की पोटात भिऊन खड्डा

पडे. हातपाय लटपटायला लागत. देवाचं नाव घेत, 'रामराम' म्हणत मी झपाट्यानं पाय टाकी. आपण एकटेच आहोत, देवच आता आपलं रक्षण करील...'देवा, मला आक्काच्या घरात पोचीव. मी तुझं पाच वार करतो. तुझ्या नावानं पाचव्या सोमवारी पेढं वाटतो.' असं म्हणत मी वाटचाल करी.

ही अवस्था वयाच्या दहाव्या-बाराव्या वर्षाच्या काळात विशेष असे. ऐन विशीत जरा वेगळी असे. विस्तीर्ण माळावर एकटेपण विशेष जाणावे. दूरवर आडवे-तिडवे पडलेले धिप्पाड डोंगर, झाडांची हिरवी-सावली, घनदाट गर्दी. कितीकिती प्रकारची उग्रभीषण झाडं. त्यांच्यात दबा धरून बसलेली विक्राळ, जंगली शांतता, आपल्याच पावलांचे आपल्यालाच जाणवणारे चमत्कारिक आवाज, वर पसरलेलं अनंत, अफाट निळं आभाळ, जणू स्वत:ला धीर देण्यासाठी खळखळ बोलत चाललेला एकटा ओढा. हे सगळं कुणी निर्माण केलं? का निर्माण केलं? काहीच पत्ता लागत नाही. देव नक्की असला पाहिजे. त्याशिवाय का हे असलं दगडाधोंड्यापासनं ते गेंड्या-घोड्यापर्यंत, वाघ-सिंह-हत्तीपर्यंत, किडा-मुंगी-चिलटापर्यंत चमत्कार जन्माला आले असतील? देव असणारच.

- तिथं देवाचा जन्म होतो. आपण असहाय, एकटेएकटे असताना, कुणीच आपणास तारणार नाही, याची खात्री झाल्यावर, आपण या अफाट निसर्गात किती क्षुद्र आणि क:पदार्थ आहोत, याची जाणीव झाल्यावर देवाचा जन्म होतो. तो आपला सखा बनण्यासाठीच, आपल्याला पदोपदी आधाराचा हात देण्यासाठीच जन्मलेला असतो. तो आपला सोबती म्हणून राहण्यासाठी त्याला आपण सख्ख्या भावासारखा जपतो. त्याला न्हाऊ माखू घालतो, त्याचा गौरव करतो, स्तुती करतो, सोडून जाऊ नकोस म्हणून कळवळून सांगतो... जन्माला आलेला त्याचा देव त्याच्याबरोबरच पण त्याच्या कळत न कळत त्याच्यासंगे जगू लागतो. त्याच्या अंतर्यामीचा साक्षीदार होतो.

खेडूत माणूस हा चोवीस तास निसर्गानं घेरलेला असतो. वाऱ्यावादळाच्या दणक्यात खेडुताला शेताचे कष्ट करावे लागतात. पावसाचे तडाखे पाठीवर घेत त्याला बांधबंदिस्ती करत पावसाचं रानात घुसणारं पाणी पाट काढून ओढ्याच्या वाटेनं लावून द्यावं लागतं. गुडघाभर चिखलात त्याला भाताची लावणी करावी लागते. थंडीवाऱ्याला न जुमानता त्याला पिकाची निगा आणि काळजी वाहावी लागते. रात्रंदिवस सुगीच्या काळात शेताची राखण चोराचिलटापासून करावी लागते. रानातच झोपावं लागतं. वर आभाळ, खाली धरती, हेच त्याचं पांघरूण आणि अंथरूण असतं. अकाली येणाऱ्या पावसाचे मोठाले ढग त्याच्या कापणीला आलेल्या पिकांवर डोळे वटारून वरती उभे राहताना त्याची पाचावर धारण बसते. पेरणी झाल्यावर पाऊस पसार झाला की त्याचा जीव तहानेनं कासावीस होतो आणि

दुष्काळाची भीती त्याच्यावर गुरगुरू लागते. अचानक आणि अनपेक्षित येणारी रोगराई त्याची पिकं करपून कोळपून टाकते तशी त्याची गुरं-ढोरं, बायकापोरंसुद्धा उचलून घेऊन जाते... अशा वेळी त्याला मानसिक आधार फक्त देवाचाच असतो.

म्हणून तो शेतातलं प्रत्येक काम करताना देवाला बोलावतो. त्याची पूजा करतो. विशेष खुश करण्यासाठी त्याला प्रसंगी कोंबडं, बकरं अर्पण करतो. नैवेद्य-नारळावर निभावून नेण्याचा प्रयत्न करतो. त्याच्या औतऔजारात, गुराढोरात, त्याच्या पिकात, शेतात तो देवाला पाहत असतो. 'हे देवानंच दिलंय' याविषयी त्याची खात्री असते. म्हणून तो गाईला माता मानतो, बैलाला बेंदराला पुजतो, पेरणीला तिफण, कुरी, हडगी या औजारांना पुजतो. दसऱ्याला तर सगळीच हत्यारं, अवजारं पुजतो. बैलाला ओवाळतो. पिकं पोसायला आली की पंचमहाभूतांना 'पाच मावल्या' मानून पुजतो, खळं पुजतो, लग्नाच्या मांडवाचा पहिला खांब पुजतो, घर बांधताना पायाचा पहिला दगड पुजतो, प्रत्येक कामाला हात घालताना 'घ्या देवाचं नाव नि करा कामाला सुरुवात' असं स्वतःबरोबर सर्वांना सांगतो. त्यानं डोंगर, वृक्ष, नदी, पाणी, अग्नी, पाऊस, वारा, सूर्य या सर्वांना देव मानून, त्यांची एक देव-देवता कल्पिलेली असते. त्या सर्वांसाठी 'आचार' ठरलेले असतात. नित्यनेमानं ते चाललेले असतात. या सर्वांना मिळून तो 'देवधर्म' म्हणत असतो. हे सर्व पाहिलं, तिथं राहून अनुभवलं की खेडुताचा देव-धर्म आणि सुशिक्षित, बुद्धिनिष्ठ शहरवासी यांचा देव आणि धर्म यांच्यात मूलभूत फरक आहे, हे लक्षात येतं.

सामान्यत: खेड्यात राहणारा माणूस हा अडाणी असतो. बुद्धिवाद्यांच्या तुलनेत त्याची विचारशक्ती मर्यादित असते. इतकेच काय आपल्या मनात येणाऱ्या, उचंबळणाऱ्या भावभावना, चिंतने, वासनाविकार, संकल्पना आणि कल्पना, या सर्वांना तो 'विचार' च मानत असतो. वास्तविक सुशिक्षित माणूस या सर्वांत फरक आणि भेद कल्पितो. पण ग्रामीण मन हे आदिम मनासारखे असते. आदिम मन हे अनिर्बंधपणे दाही दिशांनी कारंजणाऱ्या मुक्त कारंजासारखं असतं. ते सतत प्रवाही असतं. झोपेतसुद्धा ते स्वप्नांच्या रूपांनी प्रवाही झालेलं असतं. खेडुताचं मनही असंच असतं. त्याला त्याच्या ग्रामीण जीवनाचा व्यवहार परंपरेने कळतो किंवा त्याला आत्मसात झालेला असतो. पण त्याला विज्ञान, तर्कनिष्ठ विचार, शोधबुद्धीचे निष्कर्ष, इत्यादी वैचारिकता आणि वैचारिक शिस्त माहीत नसते. त्यामुळे मनात येईल ते, मनाला भावेल आणि पटेल ते तो प्रमाण मानतो. निसर्गानं चोवीस तास घेरलेल्या त्याच्या मनात म्हणूनच त्या निसर्गाचा नियंता, निर्माता, पालक, तारक-मारक म्हणून 'देव' असतो. मनात रुजलेला तो देव इतर कुणीही उचकटू शकत नाही. अंतिमत: 'देव' ही त्याची जगण्यावरची मूलभूत श्रद्धा असते.

यामागे आणखी एक पूरक सामाजिक कारण आहे. खेड्यात एखादाच इनामदार, देशमुख, पाटील असतो. त्याच्या जोडीला एखादा वतनदार चौगुला किंवा कुलकर्णी असतो. या मूळ घराण्याला फांद्या फुटून बागायतदार, मोठे शेतकरी यांचा एक छोटा विस्तार-गट खेड्यात असतो. तो अगदीच लहान असतो. बहुसंख्य खेडूत हा छोटा शेतकरी, बलुतेदार, आलुतेदार, जनसामान्य जाती, शूद्रातिशूद्रांच्या जाती यांच्यातून जन्मलेला असतो. हे सर्व सामान्यत: अडाणी, कष्टाळू, वरच्यांच्या जमिनीत राबणारे, मिळेल तेवढ्यावर जगणारे, सरकारी हिसके आणि जुलूम सोसणारे, निसर्गातील पाऊस-वाऱ्याने, ऊन-वादळाने, दुष्काळाने नि रोगराईने झोडपले जाणारे जनलोक असतात. त्यांना समाजात तसा कुणीच वाली नसतो की ज्यांच्यावर त्यांनी विसंबावे. त्यामुळे त्यांच्या या सतत चेचल्या जाणाऱ्या, सोससोस सोसणाऱ्या, असहाय, बेवारस मनाला 'देव' हाच तारणारा पालक वाटतो. त्यामुळे देवावरची त्याची श्रद्धा ग्रामीण समाजव्यवस्थेत अधिकाधिक दृढच होत गेलेली असते. कोणत्याही सामान्य प्रसंगात, घटनेत, व्यवहारात त्यांना स्वाभाविक यश जरी मिळाले तरी देवानं ते दिलं, असंच त्यांना वाटतं आणि त्यांची देवावरची श्रद्धा अधिक बळकट होते.

त्यांच्या या श्रद्धाळू, अडाणी, असहाय मनाचा आणि बेवारस स्थितीचा फायदा गावातील प्रतिष्ठितांनी जसा आजवर उचलला, तसाच ब्राह्मण समाजाने त्यांना सतत धर्माचारांचे, पूजाअर्चांचे, पाप-निवारणांचे अनेक विधी सांगून अगदी हजारो वर्षे नागवले, लुटले. खेडुतांच्या देवाला प्रसन्न करून घेण्याचे किंवा त्याला खुश करण्याचे अनेक उपाय आणि मार्ग ग्रामीण भट-भिक्षुकांनी कल्पून खेडुताच्या मनाभोवती ते कायमचे आवळून ठेवले होते. हजारो वर्षांच्या या धार्मिक रूढी, परंपरा, समजुती यांच्यामुळे खेडुताच्या मनात पार खोलवर 'देव' रुजून बसला आहे.

यामुळे खेडूत माणूस देवदेवतांच्या जत्रा आणि यात्रा, सण आणि उत्सव, तीर्थक्षेत्रे, देव-देवऋषी, मांत्रिक आणि साधू-संत, उपास-तापास, वाऱ्या, व्रतवैकल्य यांत विशेष रमतो. देवाला चालत जाण्यात त्याला उत्साह वाटतो. शरीराला कष्ट देऊन देव प्रसन्न करण्यात त्याला आनंद मिळतो. घरातील धान्य विकून तो परगावच्या जत्रांना जातो. नटून-थटून देवदेव करतो. बुक्का, गुलाल, भंडारा, अंगारा कपाळाला स्वत: लावताना आणि लावून घेताना त्याचं मन सात्त्विकतेनं, श्रद्धेनं भरून येतं. प्रसंगी कर्ज काढून तो नवस फेडतो. गावातील देवळात किंवा देवळाच्या अंगणात, देवळासमोरच्या पारावर तो विरंगुळ्यासाठी जातो आणि बसतो. रात्ररात्रभर तो भजन, कीर्तन, गोंधळ, जागर यात रमतो आणि सकाळी तसाच उठून शेतावर जातो. गावाला या देवळांतील देवदेवतांचा दरारा असतो.

गावदेवीची किंवा ग्रामदेवतेची शपथ घातल्यावर तो खरं बोलतो, प्रामाणिकपणे वागतो. गावदेवाचा कौल घेऊनच गावातील सार्वजनिक कामे केली जातात. त्यामुळे मतभेदांना, भांडणतंट्याला वाव राहत नाही. घरोघरी पट्टी काढून, दान देऊन, कामे करून गावदेवीचे उत्सव साजरे करण्यात त्याला धन्यता वाटते. त्या त्या गावचा सर्व समाज या देवतेमुळे एकत्र बांधला जातो. गावाचे ते खास वैशिष्ट्य असते. प्रत्येक कुटुंबातील बारसे, बारावे, लग्नादी समारंभ गावदेवीच्या साक्षीनेच होतात. ग्रामदेवतेचा इतका प्रभाव सबंध गावावर असतो.

प्राचीन आणि मध्ययुगात भारतीय समाज-मानसिकतेवर अशा धर्माचे राज्य प्रामुख्याने होते. मानवी समाज, संस्कृती, व्यवहार, नीती, जाती, कुटुंबे आणि मानवी मने या धर्माने सांगितलेल्या सूत्रांनुसार वागत होती. धर्म आणि देव यांच्याविषयी प्रगाढ श्रद्धा ही त्यांची उदात्त, सर्वमान्य जीवनाची आधार-भूमी होती. महाराष्ट्रात पेशवाईचा अस्त होईपर्यंत (१८१८ पर्यंत) मध्य युग होते. ब्रिटिश राजवट सुरू झाली आणि 'आधुनिक युगाला' अनेक अंगोपांगांनी प्रारंभ झाला. बुद्धिनिष्ठ आधुनिक युगात विज्ञानाला, धर्माच्या नीतिनियमांपेक्षा निसर्गाच्या शाश्वत नियमांना प्राधान्य मिळाले. उद्योग-प्रधान यंत्रयुग अवतरले. धर्माची जागा विज्ञानाने घेतली आणि भौतिक समृद्धी वाढत चालली. अनेक आश्चर्ये आणि चमत्कार वैज्ञानिक शोधांनी दाखविले. अनेक नव्या सुधारणांनी समाजव्यवस्थेचे अंतरंग पालटून गेले. प्रचंड उद्योगप्रधानतेमुळे नवी नवी शहरे जन्मली. वैज्ञानिक शिक्षणविषयक नव्या व्यवस्था निर्माण झाल्या. त्यांच्या आधारे माणसाला भौतिक सुखे भरभरून मिळू लागली. समता, स्वातंत्र्य, बंधुता, व्यक्तिस्वातंत्र्य, लोकशाही, मानवतावाद इत्यादी सारख्या नव्या मूल्यांनी जुन्या धार्मिक मूल्यांची जागा घेतली. परिणामी शहरी माणूस बुद्धिनिष्ठ झाला. पण या सर्वांचा फारसा स्पर्श खेड्यांना न झाल्याने खेड्यातील माणूस मध्ययुगीन समाजव्यवस्थेत व त्याच धर्मप्रधान मानसिकतेत गोठून आणि अडकून राहिला.

देशाला स्वातंत्र्य मिळाल्यानंतर हळूहळू आधुनिक युगाचा प्रवेश खेड्यापाड्यांत पंचवार्षिक योजना, पंचायत राज्य, जिल्हा परिषदा, शिक्षणसंस्था, लोकशाही व्यवस्था, सहकार, धरणे, पाटबंधारे, वीज यांच्या द्वारा होऊ लागला. यांच्यामुळे झालेले गेल्या पन्नास वर्षांतील खेड्यांतील बदल हे प्रामुख्याने बाह्य स्वरूपाचे आहेत. त्यांच्यामुळे काही प्रमाणात ग्रामीण समाजातील मूठभर प्रस्थापित वर्गाची मानसिकताही बदलून आधुनिक झाली आहे. पण ऊर्वरित सत्तरऐंशी टक्के लोक ग्रामीण समाजात पूर्वी होते तसेच आहेत. त्या जनजातींतील खेडुतांची मानसिकता अजून बदलली नाही; ती जुनीच, मध्ययुगीन आहे.

याचे कारण त्यांच्या छोट्या छोट्या शेतीच्या तुकड्यांचा विकास अजूनही

आधुनिक शेतीसाधनांनी झाला नाही. त्यांची शेती अजूनही निसर्गावरच अवलंबून आहे. अजूनही सामान्य खेडूत जुन्या पद्धतींनी शेती करतो. अजूनही त्याला नवी साधने, नवी यांत्रिक औतअवजारे आर्थिक दृष्ट्या परवडत नाहीत. याच कारणामुळे सरकारी इतर सवलतींचा त्याला फायदा घेता येत नाही. अजूनही त्याची जिराइती शेती पावसाच्या पाण्यावरच चालते. अजूनही त्याचे कष्ट चुकत नाहीत. प्रस्थापित वर्गाकडून त्याचे शोषण अजूनही चालूच आहे. अजूनही नव्या शिक्षणापासून तो वंचितच राहिलेला आहे. थोडक्यात तो अजूनही मनाने मध्ययुगातच रेंगाळत राहिला आहे, त्याचे देव-धर्म अजूनही खेड्यात मध्ययुगीन श्रद्धेनुसार चालूच असतात. त्याचा देवदेवतांवरचा विश्वास ढळत नाही. त्याच्या मनाला आधुनिक करण्यात भारतीय स्वातंत्र्याच्या पन्नासही वर्षांना अपयश आलेले आहे.

असे का व्हावे? - त्याची कारणेही या आधुनिक युगाच्या स्वरूपातच आहेत. आधुनिक भारतीय युगातील १९६० नंतरच्या लोकसंख्येच्या अफाट वाढीमुळे स्वत:चे जीवन सुस्थिर करण्यासाठीच आधुनिक होऊ पाहणाऱ्या माणसाला समाजात निकराचा संघर्ष करावा लागतो आहे. आधुनिकतेने निर्माण केलेल्या भौतिक सुखाच्या सुविधा मिळविण्यातच त्याची बव्हंशी शक्ती खर्ची पडते. शिवाय व्यक्तिस्वातंत्र्याच्या मूल्याला मान्यता मिळाल्यामुळे तो व्यक्तिकेंद्रित वृत्तीला प्रमाण मानतो. प्रस्तुत युग अर्थप्रधान असल्यामुळे माणसाची व्यापारी वृत्ती विशेष वाढली आहे. पैशाला महत्त्व आले आहे. सामाजिक जाणीव संपुष्टात येऊन वैयक्तिक खाजगी, प्रतिष्ठित समाजापासून अलिप्त अशा जीवनाला भरते आलेले आहे. आपल्या प्रत्येक हालचालीचे, कृतीचे, वेळेचे पैशांत रूपान्तर करण्याच्या वृत्तीमुळे गरिबांसाठी त्याग, समाजसेवा, दुसऱ्यासाठी स्वत:चा वेळ खर्च करणे त्याला परवडत नाही किंवा नकोसे वाटते. उलट इतरांना स्वत:साठी हळुवारपणे वापरणे, प्रसंगी फसवणे, स्वार्थासाठी लुबाडणे, संधी मिळताच शोषण करणे, सामान्य माणसाच्या साधेपणाचा, अडाणीपणाचा, असंघटितपणाचा, असहायतेचा फायदा घेणे इत्यादी क्षुद्र वृत्ती आजच्या स्पर्धाजीवी समाजात वाढल्या आहेत. माणूस माणसाला ओळखेनासा झाला आहे. चंगळवादी वृत्तीमुळे माणुसकीला पारखा झाला आहे. शहरात वाढणाऱ्या या सर्व प्रवृत्तींचा एकत्रित परिणाम खेड्यातील जनसामान्याचे शोषण करण्यात होतो. या जनसामान्याच्या विकासासाठी त्याग करण्याची, त्याला संघटित करून त्याच्यावर होणाऱ्या अन्यायाला वाचा फोडण्याची प्रामाणिक बुद्धी कुणा सुजाण नागरिकाला होत नाही. उलट त्याला भूल, थापा देऊन, त्याच्याशी मायावी वर्तन करून त्याची मते निवडणुकीत मिळविण्याची, त्याला तुटपुंजा पैसा देऊन त्याचे कष्ट मिळविण्याची, पडेल किंमतीत त्याचा शेतमाल विकत घेण्याची व स्वत: त्यावर गडगंज होण्याची स्पर्धा प्रस्थापित

समाजात सतत सुरू असते. या स्पर्धेचाच एक भाग म्हणजे या जनसामान्यांच्या देव-धर्मावरील अंधळ्या श्रद्धांचा फायदा घेऊन लुबाडण्याची वृत्ती होय. या लुबाडण्याची रीत जरा वेगळी असते एवढेच.

म्हणून जनसामान्यासाठी नुसती 'अंधश्रद्धा-निर्मूलनाची चळवळ' पुरेशी नाही. सामान्यत: ही चळवळ ग्रामीण समाजाच्या बाहेरच्या, सुशिक्षित, शहरी समाजातील बुद्धिवादी व्यक्तींनी चालविलेली असते. बाहेरून येणाऱ्या लोकांच्या त्या चळवळीवर ग्रामीण समाजातील जनसामान्यांचा विश्वास चटकन बसणे शक्य नाही. ग्रामीण समाजाची मानसिकता आणि शहरी समाजाची मानसिकता भिन्न असतात. शहरी चळवळकर्त्या बुद्धिवाद्यांना ज्या 'अंधश्रद्धा' वाटतात, त्याच ग्रामीण जनसामान्यांना देवावरील 'धर्मश्रद्धा' वाटतात.

म्हणून अंधश्रद्धा वरवर नाहीशा करण्यापेक्षा त्या श्रद्धांचे मूळ जन्मस्थान असलेल्या मनालाच विकसित करण्याचे उपाय केले पाहिजेत. ज्या अडाणी, असंघटित, दुबळ्या, शोषित मनाचा अंधश्रद्धा हा परिणाम आहे, ते मनच सुशिक्षित, ज्ञानी, संघटित, शक्तिमान आणि लढाऊ वृत्तींचे करण्याची गरज आहे. ते तसे करण्यासाठी त्याला पुरेसे नवे वैज्ञानिक शिक्षण देण्याची, त्याच्या भोवतालच्या निसर्गाचा तो स्वत:च स्वामी असल्याची जाणीव त्याला करून देण्याची, त्याच्या जीवनचरितार्थाचे तुटपुंजे साधन बनलेली त्याची शेती सुधारित आणि समृद्ध करण्याची, त्याला त्यागपूर्वक मदत करून समाजात त्याला धान्यनिर्मितीला व कष्टाला सार्थ प्रतिष्ठा देण्याची गरज आहे. तसेच त्याला समाजात प्रत्यक्ष पडताळा आणून देण्याची गरज आहे. असे झाले तरच तो मध्ययुगीन धर्मप्रधान जीवनशैलीतून आणि मानसिकतेतून बाहेर पडून आधुनिक युगातील विज्ञाननिष्ठ जीवनशैलीचा स्वीकार करू शकेल. 'मीच माझ्या कर्तृत्त्वाचा आणि जीवनाचा निर्माता आणि स्वामी आहे, मीच माझा देव आहे' याची प्रत्यक्ष जगताना त्याला खात्री वाटली तरच त्याच्या मनातील अंधश्रद्धेचे निर्मूलन होऊ शकेल, त्याच्या 'देव-धर्म' विषयक कल्पनेत बदल होऊ शकेल.

□

नासलेल्या शिक्षणसंस्था

१९६० साली महाराष्ट्र राज्याची स्थापना झाली. त्यामुळे महाराष्ट्रातील संयुक्त महाराष्ट्रादी अंतर्गत राजकीय आंदोलने थंड पडत गेली आणि राज्याच्या विविध विकास योजनांना गती आली. ग्रामीण विभागांवर या योजनांचा प्रभाव पडू लागला. यशवंतराव चव्हाण महाराष्ट्राचे पहिले मुख्यमंत्री झाले आणि यांनी महाराष्ट्राचा कायाकल्पाला जोराची चालना दिली. १९६० नंतरच्या चारपाच वर्षांत शिक्षण, साखर, सहकार आणि जिल्हा परिषदा यांचा धडाक्याने मराठी समाजात प्रवेश झाला. विद्यमान ग्रामसंस्कृतीवर या चार सूत्रांचा विशेष प्रभाव पडला.

१९५७ ते ६० च्या दरम्यान आर्थिकदृष्ट्या मागासलेल्या म्हणजे ठराविक (उदा. बाराशे रुपये) वार्षिक उत्पन्नाच्या घरांतील मुलांना शिक्षण मोफत मिळण्याची संधी प्रथमच प्राप्त झाली. त्यांच्यासाठी सरकारी सवलती जाहीर झाल्या. त्यांच्या शिक्षणाची फी महाराष्ट्र राज्य सरकार शिक्षणसंस्थांना देऊ लागले.

शिक्षणसाठी आर्थिक सवलती मिळू लागल्या तरी या कमी उत्पन्नगटातील ग्रामीण मुलांना शहरात जाऊन शिक्षणासाठी राहणे व राहण्याचा स्वत: खर्च करणे परवडणारे नव्हते. हे ओळखून त्यावेळचे मुख्यमंत्री यशवंतराव चव्हाण आणि शिक्षणमंत्री बाळासाहेब देसाई यांनी ग्रामीण विभागांतून शिक्षणसंस्था स्थापन करण्यास आपल्या अनेक राजकीय कार्यकर्त्यांना प्रेरणा दिली. तसेच महाराष्ट्रातील १९६० पूर्वीच्या ग्रामीण विभागांतील प्रस्थापित शिक्षणसंस्थांना व्यापक पातळीवर विस्तार करण्यास प्रोत्साहन दिले. ही प्रेरणा आणि प्रोत्साहन सक्रिय होते. शिक्षणसंस्थांच्या एकूण वार्षिक खर्चावर मोठ्या प्रमाणात विविध पातळ्यांवर सरकारी अनुदाने मिळणार होती. हे प्रमाण हळूहळू शंभर टक्क्यापर्यंत वाढत गेले. १९६० च्या आरंभी ते ६५-६६ टक्के होते.

राज्यसरकारच्या शिक्षणविषयक या धोरणामुळे महाराष्ट्राच्या ग्रामीण विभागांत स्थानिक पातळीवर अनेक नव्या शिक्षणसंस्था स्थापन झाल्या. त्यांनी प्राथमिक शाळा, हायस्कूल्स आणि महाविद्यालये झपाट्याने काढली. राजकीय पुढाऱ्यांच्या

समाजसेवेचा तो जणू एक अपरिहार्य भाग होऊन बसला. शिक्षणसंस्थांच्या कार्यामुळे संबंधित पुढाऱ्यांची राजकारणात प्रतिष्ठा वाढली. या प्रतिष्ठेचे त्यांना अनेक फायदे राजकीय क्षेत्रातील पदोन्नतीसाठी मिळत गेले.

ज्यांच्या घरात हजारो वर्षे ज्ञानाचा गंधही नव्हता अशा ग्रामीण कुटुंबात १९६० नंतर पाटी आणि पेन्सिलीने प्रथमच प्रवेश केला. खेड्यातील सामान्य छोट्या शेतकऱ्यांची, शेतमजुरांची, बलुतेदारांची, गोरगरिबांची, अडाण्यांची मुले प्रथमच शिकू लागली. मागास जातींना याही अगोदरपासून सवलती मिळू लागल्या होत्या, त्यामुळे त्यांचीही मुले शिकू लागली. ज्या घरातल्या खुंटीवर कायम दोरखंड, दावी-कासरे सतत अडकले जात, त्या खुंटीवर आता पाट्या-पुस्तकांच्या पिशव्याही अडकल्या जाऊ लागल्या. ज्या दिवळीत किंवा कोनाड्यात विळे, खुरपी ठेवलेली असत त्यातच आता लेखण्या, पेन-पेन्सिली, फूटपट्या, कंपासपेट्या ह्याही दिसू लागल्या. कुटुंबाचे चित्र आतून पालटू लागले. महाराष्ट्रात हे कधी नव्हे ते चित्र ग्रामीण भागातून घडत होते... ग्रामीण समाजात व्यापक पातळीवर प्रथमच तरुणपिढी पदवीधर होऊ लागली.

याच काळात भारतीय आणि महाराष्ट्रीय पातळीवर विविध क्षेत्रांत जाणीवपूर्वक स्थित्यंतरे होऊ घातली होती. विकासाच्या विविध योजना आखल्या जात होत्या. नवीनवी सरकारी खाती किंवा विभाग शासकीय पातळीवर जन्माला येत होते. त्यासाठी नवा सुशिक्षित नोकरवर्ग मोठ्या संख्येने हवा होता. जाहिराती देऊन त्यांचे अर्ज मागवले जात होते, त्यांच्या मुलाखती घेऊन त्यांची भरती केली जात होती. महाराष्ट्र राज्य याबाबतीत आघाडीवर होते. याचा परिणाम असा झाला की ग्रामीण विभागांतील नव्या सुशिक्षित तरुण पिढीला शिकल्यामुळे नोकऱ्या मिळू लागल्या. त्यांच्या घरचे कौटुंबिक आर्थिक चित्र पालटू लागले. त्यांच्या अंगावर धडसे कपडे दिसू लागले.

हे पालटणारे आर्थिक चित्र पाहून (स्वत:च्या गल्ली-गावातील पालटणारी तरुण पिढी पाहून) गोरगरिबांना प्रत्यक्षात आपली मुले शाळेत घालण्यास मोठ्या प्रमाणावर बळ आणि स्फुरण मिळाले.

या नोकऱ्या केवळ शासकीय पातळीवरच निर्माण होत होत्या, असे नव्हे. याच काळात महाराष्ट्रात साखर कारखाने, सहकार, दूध-योजना यांचा जन्म झाला होता. विकास-कामांचा झपाट्याने वेग वाढल्याने अनेक नवी नवी कामे समाजात जन्माला येत होती. कंत्राटदार ती कामे घेत. त्यासाठी मजुरांची मोठी गरज असे. तसेच ह्या कामात पर्यवेक्षण, हजरी ठेवणे, सामग्रीची खरेदी करणे तसेच पगार वाटप, कंत्राटे यांच्यासाठी शिकलेल्या तरुणांची गरज भासत होती. या कामांचे स्वरूपच असे होते की ती करण्यासाठी थोडेबहुत शिकलेले तरुणच तिथे जास्त उपयुक्त ठरत

असत. परिणामी अधस्तरीय ग्रामीण समाजातील तरुण पिढीच्या कानामनात शिक्षणाचे वारे वेगाने शिरले आणि ती महाविद्यालयात जाऊन कुवतीनुसार जास्तीत जास्त शिक्षण घेण्याचा, पदवीधर होण्याचा प्रयत्न करू लागली. ठराविक पदव्या आणि नोकऱ्यांचे स्वरूप यांची सांगड घातल्याने पदवीधर होणे हे अपरिहार्य होऊन बसले.

१९६० ते १९७२-७३ पर्यंत सामान्यत: अशी स्थिती होती. त्यामुळे ग्रामसंस्कृतीत झपाट्याने स्थित्यंतरे होऊ लागली. नोकऱ्यांच्या निमित्ताने, उद्योग-धंदे यांच्या निमित्ताने तरुणांचे शहरांशी संबंध वाढले. नवे रस्ते झाल्यामुळे दळणवळण सुकर झाले. याचा परिणाम शहरातील प्रापंचिक आधुनिक वस्तू, साधने यांचा प्रवेश ग्रामीण जीवनशैलीत होऊ लागला. खेड्यांच्या संस्कृतीत शहरांतील आधुनिकता येऊ लागली. 'ह्याच आपल्या सुधारणा आहेत' असे ग्रामीणांना वाटू लागले. खेडी आधुनिकतेच्या दिशेने वाटचाल करू लागली.

शहरांतील आधुनिक वस्तू खेड्यांत येणे, याचा अर्थ मात्र 'खेड्यांचे शहरीकरण झाले' असा नव्हे. शहरीकरणाचा गाभा 'शहरांतील आधुनिक मानवनिर्मित उद्योग, व्यवसाय, कारखाने, सुधारणा, सु-व्यवस्था, सु-शिक्षण, आरोग्य, आर्थिक उलाढाली येणे' असा असतो. ते मात्र खेड्यांत कधीच आले नाही. म्हणून 'खेड्यांचे शहरीकरण झाले' असे म्हणणे समाजशास्त्रीय दृष्ट्या चुकीचे आहे; हे कटाक्षाने लक्षात ठेवले पाहिजे. असो.

१९६० नंतरच्या बारातेरा वर्षांत महाराष्ट्राच्या राजकीय क्षेत्रातील पहिली पिढी हळूहळू काळाच्या पडद्याआड जात होती. गांधीजींच्या नेतृत्वाखाली ती स्वातंत्र्यपूर्वकाळात देशाच्या स्वातंत्र्यासाठी झगडलेली, सेवाभावी पिढी होती. या काळातील राजकारण सरळ होते. त्यासाठी छक्के-पंजे करण्याची गरज भासत नव्हती. समाज-सेवा हे तिचे ध्येय होते. देशाचा विकास झाला पाहिजे, त्यासाठीच राजकारण करावयाचे असते हा तिचा ध्यास होता.

ही पिढी काळाच्या पडद्याआड जात असतानाच हळूहळू नवी तरुण पिढी ग्रामीण विभागांतून राजकारणात प्रवेश करीत होती. तिला स्वार्थत्याग, देशसेवा, स्वातंत्र्यासाठी सोसलेली झीज, समाजविकासाचा ध्यास, वृत्तीतील सरलता इत्यादी पहिल्या पिढीतील गुणधर्मांचा फारसा स्पर्श झालेला नव्हता. ती केवळ राजकीय महत्त्वाकांक्षेने प्रेरित झालेली, त्यासाठी करावे लागणारे छक्के-पंजे, स्वार्थासाठी सहकाऱ्यांचा, पक्षाचा, पक्ष-तत्त्वज्ञानाचा विश्वासघात करण्यास मागेपुढे न पाहणारी, पक्षांतर्गत स्वतःचा गट स्थापन करून पक्षांतर्गत दुसऱ्या गटावर कुरघोडी कशी करता येईल याची संधी साधणारी, त्यासाठी अनुकूल परिस्थिती निर्माण करू पाहणारी होती. समाजात मिळालेल्या वेगवेगळ्या सत्ताकेंद्रांचा, पदांचा, सभासदत्वाचा, अधिकारांचा वापर ती वाममार्गी पैसा मिळविण्यासाठी, गडगंज होण्यासाठी करून

हळूहळू भ्रष्टाचारी होऊ लागली होती. त्यासाठी लटकी समर्थने देऊ लागली होती.

ग्रामीण शिक्षणसंस्थांवर या पिढीच्या राजकारणाचा परिणाम होऊ लागला. शिक्षणासाठी प्रवेश घेतलेले अनेक विद्यार्थी घरच्या अपरिहार्य अडचणींमुळे पुष्कळ वेळा शिक्षण मधेच सोडून देत. पण त्यांची नावे काढून टाकली जात नसत. त्यामुळे त्यांच्यासाठी मंजूर झालेली फी संस्थेत जमा होई. विशेषत: काही शिक्षणसंस्था मागासवर्गीय विद्यार्थ्यांची बोर्डिंगे चालवीत असत. त्यांत बोगस नावे बरीच असत. त्या नावांची विद्यार्थी अनुदाने शिक्षणसंस्था हडप करत असत. अशी अनेक प्रकरणे उघडकीस आली. कर्मचारी व प्राध्यापक वर्गाचे पगार सरकारद्वारा होत असत. शिक्षणसंस्थांकडून त्यांच्या पगारातील काही रकमा काढून घेतल्या जात असत; मात्र पूर्ण पगार दिल्याच्या पावत्यांवर सेवकांच्या सह्या घेत असत. लाचार व आर्थिक कोंडी झालेला कर्मचारी वर्ग व प्राध्यापकवर्ग ते सहन करी. नाही तर त्यांना अनेक मार्गांनी नोकरीतून काढून टाकले जाण्याची भीती असे. पुष्कळ वेळा हा कर्मचारीवर्ग व प्राध्यापकवर्ग संस्थेत भरताना गणगोतवादी दृष्टी ठेवली जाई. त्यामुळे ग्रामीण समाजातील सामान्य जनस्तरातील गुणी तरुणांना वंचित राहावे लागे. त्यातून त्यांचा समाजावरचा, शिक्षणसंस्थावरचा, राजकीय पुढाऱ्यांच्या सेवाभावी वृत्तीवरचा आणि शेवटी शिक्षणावरचा विश्वासच नष्ट होत गेला. परिणामी घोर निराशेने हा तरुण वर्ग घेरला गेला.

१९७५ पर्यंत देशातील लोकसंख्या वाढीचे प्रमाण मोठे होते. खेड्यातील लोकसंख्या या काळात विशेष वाढली. या काळात खेड्यातील सामान्य, दरिद्री माणसास शिक्षण घेऊन नोकरी मिळवणे एवढेच ध्येय होते. त्यातल्या त्यात तो आत्मोद्धार करण्याचा एकमेव मार्ग वाटे. म्हणून विद्यार्थ्यांचे शिकण्याचे प्रमाण या काळात विशेष वाढले होते. पण तोही मार्ग अशा रीतीने बंद झाला. नोकरीच्या खाजगी क्षेत्रात तर ग्रामीण विभागात राजकारणी पुढाऱ्यांचेच वर्चस्व असल्याने तिथेही गणगोतवाद, नोकरीत प्रवेश करताना प्रचंड पैसा लाच म्हणून द्यावा लागणे इत्यादीमुळे तीही दारे सामान्य सुशिक्षित ग्रामीण तरुणांना बंद झाली. वाढत्या लोकसंख्येने सुधारणा गडप झाल्या.

१९८५ नंतरच्या काळात ग्रामीण विभागात सायन्स कॉलेजेस्, बीएड, डी.एड, इंजिनिअरिंग व मेडिकल कॉलेजेस् मोठ्या प्रमाणावर काढली गेली. तेथील प्रवेशही अनधिकृत, प्रचंड पैसे (हजारो किंवा लाखोच्या आकड्यांत) देऊन मिळत असत. त्यामुळे गरिबा घरच्या मुलांना त्या शाखांपासून कायमचे वंचित राहावे लागले.

१९६० ते ७२ च्या दहाबारा वर्षांच्या काळात देशात आणि महाराष्ट्रात ज्या गतीने नव्या नोकऱ्या निर्माण झाल्या होत्या ती गती १९७२-७३ च्या आसपास हळूहळू कमी होत नष्ट झाली. निर्माण झालेली नवी शासकीय खाती नोकरांनी भरून

गेली. एक प्रकारचा स्थिरपणा, तुंबलेपणा निर्माण झाला. १९७५ च्या आसपास भारताच्या पंतप्रधान असलेल्या इंदिरा गांधींनी सरकारी आणि निमसरकारी खात्यांतील वा विभागांतील नोकरीच्या क्षेत्रातील राखीव जागांचा 'बॅकलॉग' भरून काढण्याचे आदेश काढले. त्यामुळे बहुजन समाजातील तरुणांना नोकऱ्याच मिळेनाशा झाल्या. काहींच्या होत्या त्याही तात्पुरत्या नोकऱ्या गेल्या. १९९०-९२ मध्ये मंडल आयोगामुळे 'ओ.बी.सी' ही नवी कॅटॅगरी आली. तिचाही परिणाम सामान्य, छोट्या शेतकऱ्यांच्या, शेतमजुरांच्या नवतरुणांना नोकऱ्या न मिळण्यात झाला. या सर्वच कारणांमुळे १९७२-७३ नंतरच्या काळात ग्रामीण विभागातील सर्वसामान्य समाजस्तरातील नव सुशिक्षित तरुणांत बेकारीची लाट निर्माण झाली. त्यांच्या वाट्याला घोर निराशा येत चालली... आपल्या मुलाला शिकल्यावर नोकरी मिळेल किंवा एकदा का नोकरी मिळाली की घरादाराचे कल्याण होईल या आशेपोटी बी.एड, इंजिनिअरिंगच्या प्रवेशासाठी किंवा पदवीधर झाल्यावर नोकऱ्या मिळवण्यासाठी आपल्या शेतांचे तुकडे विकणे, कामाचे बैल, दुभत्या म्हशी विकणे आणि 'लाच देणे' अशा अनेक घटना खेड्यांमध्ये घडल्याची उदाहरणे आहेत. हे लाच घेणारे त्याच ग्रामीण समाजातील नाना प्रकारांनी प्रस्थापित व सत्ताधारी झालेले पुढारी असत– हे सर्व ग्रामीण विभागातील नवसुशिक्षित तरुण पिढी आजही उघड्या डोळ्यांनी पाहत आहे, स्वत: अनुभव घेत आहे, ज्यांना आपले म्हणून 'मते' द्यावीत तेच आपले शोषक, भ्रष्ट कर्दनकाळ होतात, याचा पडताळा ती घेत आहेत.

१९७२ ते ९२ च्या काळात ग्रामीण विभागातील नवसुशिक्षित तरुण पिढीची कोंडी आर्थिक, मानसिक, शैक्षणिक अशा विविध अंगांनी अधिकाधिक होत गेली. या पिढीच्या रूपाने आजचे मराठी खेडे आतल्या आत धुमसते आहे, गुदमरते आहे.

सत्तर टक्के भारतीय जनता खेड्यापाड्यात राहते. देशाला स्वातंत्र्य मिळून पन्नास वर्षे झाली तरी तिचे शोषण अजूनही थांबत नाही. नव्या भांडवलशाहीत आज तिचे शोषण खेड्याबाहेरचे शहरी भांडवलदार लोक जसे करतात तसेच खेड्यातील समाजांतर्गत शोषकवर्गही तिचे शोषण करीत आहे. कधी तरी या शोषणामुळे स्फोट होणार आणि त्याची पहिली झळ खेड्यातील समाजांतर्गत शोषकांनाच लागणार आहे. त्यामुळे ग्रामीण समाजातील शोषकांनी वेळीच सावध होऊन दीर्घफलदायी विचारांची कास धरली पाहिजे. एकूण ग्रामीण समाजाच्या अंतर्गत विकासातच आपलाही विकास असतो, तो धोक्याचा नसतो, सर्वांबरोबरच्या सहअस्तित्वाचा असतो, इतरांच्या डोळ्यांत खुपणारा नसतो, याची जाणीव त्यांनी ठेवली पाहिजे. समाजाच्या एकांतिक शोषणातून केलेला स्वतःचा विकास हा स्वतःच्याच मरणाचा काढलेला खड्डा असतो, याची जाणीव त्यांना होण्याची गरज आहे.

महाराष्ट्राच्या ग्रामीण विभागातील शिक्षणाच्या क्षेत्रात चाललेल्या शोषणापुरतेच बोलावयाचे तर ग्रामीण शिक्षणसंस्थातील चालकांनी शोषण प्रेरित चालविलेला भ्रष्टाचार आता थांबविण्याची वेळ आलेली आहे. कारण भ्रष्टाचाराने आता एकांतिक टोक गाठले आहे.

काही ग्रामीण शिक्षणसंस्था खरोखरच चांगल्या असल्या तरी बहुसंख्य स्थानिक शिक्षण-संस्था भ्रष्ट झालेल्या आहेत. त्यांच्यात स्थानिक राजकारणी लोकांचा वरचष्मा आहे. त्यांनी लाच खाऊन प्रवेश देणे, नोकऱ्या देणे बंद केले पाहिजे. महाराष्ट्र राज्याच्या सरकारी अनुदानावर या संस्था चालतात. महाराष्ट्र राज्यातील जमिनी या संस्थांना सरकारने किंवा खाजगीतून लोकांनी म्हणजे मराठी समाजाने संस्था स्थापण्यासाठी दिलेल्या असतात. याचा अर्थच असा असतो की या संस्थांनी महाराष्ट्र राज्यातील मुलांना शिकवण्यासाठी या संस्थांना मराठी माणसाच्या कर-उत्पन्नातून पैसा आणि संस्थेची मालमत्ता दिलेली असते. त्यातूनच या संस्था जन्मलेल्या असतात. पण जन्मदात्या मराठी समाजातील तरुण पिढीचेच या शोषण करतात. ग्रामीण समाजाच्या विकासासाठी निर्माण झालेल्या या शिक्षणसंस्था हळूहळू ग्रामीण समाजाच्या शोषणाचेच केंद्र बनत गेल्या. ही प्रक्रिया थांबली पाहिजे.

या शिक्षणसंस्थांतील शिक्षणाचे स्वरूप आज कालबाह्य झालेले आहे. बी.ए., बी,कॉम, बी.एससी, या सारख्या पांढरपेशा कारकुनी पदव्या प्रामुख्याने या संस्थातून मिळतात. ग्रामीण विभागातील तरुण मुले आर्थिक कुवत नसल्याने आपले गाव सोडून, पंचक्रोशी सोडून शिक्षणासाठी फार लांब जाऊ शकत नाहीत; कारण शिक्षणासाठी फार खर्च करणे त्यांना आर्थिक दृष्ट्या अशक्य असते; म्हणून ही मुले जवळपास मिळणारे आणि सहज उपलब्ध असलेले शिक्षणच घेतात. अशा परिस्थितीत शिक्षणसंस्थांनी गतानुगतिक आणि कालबाह्य झालेले शिक्षण बंद करून कालमानास अनुसरून उद्योगनिष्ठ शिक्षणाचे छोटे छोटे अनेक कोर्सेस सुरू केले पाहिजेत. विद्येचे महत्त्व अनन्यसाधारण असते. ती तर आधुनिक युगात घेतलीच पाहिजे. पण आपआपल्या परिसरात होणारी धान्ये व पिके यांच्या अनुषंगाने औद्योगिक प्रक्रिया करणारे कोर्सेस त्या त्या शिक्षणसंस्थांनी शिकविले पाहिजेत. त्यातून तरुण पिढीला व स्थानिक उद्योगांना प्रोत्साहन मिळू शकते. केवळ नोकऱ्यांच्या शोधात असलेल्या तरुण पिढीनेही आता अशा प्रकारचे शिक्षण घेऊन वैयक्तिक किंवा सहकारी तत्त्वावर उद्योग उभे केले पाहिजेत, तरच ही पिढी एकविसाव्या शतकात जीवनात, स्थिर होऊ शकेल.

केवळ ज्ञानाची परंपरा असलेला आणि परंपरेने शारीरिक कष्टाची सवय मुळीच नसलेला मराठी समाजातील ब्राम्हण वर्ग शहरांत नाना प्रकारचे उद्योगधंदे यशस्वीपणे

करताना आज दिसतो आहे. दूध, नायलॉन, इंजिने, यंत्रनिर्मिती, कापड व्यवसाय, किराणा माल, प्रापंचिक वस्तू, (उदा. पापड, लोणची, मसाले, मिठाई) यांची निर्मिती विक्री, हॉटेल-व्यवसाय, घरबांधणी-व्यवसाय इत्यादीकडे तो मोठ्या नेटाने वळला आहे. - ग्रामीण विभागातील तरुण पिढी ही तर जन्मभर कष्ट करणाऱ्या शेतकऱ्यांच्या, शेतमजुरांच्या, रोजगाऱ्याच्या घरात जन्मलेली असते. तिने अशा प्रकारचे उद्योगनिष्ठ शिक्षण घेऊन छोटे छोटे ग्रामीण उद्योग चालू केले तर खेडे खऱ्या अर्थाने स्वावलंबी आणि समृद्ध होण्यास मदत होईल आणि ग्रामीण जनतेचे शोषणही थांबू शकेल. खेड्यात अशा प्रकारचे छोटे छोटे उद्योग व्यवसाय अनेक प्रकारचे करता येतील, अशी स्थिती आहे. त्यासाठी शिक्षणसंस्थांनी सर्वेक्षण करून 'तरुण ग्रामीण पिढीसाठी ग्रामीण शिक्षण' हे नवे ध्येय ठेवले पाहिजे. यातच ग्रामीण शिक्षणसंस्थांचा आणि ग्रामीण समाजाचाही खऱ्या अर्थाने विकास होणार आहे. सामाजिक कार्यकर्ते म्हणून श्री. यशवंतराव चव्हाण आणि श्री. बाळासाहेब देसाई यांच्या मनातील ग्रामीण समाजशिक्षणविषयक स्वप्न अशाच आशयाचे होते. महात्मा गांधींजींच्या शिकवणुकीतून कळत नकळत त्यांनी ते आत्मसात केले होते. ग्रामीण समाजाने त्याचा पाठपुरावा करण्याची नितांत गरज आहे.

□

पांढर-पोशाखी व्यवसाय

प्रजासत्ताक स्वतंत्र भारतात १९५२ साली पहिल्या सार्वत्रिक, निवडणुका झाल्या. सामान्य भारतीय जनतेला हा अनुभव अपूर्व स्वरूपाचा होता. अर्थातच महाराष्ट्रातील ग्रामीण विभागानेही तो प्रथमच घेतला. ग्रामसंस्कृतीला हे परिमाण प्रथमच लाभत होते. ग्रामीण समाजाला नवा संदर्भ मिळत होता. तोपर्यंतच्या ग्रामीण माणसाची प्रवृत्ती ही सामूहिक वर्तनाच्या स्वरूपाची होती. म्हणजे असे की सर्वांनी घ्यायच्या निर्णयाच्या बाबतीत खेडुताचे मन गावातल्या सामाजिक वातावरणाच्या आधारे निर्णय घेत असे. गावात वावरताना, गल्लीतल्या माणसांशी जाता-येताना होणाऱ्या बोलण्यातून, गावातील देवीच्या जत्रेतून, पिंपळपारावरच्या गप्पांतून, देवळात होणाऱ्या गाठीभेटी, चर्चा यांच्यातून हळूहळू गावाबद्दलचे मत तयार होत जात असे आणि खेडुतालाही गावमताचा सुगावा लागत असे. गावाचा कल कळत असे. त्यातूनच त्याच्याही मनाचा कौल तयार होत असे.

परंपरेने गावचा पाटील, देसाई-देशमुख, वतनदार, हीच मंडळी गावासाठी गावाचे नेतृत्व करीत असत. परंपरेनेच ते त्यांच्याकडे आलेले असे. गावात अशा नेतृत्वाविषयी विश्वास आणि मानही असे. – गावचा पुढारी सर्वांचेच कल्याण करतो, त्याच्या मताच्या बाहेर आपण जायचे नाही, अशी गावची श्रद्धा असे. पुष्कळ वेळा गावाची सभा घेऊन विचारविनिमयानं निर्णय घेतला जात असे. त्या निर्णयानुसार सर्व गाव वागत असे.

स्वतःला काय वाटते त्यानुसारच मी वागणार, त्या बाबतीत दुसरा कुणी मला विचारू शकत नाही, ही आजच्या युगाला अनुकूल अशी 'व्यक्तिस्वातंत्र्याची जाणीव' त्यावेळी खेडुतामध्ये नव्हती. स्वातंत्र्योत्तर काळात ही जाणीव हळूहळू वाढीस लागून विकसित झाली. या जाणिवेचा परिणाम होऊनच हळूहळू म्हणजे साधारणतः १९६२ नंतर गावात मते, मतान्तरे, यांचा प्रभाव वाढत गेला. त्यातून पक्ष, पक्षांतरे, ज्या त्या बाबतीत निवडणुका, यांचाही प्रभाव वाढत गेला. विशेषतः पहिल्या दोनतीन निवडणुका झाल्यानंतर म्हणजे १९७२ च्या आसपास ही जाणीव

पुरेशी विकसित झाल्याचे प्रत्ययाला येऊ लागले. यातूनच नेतृत्वाची जडणघडणही होत गेली. गावात फळ्या पडत गेल्या, दुही माजत गेली.

महाराष्ट्राचे ग्रामीण नेतृत्व घडायला महाराष्ट्राचा इतिहास आणि नजीकचा म्हणजे १९५० पर्यंतचा भूतकाळ हेही कारणीभूत आहेत. छत्रपती शिवाजी महाराज ग्रामीणांना 'शेतकऱ्यांचा राजा' वाटत असत. राजर्षी शाहूछत्रपती यांच्याविषयीही हीच धारणा होती. बडोद्याचे महाराज सयाजीराव गायकवाड हा तर राजा झालेला माणूस शेतकऱ्याचेच पोर होता, हे खेड्यापाड्यात सर्वांना माहीत होते.

पेशवाईच्या काळात राज्यकर्ते म्हणून आणि पारतंत्र्याच्या काळात इंग्रजांचे अधिकारी नोकर म्हणून, तसेच धर्माच्या नावावर शेतकरी, सामान्यजन यांची लुबाडणूक करणारे म्हणून, शिवाय ग्रामीण भागात तोपर्यंतच्या (१९५०-५२ पर्यंतच्या) काळात सावकारी, वकिली, कुलकर्णीपण करून खेडुतांचे, गरिबांचे शोषण करणारे म्हणून ब्राह्मण वर्गाविषयी सर्वसाधारणपणे मनोमन अढी होती. महात्मा गांधींविषयी ग्रामीण जनतेला प्रेम होते. राजकारणात गांधीजींनी खेड्यांची व तेथील जनतेची सक्रियतेने नोंद घेतली होती. त्यांच्या प्रेमापोटी अनेकांनी खेड्यातून १९४२ च्या क्रांतीत उड्या घेतल्या होत्या– त्या गांधीजींची हत्या करणारे म्हणूनही ब्राह्मणवर्गावर खेडुतांचा राग होता.

या इतिहासामुळे स्वातंत्र्योत्तर काळात बहुजन समाजाकडे, राजकीय, सामाजिक नेतृत्व जायला मदत झाली. स्वातंत्र्यपूर्व काळात गांधीजींनी आणि त्यांच्या काँग्रेसने ग्रामीण जनतेचे, शेतकऱ्यांचे राज्य येणार अशी ग्रामीण समाजाची धारणा केलेली होती. ही जाणीव १९४२ पासून प्रभावीपणे ग्रामीण मनात रुजली होती. महाराष्ट्रात संख्येच्या दृष्टीने मराठावर्ग मोठ्या प्रमाणात आहे. ग्रामीण समाजात तर त्याचे प्रमाण शहरांच्या तुलनेत विशेष आहे. त्यामुळे जातीय बहुसंख्येच्या जोरावरही हे नेतृत्व मराठा समाजाकडे गेले.

प्रजासत्ताक भारतातील पहिल्या तीनचार निवडणुकांचा म्हणजे १५-२० वर्षांचा काळ (पहिलावहिला स्वतंत्रतेचा काळ असल्यामुळे) सर्वांगीण उत्साहाचा गेला. विकास योजनांना, विधायक राजकारणाला, विविधांगी विस्तार-उपक्रमांना या काळात भरते आलेले होते. या काळातील नेतृत्व करणाऱ्या व्यक्तीही गांधीजींच्या नेतृत्वाखाली आणि दृष्टीखाली वाढलेल्या आणि तयार झालेल्या होत्या. स्वातंत्र्य मिळविण्यासाठी त्यांतील बहुतेकांनी मोठा त्याग केला होता. त्यांच्या व्यक्तिमत्त्वात ध्येयवाद मुरलेला होता. या सर्वांचा परिणाम ग्रामीण विभागावरही झाला. ग्रामीण विभागांत सुधारणा आल्या. १९६०-६२ नंतर झपाट्याने ग्रामसंस्कृतीचा कायापालट होऊ लागला. सुधारलेली बीबियाणे, नवी औतअवजारे, पाणी-पाटबंधारे, धरणे, कालवे, जमीन-सुधारणा, विद्युत् योजना आल्या. सहकाराचा परिणाम होऊन अनेक

साखरकारखाने महाराष्ट्रात पसरले. खेड्यापाड्यांत अनेक शिक्षणसंस्था स्थापन करून शिक्षणाचा प्रसार झाला. पंचायत राज्य, जिल्हा परिषदा, ग्रामपंचायती यांनी राजकीय जागृती केली. व्यक्तिस्वातंत्र्याचा विकास झाला. ग्रामीण तरुण शिकू लागले. नवे नवे कायदे आले. त्यामुळे ग्रामीण समाजात चैतन्य संचारले. - हे सर्व 'आपल्या समाजातील नेतृत्वामुळेच ग्रामीण संस्कृतीत आले' अशी समजूत सर्वसाधारण खेडुताची झाली.

मुख्यमंत्री यशवंतराव चव्हाण यांचे नेतृत्व याला विशेष कारणीभूत झाले. हे नेतृत्व मध्यम मार्गी होते. त्यावेळच्या अनेक राजकीय मतप्रणालींचा त्यांनी सूक्ष्म अभ्यास केला होता. स्वत: यशवंतराव चव्हाण सुसंस्कृत होते. अतिशय समजूतदार आणि मृदू भाषेत ते मतभेद व्यक्त करून विरोधकांना अंतर्मुख होऊन विचार करण्यास प्रवृत्त करत असत. अनेकांना सामावून घेत असत. विरोधकांशीही ठराविक अंतरावरून मैत्री ठेवत असत. केवळ मराठा जातीतील पुढाऱ्यांकडे लक्ष न ठेवता बहुजन समाजातील इतर जातींतील पुढाऱ्यांनाही त्यांनी सामावून घेतले होते. त्यांची महाराष्ट्राच्या नेतृत्वावर भक्कम पकड असतानाच्या काळातही त्यांनी केंद्रीय शासनात प्रवेश केल्यावर मारुतराव कन्नमवार, वसंतराव नाईक यांच्यासारख्या मराठा जातीच्या नसलेल्या मराठी व्यक्तींकडे मुख्यमंत्रीपदाची सूत्रे अनेक वर्षे सोपविलेली होती. त्यात त्यांची दूरदृष्टी दिसून येते. त्यांच्या या दूरदृष्टीमुळे सामूहिक पातळीवर मराठा नेतृत्व महाराष्ट्रात रुजायला अधिकच मदत झाली.

एका अर्थी मराठा समाज परंपरेनेच सर्व बहुजन जातीजमातींना सामावून घेणारा होता. मराठा समाज हा एकेकाळी राज्यकर्ता होता, तसेच ग्रामसंस्कृतीची रचनाच अशी होती की, मराठा शेतकरी-समाजाला पूर्वीपासूनच सर्व बहुजन जातींशी संपर्क ठेवावा लागत असे. या जातींमुळेच शेती म्हणजे कृषिप्रधान संस्कृती चालत होती. त्यामुळेच ती अस्तित्वातही आली होती. म्हणून महाराष्ट्रातील ब्राह्मण आणि ब्राह्मणेतर बहुजन समाज यांच्यातील जातीविषयक अंतर एकाच स्वरूपाचे नव्हते, हे कटाक्षाने लक्षात ठेवावे लागते. मानसिक दृष्ट्या मराठा जात आणि ब्राह्मणेतर जाती एकमेकांना जवळच्या होत्या, वेगळ्या असल्या तरी बऱ्याचशा अविरोधी होत्या.

पण १९७०-८० मध्ये ही स्थिती हळूहळू बदलत गेली. हा काळ इंदिरा गांधी यांच्या भारतीय नेतृत्वाचा होता. त्यांच्या हातात काँग्रेस नेतृत्वाची सत्ता एककेंद्र झाली होती. राज्यपातळीवरील नेतृत्वाला इंदिराजींना खूष करण्याकडे वळावे लागले होते. मुख्यमंत्री कोण किंवा नेतृत्व कुणी करावे हे ठरविण्याचे अधिकार राज्यपातळीवर न राहता केंद्रिय पातळीवर एकवटत चालले होते.

राज्यपातळीवर पक्षांतर्गत संघर्ष आणि स्पर्धा जन्माला येऊन त्यांची वाढ होऊ

लागली होती. हळूहळू महात्मा गांधीजींच्या नेतृत्वाखाली तयार झालेली, त्यागावर आधारित, देशसेवेची भावना जोपासणारी, काँग्रेसमधील पिढी या काळात एक तर निष्प्रभ, कालबाह्य होत चालली होती, किंवा ती हळूहळू काळाच्या पडद्याआड चालली होती. काँग्रेस-अंतर्गत नवे, तरुण नेतृत्व उदय पावत होते. या नेतृत्वाची पार्श्वभूमी वेगळी होती. देशसेवा, त्याग यापेक्षा या नेतृत्वात राजकीय वैयक्तिक महत्त्वाकांक्षा प्रभावी होत्या. हे नेतृत्व मराठा जातीत अधिकाधिक गोठत, स्थिर होत चालले होते.

दुसऱ्या बाजूने देशातील जनतेचे प्रश्न गुंतागुंतीचे होत होते. अनेक पक्षोपपक्ष जन्माला येत होते. त्यांचे नेतृत्व छोटे असले तरी आक्रमक होते. जातीजमातींच्या संघटना जन्माला येत होत्या. त्याही आपल्या समस्या मांडत होत्या. स्वतःच्या हक्कांविषयी एकूण समाजच अधिक जागरूक होत चालला होता. वाढत्या लोकसंख्येमुळे प्रश्न अधिकच बिकट होत चालले होते. प्रस्थापित ग्रामीण नेतृत्वावरचा सामान्य जनतेचा विश्वास उडत चालला होता. समाजवादी दृष्टी निष्प्रभ ठरून छुप्या स्वरूपात भांडवलशाही प्रभावी होत चालली होती. तिला नाना प्रकारांनी ग्रामीण तरुण नेतृत्व खतपाणी घालत होते. स्वतः त्या भांडवलशाहीचा हस्तक, सहकारी बनत चालले होते.

या सर्वांचा परिणाम ग्रामीण समाजाचा अंतर्गत विकास कुंठित होण्यात, समाजातील सर्वसामान्य माणसाच्या हिताकडे दुर्लक्ष करण्यात, वाढत्या लोकसंख्येविषयी कमालीचे निष्काळजी होण्यात होत होता. ग्रामीण विभागात दुष्काळ वारंवार पडत होते. त्यामुळे छोटे शेतकरी अधिकच कंगाल होत चालले होते. शेतमजुरांना कामे मिळत नव्हती. त्यांची भीषण उपासमार होत होती. सरकार केवळ तात्कालिक समजूत काढण्यासाठी दुष्काळी कामे काढत होते. त्यांवर खेड्यातील कंगाल, दुष्काळी, सामान्यजनांची झुम्मड पडत होती. त्या कामाच्या पैशात नाना प्रकारचे भ्रष्टाचार होत होते. तरुण सुशिक्षित ग्रामीण पिढी नोकऱ्या मिळत नसल्याने बेकार झाली होती. ग्रामीण विभागात कामे नाहीत, शेती दुष्काळग्रस्त, शिकूनही नोकऱ्या मिळत नाहीत, आई-वडील, भाऊ-बहिणी यांची उपासमार होत आहे; अशा परिस्थितीत काय करावे कळत नसल्याने तरुण पिढीची कोंडी झाली होती. शेतकऱ्यांच्या शेतमालाला सरकारी नियंत्रणामुळे योग्य किंमती मिळत नव्हत्या. शेती सतत अंदर-बट्ट्यात येत होती. बलुतेदारांचे उद्योग शहरकेंद्री औद्योगिक विकासामुळे हातातून गेले होते. त्यामुळे त्यांच्या धंद्याचे व उपजीविकेचे प्रश्न निर्माण झाले होते. वरचेवर पडणाऱ्या दुष्काळांमुळे व भूगर्भातील पाणी पातळी खोल गेल्याने खेड्यांना केवळ पिण्यासाठीही पाणी मिळेनासे झाले होते. लोकसंख्या-वाढीमुळे त्यात आणखी भर पडलेली. यांपैकी कोणतेही प्रश्न ग्रामीण नेतृत्वाकडून

सोडवले जात नव्हते. या प्रश्नांबरोबरच दलित, आदिवासी, भटके-विमुक्त जातीजमातींचे प्रश्न निर्माण झाले होते. त्याकडेही संपूर्ण दुर्लक्ष झाले होते.

ग्रामीण विभागांची स्थिती अशी भीषण गंभीर होत असताना ग्रामीण नेतृत्व अधिकाधिक संकुचित वृत्तीचे झालेले दिसते. १९८० ते १९९५ या काळात या नेतृत्वाच्या वैयक्तिक महत्त्वाकांक्षेचा, नादानपणाचा कडेलोट करावा इतका भ्रष्टाचारी उच्चांक गाठला गेलेला दिसतो.

हे नेते ग्रामीण समाजातील असले तरी त्यांना ग्रामीण जनतेच्या प्रेमापेक्षा गणगोतवाद, वैयक्तिक स्वार्थ, सत्ता, पैशाविषयीची अनावर लालसा, दुर्गंधी सुटावी असा अहंकार याच गोष्टी अधिक प्रिय आहेत, याचे अनेक अनुभव जनतेला या काळात आले. काँग्रेसमध्येच राहून अंतर्गत सत्तेसाठी, पदासाठी चाललेल्या सुंदोपसुंदीचे धादांत पडताळे आले. सहकार केंद्रे, साखर-कारखाने, ग्रामीण शिक्षणसंस्था, जिल्हापरिषदा यांच्यातील निवडणुकांसाठी काँग्रेसमधील नेत्यांतच, एकाच मराठा जातीतच तत्त्वहीन मारामाऱ्या, खोटेनाटे आरोपप्रत्यारोप कसे होतात; एकाच पक्षातील, एकाच ग्रामीण विभागातील, एकाच जातीतील नेत्यांकडून त्यांमध्ये एकमेकांचे विश्वासघात कसे केले जातात यांचे जाहीर प्रदर्शन ग्रामीण नेतृत्वात या काळात पुनःपुन्हा होऊ लागले... आपल्या गणगोतांची व मुलाबाळांची योग्यता, अभ्यास, स्वभाव, वृत्ती लक्षात न घेता त्यांना राजकारणात आणून अधिकार, पदे, सत्ता देण्यासाठी कशी खेकड्यांसारखी चढाओढ लागते हे सर्वांना पाहता आले - ग्रामीण नेतृत्वाच्या १९७० नंतरच्या या दिशेमुळे आणि १९८० ते ९५ च्या पंधरावर्षांतील त्याच्या संकुचित व स्वार्थी क्षुद्र दृष्टीमुळे ग्रामीण समाजातील सामान्य जनस्तरांची सर्वांगांनी वाताहत झालेली दिसून येते. याचा परिणाम हे नेतृत्व बहुसंख्या असलेल्या जातीतून जन्मले असतानाही १९९५ च्या सार्वजनिक निवडणुकीत पराभूत होण्यात झाला. या काळात हे नेतृत्व धंदेवाईक झाले. केवळ निवडून येण्यासाठी वाट्टेल ती आश्वासने हे नेतृत्व देते आणि निवडून गेल्यावर सगळे विसरून जाते, स्वतःच्या तुंबड्या भरण्यातच गुंतून जाते, हे ग्रामीण जनतेच्या अनुभवाला पुनःपुन्हा आले.

मधल्या काळातील पडझडीचे एकदोन अपवाद वगळात हे नेतृत्व १९९५ पर्यंत टिकून होते ते काही वैचारिक परिपक्वतेमुळे किंवा ग्रामीण समाज-विकासाच्या मूलगामी वैचारिक दृष्टीमुळे नव्हे; त्याची कारणे अन्यत्र आहेत. त्यांची मीमांसा आरंभीच केली आहे. मूलतः ते बहुसंख्यांक जातीतून आले होते; एवढेच त्याचे भांडवल होते. एरवी ते राज्य करायला लायक नव्हते.

नव्या स्वरूपातील छुप्या भांडवलशाहीमुळे आणि ग्रामीण नेतृत्वही शहरी भांडवलशहांना सामील झाल्यामुळे ग्रामीण जनतेचे शोषण आतून-बाहेरून दोन्ही

बाजूंनी अमर्याद होऊ लागल्याने सामान्यांचे ग्रामजीवन दारिद्र्याच्या खोल दरीत कोसळले. त्यामुळे ग्रामीण समाजाचा प्रस्थापित नेतृत्वावरचा विश्वास पूर्ण उडाला.

निदान आता तरी ग्रामीण नेतृत्वाने स्वतःच्याच मनाची आणि प्रेरणांची रचना बदलण्याची आवश्यकता ओळखणे गरजेचे आहे. या नेतृत्वाने आपआपसातील भांडणे, ईर्षा, हेवेदावे, निवडणुकांत एकमेकांचे नाना प्रकारांनी पाय ओढणे, केवळ स्वार्थाचा विचार करणे, केवळ अहंकारापोटी प्रतिष्ठा अंधळेपणाने पणाला लावणे, निवडणुकीसाठी पक्षाकडून तिकीट मिळाले नाही तर लगेच बाहेर पडणे आणि स्वतंत्र उमेदवार म्हणून उभे राहणे किंवा लगेच पक्षांतर करणे, बदललेल्या 'वाऱ्या'नुसार लगेच दुसऱ्या पक्षांच्या दारात जाऊन निवडणुकीसाठी भीक मागणे, बुद्धिमान तरुणांचा विचार न करता मठ्ठ, मूर्ख गणगोतांनाच स्वतःचा राजकीय वारसदार व्हावा म्हणून प्रयत्न करणे इत्यादी वैयक्तिक मतलबी हेतूंमुळे व तत्त्वच्युतीच्या राजकारणामुळे नेतृत्वाने ग्रामीण जनतेच्या मनातील विश्वास गमावला.

समाजातील विविध जातीय आणि परधर्मीय गटांची एकगठ्ठा मते मिळवून निवडून येण्यासाठी त्या त्या गटांशी बाजारी सौदे करण्यापेक्षा आणि निवडणुकांना मासळी बाजाराचे स्वरूप आणण्यापेक्षा ग्रामीण समाजातील सर्वसामान्य जनांच्या गरजा आणि मागण्या लक्षात घेऊन कार्य केल्यास बहुसंख्येच्या जोरावर सहज निवडून येता येईल आणि भरीव कार्यामुळे प्रतिष्ठाही वाढू शकेल.

निवडणुकीत जाहीरनामे विचारपूर्वक काढले पाहिजेत, भलत्याच अवाजवी आदर्शांची भडक स्वप्ने रंगवण्याने त्यात अडाणीपणाचे, परिस्थितीचा नीट अभ्यास नसल्याचेच प्रदर्शन होते, हे लक्षात ठेवले पाहिजे. खोटी आश्वासने देऊन निवडून येण्याने राजकारणाचा धंदा किंवा सोपा उद्योग करण्याची प्रवृत्तीच दिसून येते; ती बंद झाली पाहिजे.

निवडून आलेल्या पाच वर्षांच्या काळात स्वतःच्या ताब्यात अनेक सत्ताकेंद्रे घेऊन खोऱ्यांनी गडगंज पैसा ओढायचा आणि पुढच्या निवडणुकीतील सौदेबाजीसाठी वापरायचा हे नेतृत्वतंत्र आता सर्व ग्रामीण सुशिक्षित तरुणांच्या लक्षात आले आहे. हे सुशिक्षित तरुण ग्रामीण समाजात आता घराघरात तयार होत आहेत. त्यामुळे या नेतृत्वतंत्राचे दिवस संपले आहेत, याची जाणीव ठेवली पाहिजे. त्यापेक्षा सर्व समाजासाठी, विधायक कार्यासाठी मनापासून सेवाभावी, ध्येयवादी राहून कमरा कसण्याची गरज आहे. असे कष्ट घेण्याची गरज नसेल किंवा सवय नसेल तर सरळ घरी गप्प बसावे. शेती करावी. अन्यथा वाट्याला अंतिमतः बदनामी आणि अपयशच येणार आहे, हे ध्यानी ठेवावे. वैयक्तिक मूर्ख स्वार्थासाठी देशाचे, समाजाचे अतोनात नुकसान होते आहे, याची जाणीव ठेवावी.

महाराष्ट्रातील बहुसंख्यांक जात या वस्तुस्थितीच्या गृहीत तत्त्वावर आजवर

ग्रामीण नेतृत्व करता येणे शक्य होते. पण १९८० च्या आसपास उद्योगप्रधानता वाढल्यामुळे आणि स्पर्धात्मक वृत्तीशिवाय तरणोपाय नाही, हे लक्षात आल्यामुळे आताशा ग्रामीण विभागातील नवा तरुण वर्ग हा जातिनिरपेक्ष पण वर्गसापेक्ष, उद्योगसापेक्ष, स्वहितसापेक्ष वृत्तीने वागू, विचार करू लागला आहे. त्यातून त्याचे नवे नेतृत्व उदयाला येत आहे. ग्रामीण समाजात हे चाललेले परिवर्तन शेतीला उद्योगाच्या दिशेने नेऊ पाहत आहे. हे ओळखून ग्रामीण नेतृत्वात योग्य ते बदल झाले पाहिजेत. नव्या दिशा नक्की करून ती ध्येये नेतृत्वाने आत्मसात करण्यास मदत केली पाहिजे. केवळ मतासाठी लालुची दाखवणे या तंत्राचा आता उपयोग नाही.

त्यासाठी देशाचा कालचा व आजचा ताजा इतिहास, राज्यशास्त्र, ग्रामीण समाजशास्त्र, सामाजिक मानसशास्त्र, तत्त्वज्ञान, देशाची भारतीय पातळीवर सामाजिक, आर्थिक, राजकीय, स्थितिगती, महाराष्ट्राचीही स्थितिगती यांचा अभ्यास, चिंतन, मनन नव्या ग्रामीण नेतृत्वाने करण्याची गरज आहे. वर्तनात सुसंस्कृतपणा, विचारात संतुलितपणा, बोलण्यात, भाषणात गंभीरपणा, मनःपूर्वकता आणि चातुर्य यांचा मेळ असला पाहिजे. दृष्टी स्वहितावर न ठेवता सामान्य ग्रामीण जनहितावर, महाराष्ट्र राज्यहितावर, अंतिमत: राष्ट्रहितावर ठेवली पाहिजे. सतत ब्राह्मणविरोधाचे लोकप्रिय भांडवल येथून पुढे उपयोगी पडणार नाही. ते कालबाह्य झाले आहे. अंतिमत: सर्वच महाराष्ट्रीय समाज एकसंध, एकात्म कसा होईल याचा ध्यास घेतला पाहिजे. ब्राह्मणसमाज आता आत्मविकासासाठी उद्युक्त होऊन महाराष्ट्रात उद्योगधंद्याकडे वळला आहे. मुळात तो ज्ञानप्रेमी, चिकित्सक आहे. त्याला बाजूला ठेवण्यात ब्राह्मणेतरांचे येथून पुढे फार मोठे नुकसान होणार आहे, हे लक्षात ठेवून स्वत: वर्तन सुधारले पाहिजे. महाराष्ट्रात आणि भारतीय पातळीवरही गेल्या पन्नास वर्षांत असे दिसून आले आहे की, निकराच्या प्रश्नाच्या वेळी भारतीय व मराठी जनता केवळ जातींचा विचार न करता प्रश्नांचा विचार करून मते देते. म्हणून केवळ बहुसंख्यांकांची जात एवढेच भांडवल नेतृत्वाला पुरेसे पडणार नाही. त्यासाठी व्यापक दृष्टीची, सुसंस्कृतपणाची, सखोल अभ्यासाची, गंभीर चिंतनाची गरज आहे. असे झाले तरच एकविसाव्या शतकातील ग्रामीण नेतृत्व टिकेल व ग्रामीण समाजाचा व ग्रामीण संस्कृतीचा भरीव, आतून विकास होऊ शकेल. नाहीतर देशांतर्गत नव्या भांडवलशाहीचे गुलाम म्हणूनच ग्रामीण नेतृत्वाला व ग्रामीण जनतेला कायमचे राहावे लागेल.

एरवी निवडणुकीला उभे राहिलेल्या या ना त्या भ्रष्ट उमेदवाराला ग्रामीण जनता मतदान हे करीत असतेच. याचा अर्थ निवडून येणारा उमेदवार तिला प्रिय असतो असा नसून, ग्रामीण जनतेसमोर दुसरा पर्याय नसतो असा असतो. असहाय होऊन

ती मतदान करत असते. त्यामुळे निवडून आलेल्या उमेदवाराला 'आपली भ्रष्टाचाराची कृष्णकृत्ये लोकांना माहीतच नाहीत, ती आपण झाकून ठेवण्यात यशस्वी झालो' असे जर वाटत असेल तर ते चूक आहे - अशा निवडून येण्याने पाच पाच वर्षे पुढारी होता येईल, प्रसिद्धी कागदोपत्री मिळेल, पण ग्रामीण समाजाच्या मनातील प्रतिष्ठा कधीही मिळणार नाही; याचे भान ठेवावे. मोहातून मुक्त होऊन सेवाभावी वृत्तीने त्यागपूर्वक समाजव्यवसेवेकडे वळावे, ग्रामीणांचा उत्कर्ष साधावा. राजकारण हा व्यवसाय नसून ते व्रत आहे, हे ध्यानी ठेवावे. असे झाले तर जिवंतपणी स्वतःच स्वतःचे पुतळे उभे करण्याची किंवा संस्थांमधून स्वतःलाच फोटोतून जिथे तिथे भिंतींवर टांगण्याची गरज भासणार नाही.

□

अखंड लुटीचा बळी आणि चळवळी

पृथ्वीच्या पाठीवर हजारो वर्षांपासून भारतीय शेती, साहित्य आणि संस्कृती समृद्ध आहे. या तीनही बाबी परकीयांना आकृष्ट करणाऱ्या ठरल्या. त्यांचे आक्रमण, अतिरेक आणि येथील वास्तव्य यांच्यातून देशात इतिहास घडत गेला. संघर्ष, उद्ध्वस्तीकरण, राजेशाह्या, राजकारण यांच्या घडामोडींनी भारतीय समाजजीवन, मानवीजीवन भरून गेले. शेती, साहित्य आणि संस्कृतीला खूप मोठी किंमत मोजावी लागली.

साहित्य, संस्कृती यांचा इतिहास लिखित स्वरूपामुळे ज्ञात होतो. पण शेतीला किंमत किती मोजावी लागली तिची गणती किंवा हिशोब कुणीच ठेवला नाही. भारतीय धरणी ही सुजला, सुफला होती. सुपीक, धान्यधनवती होती. विविधतेने नटलेली होती. त्यामुळेच ती परकीयांना सुवर्णभूमी वाटत होती. वर्षभर ती पाऊस, नदी-नाले यांचे प्रवाह, तळी-तलावातील साठे, जमिनीखालील जळे-जिव्हाळे आणि झरे यांच्यामुळे अखंड पिकत होती. तिच्या या अन्नब्रह्माचे आकर्षण परकीय लुटारूंना होते.

ते सतत स्वाऱ्या करत. त्यावेळी आजच्या सारखे महामार्ग, डांबरीरस्ते नव्हते, सगळ्या मळवाटा, गाडीवाटा, पायवाटा, झाडीवाटा होत्या. जवळचे मार्ग नव्हते. निसर्गाच्या वळणावाकणांना, चढउतारांना शरण जात प्रवास करावा लागत होता. पण परकी लुटारूंचे सहस्त्रावधी सैन्य, त्यांचे गजदळ, अश्वदळ, बाजारबुणगे हे शेतातून, रानातून, सुगीवर आलेल्या पिकातून धुडगूस घालत, चरत, राने पेटवून देत प्रवास करत असत. खेड्यातील शेतकऱ्यांची घरे लुटून त्याच धान्यावर उदरनिर्वाह करत. उभी पिके हत्ती-घोड्यांना, बरोबरच्या जनावरांना चारून बेचिराग करत. असहाय्य, एकट्या पडलेल्या, असंघटित असलेल्या शेतकऱ्यांना, त्यांच्या बायकापोरांना सक्तीने आचाऱ्याच्या सेवेला, इतर सेवाकर्मांना वापरून घेत असत.

या अस्मानी-सुलतानी संकटांना शेतीसंस्कृती, ग्रामसंस्कृती सतत तोंड देत होती.

प्राचीन युगातच शेतकऱ्याची ही लयलूट होत होती असे नाही, मध्ययुगातही ही भारतांतर्गत चालूच होती. मध्ययुगात देशांतर्गत अनेक राज्ये होती. ती परस्परांवर स्वाऱ्या करत असत. त्यावेळीही ही नासधूस होतच होती. 'खंडणी, चौथाई वसूल करणे' हा प्रकार म्हणजे अन्नधान्ये, जनावरे नेणे-देणे असाच होता. इतर संपत्ती हा या वसुलीचा एक भाग होता; तो एकमेव नव्हता. जनावरांत गायी-वासरे, शेळ्या-मेंढ्या यासारखी जनावरे दूध-दुभत्याच्या दृष्टीने जशी महत्त्वाची होती, तशी खाद्यवस्तू म्हणूनही महत्त्वाची होती. अन्नधान्याचे साठे स्वाऱ्या, आक्रमणे करण्यास परकीयांना, आक्रमकांना कारणीभूत ठरत असत. प्राचीन आणि मध्ययुगीन काळ सतत धामधुमीचा होता. त्यामुळे शेती, पिके यांच्यावर सतत संकटे येत आणि शेतकरी अखंडपणे बळी जात होते. म्हणून छत्रपती शिवाजीसारखा राजा महत्त्वाचा ठरत होता. शिवशाहीत शेतकऱ्यांना, त्यांच्या पिकांना, गावांना अभय मिळत होते. शिवाजीने शेतीच्या संरक्षणासाठी, पोषणासाठी कायदे केले होते. शिवशाहीच्या गौरवाचे इतिहासातील उल्लेख काहीही आणि कितीही असले तरी तो त्या काळातील सर्वसामान्य ग्रामीण जनतेला 'शेतकऱ्यांचा राजा' म्हणूनच प्रिय होता. आजही तो सामान्य जनात तसाच ओळखला जातो.

ब्रिटिश अमदानीत शेतकरी हा जमीनदार, सावकार आणि सरकार यांचा बळी होता. १८८४ सालीच शेतीखात्याची रीतसर स्थापना सरकारने करून शेतकऱ्यावर कराचे ओझे लादले होते. या काळात धर्माच्या नावाखाली ब्राह्मणवर्ग, कर्ज आणि त्याचे अवाढव्य व्याज यांच्या रेट्याखाली सावकार, खंड, फाळा यांच्या नावाखाली जमीनदार आणि सततच्या दुष्काळामुळे नियती हे चार घटक शेतकऱ्याला पिळून काढत होते. - या काळातील शेतकऱ्याचे भीषण जीवन महात्मा फुले यांनी 'शेतकऱ्याचा असूड' या आणि इतर ग्रंथांत विस्ताराने केले आहे. त्याच्या दीनवाण्या परिस्थितीवर त्यांनी उपाय सांगितले आहेत. 'शेतकऱ्याचा असूड' हे युगानुयुगे चाललेल्या अडाणी, भोळसट, असंघटित शेतकऱ्याच्या वनवासाचे रामायण आहे. हाच प्रवाह विसाव्या शतकात महर्षी वि.रा. शिंदे, राजर्षी शाहूमहाराज, डॉ. बाबासाहेब आंबेडकर, पंजाबराव देशमुख इत्यादींनी सामाजिक अंगाने पुढे नेला.

एकोणिसाव्या शतकाचा उत्तरार्ध हा महाराष्ट्रात प्रबोधनाचा काळ होता. महाराष्ट्रासह सगळा भारत देशच मुळी मध्ययुगातून 'आधुनिक युगात' प्रवेश करू पाहत होता. ब्रिटिशविद्येमुळे इथली तरुणांची पहिली पिढी आधुनिक मूल्यांच्या अंगाने एकूण देश, काल, समाज, संस्कृती, सद्यस्थिती यांचा शास्त्रीय पद्धतीने विचार करू लागली होती. ही आधुनिक दृष्टी महात्मा फुले यांनी आत्मसात केली होती. तिच्या प्रकाशात ते अखंड शोषित शेतकऱ्याची स्थिती अभ्यासपूर्वक तळमळीने मांडत

होते. त्यांचे सहकारी श्री. कृष्णराव भालेकर, जवळकर, लाड इत्यादी जन त्यांना सक्रीय मदत करत होते. १८७७ च्या भयानक दुष्काळात न्यायमूर्ती रानडे यांच्या 'सार्वजनिक सभेनेही' शेतकऱ्याच्या हलाखीचे वर्णन करून ब्रिटिश सरकारला शेतसाऱ्याची सूट देण्याविषयी विनंती केली होती. शेतीत सुधारणा करण्याविषयी सांगितले होते. शेतकऱ्याकडे सुशिक्षित वर्गाचे लक्षही त्या काळात हळूहळू वळू लागले होते.

लोकमान्य टिळकांनी राजकीय कारणांसाठी का असेना १८९० च्या आसपास शेतकऱ्यांवरील अन्यायाच्या संदर्भात 'केसरी'तील अग्रलेखांतून बरेच लेखन केले. शेतकऱ्यांच्या दैन्यावस्थेचे प्रभावी चित्रण त्यांनी केले. शेतकऱ्यांकडे सरकारचे दुर्लक्ष कसे झाले आहे, हे दाखवून दिले. सरकारच्या अशा दुर्लक्षित वृत्तीमुळे सरकार विरोधात शेतकऱ्याला बंड करावे लागेल, असा खरमरीत इशाराही त्यांनी सरकारला दिला. सरकारच शेतकऱ्यासाठी जे कायदे करते त्या कायद्यातच छुप्या स्वरूपात सरकारचे शोषणाचे धोरण असते, असे टिळकांनी साधार दाखवून दिले.

लोकमान्यांच्या मृत्यूनंतर काँग्रेसच्या राजकीय नेतृत्वाची सूत्रे महात्मा गांधी यांच्या हाती एकवटली. त्यांच्या कारकिर्दीत त्यांनी भारताची सत्तर टक्के असलेली ग्रामीण जनता चळवळीत ओढण्यासाठी नवे धोरण आखले. 'भारत हा खेड्यांचा देश आहे. तेथील जनतेचा विकास हाच भारताचा विकास आहे' अशी राष्ट्रीय भूमिका घेतली. तिला अनुसरून त्यांनी चंपारण्य, खेडाजिल्हा येथे शेतकऱ्यांच्यासाठी 'साराबंदी'चे सत्याग्रह केले. त्यांत अनेक शेतकरी सामील झाले. नंतरच्या काळातील स्वातंत्र्य चळवळीसाठी बहुजन समाज त्यांच्या पाठीशी उभा राहिला. तोपर्यंत काँग्रेस ही फक्त मध्यमवर्गीय, उच्चवर्णीय, व्यापारी, उद्योजक, भांडवलदार यांचीच होती. ग्रामीण बहुजन समाजाच्या प्रवेशामुळे तिला आता प्रचंड बळ प्राप्त झाले. गांधीजींच्या या दृष्टीच्या प्रभावामुळेच महाराष्ट्रातही शेतकऱ्यांसाठी सेनापती बापट, शंकरराव देव, इत्यादींनी मुळशी सत्याग्रह केला... शेतकऱ्यांचे शोषण सरकार, सावकार आणि भांडवलदार कसे करतात, याची प्रखर मीमांसा या काळात झाली. या सत्याग्रहामुळे शेतकरी स्वतःच्या परिस्थितीविषयी जागरूक झाला. १९२० नंतरच्या पंचवीसभर वर्षांच्या काळात शेतकऱ्यांसाठी, आदिवासींच्या जमिनीसाठी, शेतमजुरांसाठी अनेक चळवळी झाल्या. त्यांतून राजकीय शेतकरी चळवळीची एक परंपराच निर्माण झाली. तरीही अडाणी शेतकऱ्यांचे हाल संपत नव्हते.

देशाला १९४७ साली स्वातंत्र्य मिळाले. पहिली आणि तिसरी पंचवार्षिक योजना प्रामुख्याने शेतकऱ्यांसाठी आणि ग्रामसंस्कृतीच्या विकासासाठी राबविली. अनेक डाव्या राजकीय पक्षांनी राजकारणात शेतकऱ्यांचे आणि कामकऱ्यांचे प्रश्न

मांडले. 'जय जवान, जय किसान!' या घोषणा झाल्या. हरितक्रांती राबविली गेली. पण सामान्य शेतकरी होता तिथेच राहिला. त्याचे हाल मागे तसे पुढे चालूच राहिले. भारतातील ज्या शेतकऱ्याचे हाल राष्ट्रीय काँग्रेसच्या जन्माच्याही अगोदर पासून महात्मा फुले मांडत होते, तो शेतकरी काँग्रेसने मिळवलेल्या स्वातंत्र्यामध्येही हलाखीचे जिणे जगतो आहे. स्वातंत्र्य मिळून पन्नास वर्षे झाली तरी हे का संपत नाही असा प्रश्न शेतकऱ्यांच्या हलाखीच्या स्थितीनेच उभा केला आहे.

म.गांधींच्या खुनानंतर त्यांच्या नेतृत्वाच्या नैतिक दबावाखालून काँग्रेस आपोआपच मुक्त झाली. तिचे धोरण मूळत: शासकीय पातळीवर शहरांतील उद्योगधंदे विकसित करण्याकडे लागले. त्यातून हळूहळू भांडवलदारांचे उद्योगधंदे भक्कम होत गेले. गांधीजींच्या मृत्यूनंतर विनोबा भावे यांनी १९५२ च्या आसपास भूदानाची चळवळ सुरू केली. तिच्यातून ग्रामदानाची कल्पना पुढे आली आणि त्यातूनच गांधीजींच्या मनीमानसी असलेल्या 'ग्रामस्वराज्याची' संकल्पना त्यांनी मांडली. त्या संकल्पनेच्या बुडाशी स्वयंशासित ग्रामराज्याची कल्पना होती. पण या कल्पनेला कोणत्याही राजकीय पक्षाने किंवा महत्त्वाच्या राजकीय पुढाऱ्याने सक्रीय साथ दिली नाही; सहानुभूती, आदर मात्र दाखविला. विनोबांची ही कल्पना केवळ आध्यात्मिक स्वरूपाची, माणसातील सात्त्विक भाववृत्तींवर आधारलेली, मानवतावादी नैतिक मूल्यांवर अधिष्ठित असल्यामुळे, तसेच ती अराजकीय असल्यामुळे सर्वसामान्य माणसाला ती अशक्य, असंभाव्य कोटीतील वाटली. सत्तेशिवाय शेतकऱ्यांचे दारिद्र्याचे व शेतीचे प्रश्न सुटणार नाहीत, असे वाटण्याचा तो काळ होता. त्यामुळे ती प्रभावी स्वरूप धारण करू शकली नाही. परिणामी ती लौकरच बाजूला पडली. पुढे १९७५ च्या आसपास जयप्रकाश नारायण यांनी ती पुन्हा सुधारित स्वरूपात मांडण्याचा प्रयत्न केला, पण त्यांनाही यश आले नाही. शेतकरी नागवलाच जात होता.

राजकीय पातळीवर महाराष्ट्रात शेतकरी कामकरी पक्ष शेतकऱ्यांचे आणि शेतीचे प्रश्न सोडविण्याचा प्रयत्न करत होता. पण यशवंतराव चव्हाण यांच्या कुशल नेतृत्वाने सत्तेची लालसा मनोमन असलेल्या पुढाऱ्यांना फोडून काँग्रेसमध्ये स्थान दिले, 'काँग्रेस समर्थ करू आणि शेतकऱ्यांचे प्रश्न सोडवू' अशा त्यांच्या अभिवचनाचाही परिणाम होऊन शे.का. पक्षातील अनेक पुढारी काँग्रेसमध्ये गेले. शेतकरी पुन्हा निराधार, असहाय्य आणि बेवारस झाला. याशिवाय अनेक छोट्यामोठ्या विरोधी राजकीय पक्षांनी शेतकऱ्यांचे व शेतीचे प्रश्न उचलून धरले होते. पण त्यांना सत्ता कधीच न मिळाल्याने ते प्रश्न तसेच राहिले.

१९७७ पर्यंत म्हणजे स्वातंत्र्य मिळून तीस वर्षे झाली तरी शेतकरी आणि त्याचे शेतीविषयक दुखणे कायमच राहिले होते. काँग्रेसमधील पुढारी शेतकऱ्यांना

वरून वरून सहानुभूती दाखवतात; निवडणुका जिंकण्यापुरता सहानुभूतीला बहर येतो आणि नंतर मात्र हे पुढारी शेतीप्रश्नांकडे ढुंकूनही पाहत नाहीत, हे शेतकऱ्यांच्या लक्षात एव्हाना स्पष्टपणे आले होते. बागायतदार शेतकरी राजकारणात शिरून अवैध मार्गांनी गडगंज होतात, त्यामुळे त्यांना शेतीतील नुकसानी या वाममार्गाने भरून काढता येते, त्यांच्या नव्या इस्टेटी शहरांत होतात, बंगले बांधतात, तिथेच नवे नवे धंदे उघडतात, शहरातील भांडवलदाराशी हातमिळवणी करून स्वत: नवे भांडवलदार होतात, सरकारी योजनांमध्ये शहरी उद्योगांना आतून होकार भरतात, इत्यादी गोष्टी सामान्य ग्रामवासी शेतकऱ्यांच्या लक्षात आल्या होत्या. याचा परिणाम सर्वच राजकीय पक्षांकडे त्यादृष्टीने पाहण्यात झाला. कोणत्याही पक्षात संधिसाधू, लगेच कोलांटी उडी मारून स्वार्थ साधण्यासाठी पक्षांतर करणारे भले भले पुढारी या काळात त्यांना दिसत होते. सामान्य शेतकऱ्याची आर्थिक कोंडी, उपेक्षा मात्र जास्त जास्तच होत चालली होती. शेतकऱ्यांचा राजकीय पक्षांवरचा विश्वास उडाला होता.

या पार्श्वभूमीवर १९८० च्या आसपास शेतकरी संघटनेचा जन्म झाला. सर्वार्थाने ही एक वेगळी आणि विलक्षण गतिमान संघटना आजही कार्यरत आहे. तिचे नेतृत्व करणारे श्री. शरद जोशी हा एक चमत्कार वाटावा, असे व्यक्तिमत्त्व आहे. शेतीची परंपरा नसतानाही स्वत: कोरडवाहू शेती वीसपंचवीस एकर विकत घेऊन ती त्यांनी स्वत: कसून पाहिली. तिच्यातील प्रश्न समजून घेतले. इतर शेतकऱ्यांच्या शेतीचे निरीक्षण केले. शासकीय सरकारी क्षेत्राचा स्वत: अनुभव घेतल्याने व सरकारी धोरण आतून अनुभवल्याने त्यांच्या विचारांना आतून-बाहेरून वास्तवाचा आधार लाभला. त्यांच्या विचारांना ऐतिहासिक प्रवाहाचाही भक्कम आधार आहे. विलक्षण बुद्धिमत्ता आणि संघटना-चातुर्य यांचा मिलाफ त्यांच्या व्यक्तिमत्त्वात आहे. भेदक विचार प्रभावी भाषेत मांडण्याची वक्तृत्वशैली आहे. शेतकरी व त्याचे प्रश्न यांच्या सोडवणुकीविषयी मनात तळमळ, त्यांना आत्मविश्वास देण्याइतका स्वत:जवळ आत्मविश्वास, धीर आणि धाडस अशा गुणांचे रसायन त्यांच्या व्यक्तिमत्त्वात आहे. ही चळवळ राजकारणापासून तशी अलिप्त असल्याने शरद जोशींवर शेतकऱ्यांचा गाढ विश्वास आणि निष्ठा असल्याचा अनुभव येतो.

गेल्या अठरा-वीस वर्षांत शेतकऱ्यांचे शोषण शहरांनी, तेथील भांडवलशहा, व्यापारी, उद्योजक, सरकार, निरनिराळ्या पक्षांतील ढोंगी वृत्तींनी, या सर्वांना सामील असलेल्या आणि ग्रामीण विभागांतूनच निवडून गेलेल्या संधिसाधू आमदार-खासदार यांनी कसे केले आहे, याविषयीचे विचार ही संघटना शेतकऱ्यांना कळेल आणि पटेल अशा सोप्या भाषेत मांडत असते. सोप्या भाषेत मागण्या करते, सोप्या सूत्रांत उपाय सांगते. 'शेतमालाच्या उत्पादन खर्चावर आधारित किंमत शेतमालाला

मिळावी' एवढ्या एका महासूत्रावर आधारित या चळवळीचे तत्त्वज्ञान आहे. त्यामुळे ही चळवळ अज्ञ, अडाणी शेतकऱ्यांना सहज कळते, आपलीशी वाटते. ते तिच्यात सक्रीय भाग घेतात. या चळवळीचा प्रभाव कमीअधिक प्रमाणात पक्षोपपक्ष, राजकारण, शासन, निवडणुका, पुढारी यांच्यावर पडलेला आहे. त्यातून कमीअधिक प्रमाणात शेतकऱ्यांचे आर्थिक प्रश्न सुटण्यास मदत होते आहे. पण या सोडवणुकीला अनेक अडथळ्यांमुळे म्हणावी तशी गती प्राप्त होत नाही. अनेक प्रकारच्या संघर्षांना तोंड देत ती वाटचाल करते आहे. महाराष्ट्रातील शेतकरी आणि ग्रामीण समाज तिच्याकडे आशाळभूतपणे पाहतो आहे. आधुनिक युगात महात्मा फुल्यांच्या नंतर ग्रामसंस्कृतीला तिच्यामुळे नवे परिमाण लाभले आहे. शेतकऱ्याला ही चळवळ नवभांडवलशाही युगात आर्थिक न्याय मिळवून देऊ शकेल, असा विश्वास तिच्या आजवरच्या कार्यामुळे वाटतो. ग्रामसंस्कृतीला तिच्या यशामुळे भक्कम आर्थिक पाया लाभणार आहे. तोपर्यंत शेकडो वर्षे चालत आलेली शेतकऱ्याची अखंड लयलूट चालूच राहणार आहे.

❑

अन्नब्रह्माची उपासक संस्कृती

भारतीय स्वातंत्र्याला पन्नास वर्षे होऊन गेली तरी ग्रामसंस्कृतीतील सामान्य लोकजीवनाचे, ग्रामीण समाजाचे चित्र निराशाजनकच दिसते.

या पन्नास वर्षांत भारताची लोकसंख्या तिप्पट वाढली. स्वातंत्र्य मिळाले तेव्हा 'हिंदुस्थान'चे राजकीय दृष्ट्या अनेक लहान मोठे तुकडे झाले. या सर्वांसह ब्रिटिश 'हिंदुस्थान' ची लोकसंख्या पस्तीस कोटीच्या आसपास होती. स्वातंत्र्या नंतर 'भारत' जो नकाशावर आला त्याची लोकसंख्या आता शंभर कोटी आहे. गेल्या पन्नास वर्षांत या लोकसंख्येच्या भस्मासुराने देशात झालेल्या विविध सुधारणा खाऊन टाकल्या. विशेषत: ग्रामविभागांत लोकसंख्या वाढीचे प्रमाण अधिक होते. उपासमारीमुळे लोक शहरांकडे रोजंदारीसाठी वळले. देशाने जाणीवपूर्वक नियंत्रण ठेवण्याचा, लोकसंख्या आटोक्यात ठेवण्याचा गंभीर प्रयत्न कधीच केला नाही. त्याची फळे आज सर्वांना भोगावी लागत आहेत. विशेषत: खेड्यातील सामान्य स्तरावरचा माणूस, छोटा शेतकरी, शेतमजूर, भटके, आदीवासी, अनेक दलित-पददलित जाती-जमाती यांचे हाल, उपासमार, उपेक्षा पूर्वीपेक्षा कितीतरी अधिक प्रमाणात चाललेली आहे.

विद्युत-योजना, पाणी-योजना, शेतीविकास-योजना, पंचवार्षिक योजनांतील विविध सोयीसवलती या सर्व ग्रामीण समाजातील परंपरागत वरचा वर्ग, जमीनदार, व्यापारी, सावकार, उद्योजक, बागायतदार या मंडळींनी संघटित रीत्या हडप केलेल्या आहेत. त्यामुळे ग्रामसंस्कृतीतील सामान्य माणूस आहे तिथेच टाचा घासत पडलेला आहे. भारताच्या विविध राज्यांतील छोट्या शेतकऱ्यांच्या १९९७-९८ मधील आत्महत्या यांची प्रतीक रूपे आहेत. उत्तर भारतातील अतिरेक्यांच्या आक्रमणांचे बळी याच स्तरातील कुटुंबे आहेत. स्वातंत्र्योत्तर काळात प्रस्थापित वर्ग तर अधिकाधिक शोषक झालाच आहे, पण ग्रामीण विभागांतून राजकारणात

शिरलेले आमदार, खासदार, पुढारी, कार्यकर्ते हे आपआपल्या जाती-जमातींचेच शोषक होऊन प्रस्थापित शोषक वर्गाला जाऊन मिळाले आहेत. शासनाने त्यांच्याशी हातमिळवणी केली आहे. शासकीय नोकरदार, अधिकारी वर्ग या सर्व शोषकवर्गात सामील आहेत.

शेतकरी संघटनेची चळवळ आज यशस्वी होण्याच्या मार्गावर आहे. येत्या दहाबारा वर्षांत 'उत्पादन खर्चावर आधारित शेतमालाला रास्त किंमत' मिळण्याची शक्यता आज दृष्टिपथात आलेली आहे. कारण १९८९-९० पासून भारत सरकारचे धोरण उघड उघड बदलले आहे. मुक्त अर्थव्यवस्था, खाजगीकरणाला प्रोत्साहन, अतिसुलभ परवाना-पद्धती यांच्यामुळे उत्पादक व्यक्ती, संस्था, कारखाने, शेती यांच्या द्वारा निर्माण होणाऱ्या वस्तूंना आता योग्य किंमती मिळू शकतील असे वाटते. शेतीमालाला वगळून रास्त किंमती सर्वच उत्पादनांना आतापर्यंत मिळत होत्या; त्या आता शेतमालालाही मिळण्याची शक्यता निर्माण झालेली आहे.

त्या मिळू लागल्या तरी ग्रामीण समाजाचे प्रश्न सुटणार आहेत का? असा एक प्रश्न उपस्थित करता येतो. ज्या ज्या शेतकऱ्यांना बारमाही पाणी उपलब्ध होणार आहे, तेच शेतकरी विक्रीसाठी शेतमाल मोठ्या प्रमाणात निर्माण करून उपलब्ध करतील. महाराष्ट्रातील ७५ टक्के शेतकरी अल्पभूधारक आहेत. शेतीक्षेत्रापैकी ८७ टक्के शेती कोरडवाहू म्हणचे पावसाच्या पाण्यावर अवलंबून आहे. उसावरील क्षेत्र फक्त दीड ते दोन टक्के आहे. त्याचा लाभ ज्यांना बारमाही पाणी मिळते अशा बड्या बागायतदारांना होतो. त्यांची संख्या एकूण शेतकऱ्यांत फक्त दोन टक्के आहे. मध्यम शेतकरी जमेस धरले तर शेतमालाचे अतिरिक्त उत्पन्न करणारे फक्त १० टक्के शेतकरी असू शकतात. तेव्हा शेतमालाला रास्त किंमती मिळाल्या तर ग्रामीण समाजातील फक्त १०-१२ टक्के शेतकरी त्याचा फायदा घेऊ शकतात. उरलेले ८७ टक्के शेतकरी फक्त पावसाच्या पाण्यावर आपल्या पोटापुरतेच धान्य पिकवू शकतात. त्यांना अतिरिक्त उत्पादन करण्यास बारमाही पाणीच उपलब्ध नसते. याचा अर्थ असा की कुणीही उत्पादन केले तर त्याच्या शेतमालाला रास्त किंमती मिळाल्याच पाहिजेत, पण त्यामुळे ग्रामीण समाजाचा आर्थिक प्रश्न सुटेल, असे मानता येत नाही. परिणामी ग्रामसंस्कृतीतील सामान्य माणूस आहे तिथेच राहणार आहे.

म्हणून ग्रामीण विभागातील सामान्य माणसाला राबणाऱ्या जनावराच्या पातळीवरून माणसात आणावयाचे असेल, माणूस म्हणून त्याला जगण्याइतपत सुविधा उपलब्ध करून द्यायच्या असतील तर 'उत्पादन खर्चावर आधारित शेतमालाला योग्य किंमती तर मिळाल्याच पाहिजेत, त्यामुळे राबणाऱ्या त्या माणसाला कष्टावर आधारित रास्त रोजगार वेतन तरी मिळू शकेल. पण तेवढे मिळूनही त्याचे प्रश्न

सुटणार नाहीत, त्यासाठी खेडेगाव हे एक परिमाण (युनिट) मानून त्या गावाला मिळणाऱ्या एकूण पाण्याचे वाटप तेथील प्रत्येक हेक्टरला समान प्रमाणात मिळाले पाहिजे. त्यामुळे केवळ कोरडवाहू जमिनीवर उदरनिर्वाह करणाऱ्या शेतकऱ्यालाही पाणी मिळू शकेल आणि त्याची शेती बारमाही पिकू शकेल. त्यासाठी पिकांना पाणी देणाऱ्या सुधारलेल्या पद्धती किंवा पाणी देण्याच्या नवनव्या पद्धती अवलंबाव्या लागतील. ठिबक-सिंचन, फवारासिंचन इत्यादी पद्धतींचा अवलंब करता येईल. जिथे पाणी कमी असेल तिथे कमी पाण्यावर येणारी पिके घेता येणे शक्य असते. त्याबाबत छोट्या शेतकऱ्यांना मार्गदर्शन करता येईल. गावच्या भूगर्भात जेवढे पाणी असेल तेही या छोट्या शेतकऱ्यांना विहिरी, बोअर्स घेऊन उपलब्ध करून देता येईल. गावाच्या परिसरातील पाणलोटाची क्षेत्रे हेरून वाहणारे नदी-नाले, वघळी हेरून त्यांचे पाणी अडवून पाणीसाठे त्या त्या गावी निर्माण करता येणे शक्य असते. ते करण्याची गरज आहे.

गावाचा शेती, पिके, खनिजे या दृष्टीने सर्व्हे करून त्या त्या गावात कोणती पिके उत्तम होऊ शकतील, त्यासाठी कोणती जमीन वापरता येईल, कोणती खनिजे उपलब्ध होऊ शकतील, त्यावर कोणते उद्योगधंदे काढता येतील इत्यादी विषयी गावाला संशोधनपूर्वक मार्गदर्शन करण्याची गरज आहे. त्यासाठी शेतकऱ्यांच्या मुलांना छोटे छोटे कोर्सेस तिथेच देऊन शेती उद्योगनिष्ठ कशी करता येईल, हे दाखवून दिले पाहिजे. एवढे करूनही तेथील कष्टकरी, रोजगारी कुटुंबांना स्वतःची जमीन नसते हे लक्षात घेऊन त्यांना त्या त्या गावांनीच कामे उपलब्ध करून दिली पाहिजेत. तसेच अन्न, वस्त्र, निवारा, रास्त नव्हे तर स्वस्त दरात उपलब्ध करून दिला पाहिजे. गावच्या उद्योग, शेती, व्यवसाय यांत सुधारणा करताना गावातील कष्टकऱ्यांचे, रोजगाऱ्यांचे काम नष्ट होऊन तो पैसा गावाच्या बाहेरचा कुणी शोषक व्यापारी, भांडवलदार, उद्योजक तर नेत नाही ना, याची दक्षता घेतली पाहिजे. गाव हे एक परिमाण (युनिट) किंवा 'एकात्म समाज' समजूनच गावाचा विकास होऊ शकेल.

एकात्म समाजाची निर्मिती करण्यासाठी सर्व गावातील प्रतिष्ठितांनी, जाणकारांनी प्रथम राजकारण न करता, निवडणुका न करता, समाज कल्याणाच्या सेवाभावी वृत्तीने एकत्र आले पाहिजे. महाराष्ट्रात नमुन्यासाठी अशी अनेक खेडी आहेत. श्री अण्णा हजारे यांचे 'राळेगण सिद्धी' हे सध्या अग्रेसर आहे.

ग्रामीण समाजातील सामान्य माणूस हा सतत कराव्या लागणाऱ्या कष्टामुळे मरगळ आल्यासारखा असतो. त्याच्या जीवनाची आशादायक स्वप्ने त्याच्या मनासमोर येऊच शकत नसल्याने तो उदास, निराश असतो. मुळात तो दुबळा, अज्ञानी, असंघटित आणि दुर्लक्षित असल्यामुळे नाइलाजाने ढोरकष्ट करत दिवस काढत

असतो... त्याला जगण्याची स्वप्ने विश्वासपूर्वक दाखविली, त्याच्या उज्ज्वल भवितव्याचा प्रकाश-किरण त्याला दिसला, त्याला त्या दिशेने नेणारा कुणी वडीलधारा, सुजन नेता अण्णा हजारे यांच्यासारखा, गांधीजींच्या सारखा, विनोबांच्या सारखा मिळाला तर तो जिवाची बाजी करून त्याच्या मागोमाग जाऊ शकतो. गावातील नेतृत्वाने ते ओळखण्याची गरज आहे. आजचे राजकीय नेतृत्व या सामान्य माणसाच्या प्रश्नांचे, समस्यांचे मते मिळविण्यासाठी भांडवल करताना दिसते. प्रत्यक्षात सामान्य माणसाच्या पदरी निराशाच पडते. म्हणून तो सहसा नेतृत्वाच्या मागोमाग जाण्यास अनुत्सुक असतो. पण विश्वास निर्माण झाला तर त्या नेतृत्वासाठी प्राणही देऊ शकतो, हे गांधीजींनी दाखवून दिले आहे.

गांधीजींचा किंवा अण्णा हजारेंचा आदर्श ठेवूनच एकात्म समाज-निर्मिती होऊ शकते किंवा नमुनेदार ग्रामराज्य निर्माण होऊ शकते असे नाही. सर्वांनी एकत्र येऊन स्वयंसेवी संघटना स्थापन करता येऊ शकते. तिच्या द्वारा विविध सरकारी सवलतींचा सर्व गावासाठी फायदा घेता येऊ शकतो. त्यासाठी एखादी राजकीय संस्था, संघटना स्थापन करून कार्य करता येऊ शकते.

कोणत्याही गावचे असे एक चित्र दिसते की, १९६० नंतर प्रत्येक गावातून अनेक व्यक्ती, विद्यार्थी, तरुण सुशिक्षित होऊन शहरांत जाऊन स्थायिक झालेले आहेत. अनेक क्षेत्रांत ते प्रतिष्ठा पावलेले, यशस्वी झालेले, आर्थिकदृष्ट्या चांगल्या स्थितीला पोचलेले आहेत. एवढेच नव्हे तर शहरवासी अनेक उद्योजक, व्यापारी, कारखानदार, संस्था, ट्रस्ट्स अशा असतात की त्या एखाद्या खेडेगावी सामाजिक पातळीवर चाललेल्या समाजविकास योजनांना, संस्थांना अनुदान देण्यास, काही रचनात्मक कार्य करून देण्यास उत्सुक असतात. या सर्व मंडळींच्या मनात विश्वास निर्माण करून आपल्या ग्रामविकासासाठी, त्याच्या पायाभूत सुविधांसाठी अर्थसाहाय्य किंवा इतर स्वरूपातील मदत मिळविता येणे शक्य असते. तिच्या आधारे आर्थिक पाया स्थिर करून पुढे त्याच्या आधारे स्वतंत्र ग्रामविकास करता येणे शक्य असते.

एक एक गावाच्या बाबतीत हे जसे करता येणे शक्य आहे, तसे एकूण ग्रामीण समाजाच्या बाबतीतही असे आतून काही करता येणे शक्य आहे. ग्रामीण समाजाची एकूणच अशी एक वृत्ती स्वातंत्र्योतर काळात कळत न कळत होऊन गेलेली आहे की 'समाजाचा प्रत्येक प्रश्न सरकारने शासकीय पातळीवर सोडवावा, त्यासाठी राजकीय पुढाऱ्यांनी प्रयत्न करावेत.' ही सामाजिक वृत्ती दुसऱ्यावर विसंबून राहण्याची आहे. तिचा शेवट ठरलेला असतो. स्वत: निष्क्रीय राहण्यातून ती जन्मलेली असते.

वास्तविक महाराष्ट्रात १९६० नंतर ग्रामीण समाजात झपाट्याने शिक्षणप्रसार झाला. हा शिक्षणप्रसार होत असताना असे वाटत होते की, आता महाराष्ट्राच्या

ग्रामीण विभागात महाप्रबोधन होणार. पण बौद्धिक ज्ञानात्मक पातळीवर पन्नासभर वर्षांत प्रबोधनसदृश काहीच घडून आले नाही.

महाराष्ट्रात ब्रिटिश सत्ता प्रस्थापित झाल्यावर त्यांनी नवीन पद्धतीने महाराष्ट्रीय जनांना शिक्षण देण्यास प्रारंभ केला. त्यातूनच लोकहितवादी, न्यायमूर्ती रानडे, महात्मा फुले, आगरकर, चिपळूणकर, टिळक इत्यादींची नव्या ज्ञानाने आणि दृष्टीने भारलेली एक नवी पिढी पहिल्या पन्नास वर्षांत तयार झाली आणि महाराष्ट्रात प्रबोधनाची पहाट झाली. आधुनिक महाराष्ट्र त्यातून आकाराला आला. हे प्रबोधन प्रामुख्याने उच्चवर्णीय समाजातील व्यक्तींमध्ये, मनामध्ये प्रथम झाले. त्या काळात इतर वर्णांत किंवा जातीत शिक्षणप्रसार जवळजवळ झालाच नव्हता. ब्राह्मणेत्तर मराठी समाज अनेक कारणांनी शिक्षणापासून वंचितच राहिला. पूर्वीपासून उच्च वर्णीयातच शिक्षणाची परंपरा हजारो वर्षे चालत आली होती. इतर वर्ण-जातींना तो अधिकार नव्हता. त्या गतानुगतिक पद्धतीने आपले उद्योग व्यवसाय करत होत्या. त्यामुळे या प्रबोधनाचे स्वरूप अखिल महाराष्ट्रीय समाजाच्या संदर्भात मर्यादित होते.

नंतरच्या काळात पारतंत्र्य असले तरी ज्यांची इच्छा आहे त्यांना स्वखर्चाने शिक्षण घेता येत असे. पण हा खर्च जनसामान्यांच्या समाजातील माणसाला कधीच परवडण्यासारखा नव्हता. त्यामुळे ग्रामीण समाजातील सर्वसामान्य माणूस या शिक्षणापासून वंचितच राहिला होता. १९६० नंतर मात्र ग्रामीण समाजाच्या दारात शिक्षण आले. ते जवळजवळ मोफत शिक्षण होते. तसे ते असल्यामुळे उत्साहाने सामान्य ग्रामीण माणसाच्या घरातील मुले आणि तरुण पिढी शिक्षण झपाट्याने घेऊ लागली.

ही ग्रामीण समाजातील पहिली पिढी शिक्षण घेऊन पदवीधर झाल्यावर, प्रौढ, प्रस्थापित झाल्यावर पारतंत्र्याच्या काळातील प्रबोधनाप्रमाणे ग्रामीण समाजात वैचारिक क्रांती घडवून आणील आणि हजारो वर्षे सामान्य, छोट्या शेतकऱ्यांची चाललेली पिळवणूक थांबेल, त्यांना सुखाचे दिवस येतील, असे वाटले होते.

असे वाटण्याचे कारण असे होते की, भारतीय समाजात प्रभावी प्रबोधन, प्रभावी संघटन व्हावयाचे असेल तर त्या त्या जातींतून किंवा वर्णांतून प्रभावी नेतृत्व पुढे येणे आवश्यक होते किंवा असते. उदाहरणार्थ, डॉ. बाबासाहेब आंबेडकरांच्या अगोदर अनेकांनी दलितांचे प्रश्न सोडविण्याचा प्रयत्न केला. पण दलित समाजातच जन्माला आलेल्या डॉ. आंबेडकरांच्या नेतृत्वामुळे दलित चळवळीला व प्रबोधनाला वेगळी धार आली. न्या. रानडे, गोखले, आगरकर, टिळक यांच्यामुळेही जागृतीला अशीच धार आली होती. महात्मा फुले, राजर्षी शाहू महाराज, कर्मवीर भाऊराव पाटील यांनी बहुजन समाजात जागृती घडविली होती, पण त्यावेळचा बहुजन समाज हा बहुसंख्य अडाणी, असंघटित, कष्ट-कर्मात गुंतलेला, शेतीच्या कामात

चोवीस तास अडकलेला होता. १९६० नंतर या समाजातून एक नवी तरुण पिढी प्रथमच शिक्षण घेत होती. ती स्वत: त्या त्या समाजाचे, जातीचे सुखदुःख काय असते हे अनुभवलेली पिढी होती. छोट्या शेतकऱ्यांच्या घरांतून प्रामुख्याने आलेली ही पिढी होती. त्याच समाजातून आलेल्या आणि प्रथमच शिकलेल्या या पिढीला ज्ञानचक्षू लाभेल, त्याच्या प्रकाशात त्याला आपल्या दैन्यावस्थेच्या कारणांचा वेध घेता येईल, त्या ज्ञानामुळे तो समाज पेटून उठेल, लोकशाही समाजरचनेमुळे तो संघटित होईल, हजारो वर्षे झालेल्या शोषणाला एकमुखाने वाचा फोडेल, आपल्या समाजाचे आपणच आक्रमक नेतृत्व करील आणि शेतकरी समाजाचे महापरिवर्तन घडवून आणील, असे वाटले होते. –पण असे काहीही घडले नाही.

असे का व्हावे? – त्याची काही कारणे दिसतात. – देशाला स्वातंत्र्य मिळाले होते. पंचवार्षिक योजना, विकास योजना वेगाने सुरू झाल्या होत्या. त्या वेगाआवेगात सर्व काही आपोआप घडेल, असे त्याला वाटत असावे. 'स्वतःस मोफत शिक्षण मिळते आहे, निवडणुकीत जनतेचा कौल घेतला जातो आहे, उपेक्षित शेतकऱ्याकडे मत मागण्यासाठी पुढारी येताहेत, हात जोडून, मते मागताहेत, ही स्वातंत्र्याचीच गोड फळे आहेत. आता हळूहळू सर्व काही अपेक्षेप्रमाणे मिळेल' अशी त्या शिक्षित पिढीची कल्पना झाली असावी.

दुसरे असे की या पिढीला ज्ञानाची व शिक्षणाची परंपरा नव्हती. ही पिढी सामान्य, छोट्या शेतकऱ्याच्या घरातील, जनसामान्यांच्या समाजस्तरातील होती. नोकरी मिळेल या आशेने ती फक्त शिकत होती. लिहून-वाचून कशाबशा शालेय व महाविद्यालयीन परीक्षा देत होती, पदव्या मिळवून नोकरीसाठी सिद्ध होत होती. केविलवाण्या ढोर-कष्टाच्या खातेऱ्यातून बाहेर पडायला मिळणार, या आनंदात होती. घरात कोणतीही ज्ञानपरंपरा नव्हती. प्रथमच अक्षर ओळख होत होती. या पिढीला लिहिता-वाचता येत होते. खऱ्या अर्थाने ती ज्ञानवंत झाली नव्हती. गरजवंत असल्याने नोकरीपुरते 'रामायण' सांगण्याची बोलघेवडी माहिती शिक्षणकाळात ती आत्मसात करत होती... तिच्याकडून प्रबोधन, परिवर्तन इत्यादींची अपेक्षा करणे खरे तर अनाठायी होते. त्यामुळे प्रत्यक्षात तिच्यातून फक्त कारकून, शिक्षक, लेखन-वाचन करता येणारे, हिशोबनीस, सनदीनोकर, पर्यवेक्षक इत्यादी तृतीय श्रेणीतील नवमध्यमवर्गीय तरुण तयार झाले.

बहुजन समाजातील हा नवा वर्ग शिकला तरी कालोचित ज्ञानदृष्टी न आल्यामुळे सर्वसाधारण सामान्य मध्यमवर्गीयाप्रमाणे स्वत:पुरता, स्वत:मध्येच जगूवागू लागला. मूळ माती विसरून, शेती विसरून, गाव विसरून झकपक कारकुनी संस्कृतीतच धन्यता मानू लागला... ग्रामसंस्कृती त्याच्यापासून वंचित राहिली. तिच्यासाठी तो काही करू शकला नाही.

पण आता स्वातंत्र्य मिळून पन्नास वर्षे झाल्यानंतर ग्रामीण समाजात पूर्वी इतके लिखापढी शिक्षणाचे कौतुक राहिले नाही. आता ते घेतल्यावर नोकरी हमखास मिळेलच याची खात्री कुणीच देऊ शकत नाहीत. ग्रामीण विभागातील शिक्षणक्षेत्र नासले आहे आणि पदव्यांची प्रतिष्ठा संपली आहे. तरीही तरुण पिढी शिकतेच आहे. तिला काय करावे कळत नाही; मात्र तिला दारिद्र्याच्या दलदलीतून बाहेर पडावेसे वाटते आहे. पण मार्ग दिसत नाही. लोकसंख्या प्रचंड वाढली आहे. स्पर्धात्मक जीवन सुरू झाले आहे. जवळ पैसा नसल्यामुळे स्वतंत्र उद्योगधंदे काढता येणे अशक्य आहे; म्हणून मोफत मिळणारे शिक्षण घेऊन नशीब उजाडते का ते बघावे, या अपेक्षेने ती शिकते आहे. शिकून नोकरीविना हात बांधून बसते आहे. तिची विचित्र कोंडी झालेली आहे.

तरुण पिढीची ग्रामीण विभागात झालेली ही कोंडी भेदण्याचे कार्य आता तरुण पिढीला हाताशी धरून शिक्षणसंस्थांनी आणि तेथील प्राध्यापकांनीच केले पाहिजे. कारण जगातील कितीतरी देशांत अनेक क्रांत्या आणि समाज-परिवर्तने झाली. त्यांत प्रामुख्याने तरुण विद्यार्थ्यांचा सहभाग होता. त्यांना प्रेरणा देण्यामागे शिक्षणसंस्था आणि तेथील प्राध्यापक वर्ग होता. आधुनिक समाजातील शिक्षणसंस्था आणि तेथील विद्वान प्राध्यापक हे त्या त्या समाजव्यवस्थेत राहून समाजातील तरुण पिढीला सुधारणेच्या, नवविचारांच्या दिशेने प्रेरणा देणारी अमृत-संजीवन केंद्रे म्हणून कार्य करतात. ग्रामीण शिक्षणसंस्थांतील अमृत नासले आहे. प्राध्यापकांची दृष्टी निष्क्रियतेमुळे आत्मकेंद्रित, गढूळ, अंधळी झाली आहे. या दोहोंवर मूलगामी संस्कार आणि नव समाजरचनेच्या दृष्टीची शस्त्रक्रिया करून हे नासलेले अमृत शुद्ध करून घेतले पाहिजे व दृष्टी त्रिकालभेदी आणि निवळ, निकोप केली पाहिजे. विद्यार्थ्यांची सभा-शिबिरे, मेळावे घेऊन त्यांच्या मरगळलेल्या मनात नवे वारे भरले पाहिजे. भोवतालच्या अन्याय्य परिस्थितीचे ज्ञान देऊन त्यांना नवी दिशा दाखविली पाहिजे. असे झाले तरच शोषितांची केंद्रे झालेली ही स्वतंत्र भारतातील खेडी नव-संजीवनी पिऊन स्वायत्त, समृद्ध होऊ शकतील. तेथील सामान्य जनांना सुखाचे, संस्कृति-संपन्नतेचे दिवस येतील.

हे दिवस निर्माण करण्यासाठी ग्रामीण समाजातील प्राध्यापकांनी समाजक्रांतीचे तत्त्वज्ञान प्रथम समजून घेण्याची गरज आहे. आधुनिक समाज, आधुनिक जागतिक संस्कृती, भारतीय सद्यःकालीन सामाजिक, राजकीय, आर्थिक, शैक्षणिक स्थितीगती यांचे आकलन डोळसपणे करण्याची आवश्यकता आहे. गाईड वाचून पदव्या मिळविलेल्या अनेक प्राध्यापकांना हे तत्त्वज्ञान आत्मसात करणे आरंभी जड जाईल हे खरे पण स्वसमाजाच्या विकासासाठी, निदान त्याच्यापोटी जन्मलेल्या उत्तर पिढ्यांना चांगले दिवस यावेत म्हणून त्यांनी प्रयत्नांची पराकाष्ठा करून हे क्रांतिविज्ञान

प्रथम आत्मसात केले पाहिजे. भविष्यांचा अचूक वेध घेता येण्यासाठी आणखीही काही आत्मसात करण्याची गरज आहे. विशेषत: भूतकाळातील समाजक्रांत्यांच्या स्वकीय आणि परकीयांचा इतिहास अभ्यासला पाहिजे. भारतीय रुढी-परंपरांच्या प्रवाहात सापडलेल्या मराठी माणसाची आणि समाजाची मानसिकता समजून घेण्यासाठी भारतीय संस्कृती, समाजरचना, तत्संबंधी भारतीय व आधुनिक जागतिक तत्त्वज्ञान, समाजशास्त्र आणि सामाजिक मानसशास्त्र यांचाही मुळात जाऊन अभ्यास केला पाहिजे; तरच तो प्राध्यापक भोवतालच्या विद्यमान परिस्थितीच्या दुखण्याची निदाने नीटपणे करू शकेल आणि त्यांच्यावर उपायही सांगू शकेल. अशा तत्त्वज्ञानात्मक वृत्तीतून जे ज्ञान विद्यार्थ्यांपर्यंत जाईल ते त्यांच्या पिढीला निश्चितपणे क्रांतिप्रवण करू शकेल. केवळ वर्तमानपत्रे वाचून आणि क्रमिक पुस्तकांतील माहिती वाचून दिलेले वर्गातील सामान्य दर्जाचे ज्ञान विद्यार्थ्यांच्या मधून कारकुनी पिढीच तयार करू शकते, याची खात्री असू द्यावी.

वास्तविक अशा प्रकारचे आणि त्रिकाल भेदी तत्त्वज्ञान सर्व समाजालाच क्रांतिसन्मुख करू शकते. त्यासाठी विचारवंत विद्वान प्राध्यापकांनी महाविद्यालयाच्या कुंपणाबाहेर पडून व्यापक अर्थाने समाजविश्वालाच महाविद्यालय मानले पाहिजे. 'युनिव्हर्सिटीची' मूळ कल्पना अशाच प्रकारच्या विश्वविद्यालयाची आहे, हे लक्षात ठेवले पाहिजे. त्यासाठी 'क्रांतिविज्ञान प्रबोधिनीची' किंवा तत्सम 'ज्ञानप्रबोधिनी' ची स्थापना प्राध्यापक संघटनांनी, स्वयंसेवी सामाजिक संस्थांनी, शिक्षण संस्थांनी, साखर कारखान्यांनी करण्याची गरज आहे. तिथे निरनिराळे निबंध, वैचारिक लेख यांचे वाचन, विविध विषयांवरची तज्ज्ञांची भाषणे- व्याख्याने, परिचर्चा, परिसंवाद करण्याची गरज आहे. तिथेच निवडक तरुण विद्यार्थ्यांचे स्पर्धापरीक्षांचे कोर्सेस चालविता चालविताच समाजज्ञानाचे शिक्षणही देण्याची गरज आहे. तरच आत्मविश्वास निर्माण झालेली तरुण पिढी निर्माण होऊ शकेल.

ग्रामीण शिक्षणसंस्थांनीही येथून पुढे केवळ पोटभरू, लाच देणाऱ्या, लाचार आणि अतिसामान्य प्राध्यापकांचा वा शिक्षकांचा गावरान भरणा शिक्षणसंस्थांत न करता, गुणवत्तेचा विचार करून समाजात विखुरलेल्या गुणी व्यक्तींतून नि:स्पृहतेने शिक्षकांची निवड करावी. तसेच शिक्षणसंस्था ह्या खाजगी मालमत्ता न समजता समाजाची ज्ञानकेंद्रे समजून नावारूपाला आणाव्यात. युगानुयुगे शोषणकेंद्रे झालेला ग्रामीण समाज स्वातंत्र्योत्तर काळात शहाणा करण्याची तळमळ आता तरी बाळगावी.

समाज शहाणा झाला की राजकीय नेत्यांनाही नाइलाजाने शहाणे व्हावेच लागेल. मग ते मुख्यमंत्री विदर्भाचा का मराठवाड्याचा, पश्चिम महाराष्ट्राचा का कोकणचा यासाठी स्वार्थी भांडणे करणार नाहीत. स्वत:ला मुख्यमंत्री होता यावे म्हणून महाराष्ट्राचे तुकडे पाडण्याची मागणी करणार नाहीत. समाज-क्रांतीच्या

तात्त्विक बैठकीला न सोडता, मतासाठी गावठी पद्धतीचे, बिनबुडाचे, मायावी, घाणेरडे राजकारण करणार नाहीत. उलट संघटितपणे, नि:स्वार्थबुद्धीने प्रभावी पक्षसंघटना निर्माण करतील. आमदारकी-खासदारकीपेक्षा, मंत्रिपदाच्या स्वार्थापेक्षा कर्तव्य-भावनेने मूळ तत्त्वाला चिकटून राहतील. - असे झाले तरच ग्रामीण समाजाच्या आणि संस्कृतीच्या सर्वांगीण, तलस्पर्शी परिवर्तनाला गती येईल आणि अचूक, अपेक्षित दिशाही लाभू शकेल.

स्वतंत्र भारतातील ही महाक्रांती ठरू शकेल. कारण शंभर कोटी लोकसंख्येला स्वतंत्र भारताच्या पोटाला रोज तीन वेळा अन्न प्रदान करणारी ही भारतीय ग्रामे मुळात अन्नब्रह्माची उपासक आहेत. तेथील सामान्य जन सुखी नसतील तर देशाचे बाकीचे वैभव व्यर्थ आणि शून्यवत आहे. म्हणून या देशातील ग्रामसंस्कृतीच्या उत्कर्ष-विकासाशिवाय या देशाला एकविसाव्या शतकात तरणोपाय नाही. अनेक दुष्कृत्यांनी आणि नादान वर्तनांनी मोडकळीला आलेल्या आणि भारतीय समाजाच्या एकात्म, सर्वांगीण विकासाची कोणतीही तात्त्विक बैठक नसलेल्या सर्वच राजकीय पक्षांना आणि आमदार-खासदारांना विद्यमान काळात जनतेनेच एकत्र येऊन धडा देण्याची वेळ विसावे शतक संपताना आली आहे.

□

परिशिष्ट : संदर्भग्रंथ, नियतकालिके यांची सूची

संदर्भग्रंथ

१. आत्रे. त्रिं. ना. – गांवगाडा (प. आ. १९१५)
२. कशाळीकर मा. ज. आणि कुर्लेकर व. र. – समाजशास्त्र (प. आ. १९७८)
३. कुलकर्णी अ. वा. – शरद जोशी (भारतीय अर्थवादाचा क्रियाशील जनक) (प. आ. १९८५)
४. कुलकर्णी भीमराव (संपा.) – अस्मिता महाराष्ट्राची (प. आ. १९७१)
५. घाटे सुरेश – भारतीय शेतीची पराधीनता (प. आ. १९८२)
६. जावडेकर शं. द. – आधुनिक भारत (आठवी आ. १९७९)
७. जोशी शरद – शेतकरी संघटना : विचार आणि कार्यपद्धती (प. आ. १९८२)
८. जोशी शरद – प्रचलित अर्थव्यवस्थेवर नवा प्रकाश. (प. आ. १९८२)
९. दांडेकर वि. म. आणि जगताप म. भा. – गांवरहाटी (प. आ. १९६३)
१०. दांडेकर वि. म. आणि जगताप म. भा. – महाराष्ट्राची ग्रामीण समाजरचना (प. आ. १९५७)
११. देशपांडे स. ह. – भारतीय शेती. (प. आ. १९६२)
१२. देशमुख गणेश – ग्रामवेद (प. आ. १९९८)
१३. देसरडा एच. एम. – शेती, उद्योग आणि शिक्षण : एक मागोवा (प. आ. १९८६)
१४. नाडगोंडे गुरुनाथ द. – ग्रामीण समाजशास्त्र (प. आ. १९७६)
१५. पाटील वि. भ. आणि चुनखडे ना. ए. – ग्रामीण समाजशास्त्र (प. आ. १९७४)

१६. बेडेकर दि. के. आणि भणगे भा. शं. (संपा.) – भारतीय प्रबोधन (प. आ. १९७३)

१७. भणगे भा. शं. (संपा.) – साहित्य विचार आणि समाजचिंतन (प. आ. १९६८)

१८. भावे विनोबा – ग्रामदान प्रश्नोत्तरी (प. आ. १९६५)

१९. मराठे चंद्रशेखर – स्वातंत्र्याची पंचवीस वर्षे (प. आ. १९७२)

२०. मुजुमदार धीरेंद्र – नव्या युगाचे मागणे ग्रामदान (प्रकाशन वर्ष नाही.)

२१. मेल्विन ट्युमिन (मराठी अनुवाद– कारखानीस सरला) – सामाजिक थर (मराठी प. आ. १९८३)

२२. म्हात्रे सुरेशचंद्र – शेतकरी संघटनेचे अर्थशास्त्र (प. आ. १९८३)

२३. प्रा. राममूर्ति – खेड्यांतील बंड (प्रकाशन वर्ष नाही.)

२४. लुलेकर प्रल्हाद जी. – बलुतेदार (प. आ. १९९५)

२५. सुराणा पन्नालाल आणि बेडकीहाळ किशोर – आजचा महाराष्ट्र १९४७ ते १९८७ (प. आ. १९८८)

२६. साळुंके श्रीकान्त – शेतकरी चळवळ (प. आ. १९९६)

२७. Srinivas M. N. (संपा.) – India's Villages (दु. आ. १९६०)

संदर्भ – नियतकालिके

१. कागणे मा. ना. (संपा.) पथिक (अहमदपूर तालुका विकास विशेषांक – १९९५-९६)

२. कोल्हे भास्कर आणि कोकाटे अर्जुन (संपा.) – 'मराठा जात : कर्तृव्य आणि मर्यादा. (दिवाळी विशेषांक १९९८)

३. रेगे मे. पुं. (संपा.) – नवभारत (स्वातंत्र्याची पन्नास वर्षे – विशेषांक) सप्टें-नोव्हें. १९९७)

४. सप्तर्षी कुमार (संपा.) सत्याग्रही विचारधारा – (चर्चा मराठा समाज) दिवाळी विशेषांक (१९९८)

❑

www.ingramcontent.com/pod-product-compliance
Lightning Source LLC
Chambersburg PA
CBHW051526050726
47503CB00014B/1914
* 9 7 8 8 1 7 1 6 1 9 7 6 4 *